பதின்

எஸ்.ராமகிருஷ்ணன்

தேசாந்திரி பதிப்பகம்

தேசாந்திரி பதிப்பக வெளியீடு: 09

பதின் நாவல்
எஸ்.ராமகிருஷ்ணன்

நான்காம் பதிப்பு: ஆகஸ்ட் 2022

தேசாந்திரி பதிப்பகம்,
டி-1, கங்கை அப்பார்ட்மெண்ட்,
110, 80 அடி ரோடு, சத்யா கார்டன்,
சாலிகிராமம், சென்னை 600 093,
தொலைபேசி: 044 23644947.
விலை: ரூ.250

Pathin - Novel
S.Ramakrishnan ©

Fourth Edition: August 2022, Pages: 244
Size: Demy 1x8, Paper: 18.6 kg maplitho

Published by :
Desanthiri Pathippagam
D-1, Gangai Apartments,
110, 80-Feet Road, Satya Garden, Saligramam,
Chennai - 600 093, Ph: 044 2364 4947
Email : desanthiripathippagam@gmail.com
www.desanthiri.com

ISBN: 978-93-87484-03-0

Layout: Sivakasi Suresh
Conception: Karthick Pugazhendhi
Wrapper Design: Manikandan
Printed by: Ramani Print Solution, Chennai.

Price: Rs. 250

எஸ்.ராமகிருஷ்ணன்

எஸ்.ராமகிருஷ்ணன், விருதுநகர் மாவட்டம் மல்லாங்கிணறு கிராமத்தில் 1966ல் பிறந்தார். முழுநேர எழுத்தாளரான இவர் தற்போது சென்னையில் வசிக்கிறார்.

சிறுகதைத் தொகுப்புகள்: எஸ்.ராமகிருஷ்ணன் கதைகள், நடந்து செல்லும் நீரூற்று, பதினெட்டாம் நூற்றாண்டின் மழை, அப்போதும் கடல் பார்த்துக் கொண்டிருந்தது, நகுலன் வீட்டில் யாருமில்லை, புத்தனாவது சுலபம், வெளியில் ஒருவன், காட்டின் உருவம், தாவரங்களின் உரையாடல், வெயிலைக் கொண்டு வாருங்கள், பால்ய நதி, மழைமான், குதிரைகள் பேச மறுக்கின்றன, காந்தியோடு பேசுவேன், நீரிலும் நடக்கலாம், என்ன சொல்கிறாய் சுடரே, சைக்கிள் கமலத்தின் தங்கை, தனிமையின் வீட்டுக்கு நூறு ஜன்னல்கள்.

நாவல்: உப பாண்டவம், நெடுங்குருதி, உறுபசி, யாமம், துயில், நிமித்தம், சஞ்சாரம், இடக்கை, பதின்.

கட்டுரைத் தொகுப்புகள்: விழித்திருப்பவனின் இரவு, இலைகளை வியக்கும் மரம், என்றார் போர்ஹே, கதாவிலாசம், தேசாந்திரி, கேள்விக்குறி, துணையெழுத்து, ஆதலினால், வாக்கியங்களின் சாலை, சித்திரங்களின் விசித்திரங்கள், நம் காலத்து நாவல்கள், காற்றில் யாரோ நடக்கிறார்கள், கோடுகள் இல்லாத வரைபடம், மலைகள் சப்தமிடுவதில்லை, வாசகபர்வம், சிறிது வெளிச்சம், காண் என்றது இயற்கை, செகாவின் மீது பனி பெய்கிறது, குறத்தி முடுக்கின் கனவுகள், என்றும் சுஜாதா, கலிலியோ மண்டியிடவில்லை, சாப்ளினுடன் பேசுங்கள், கூழாங்கற்கள் பாடுகின்றன, எனதருமை டால்ஸ்டாய், ரயிலேறிய கிராமம், பிகாசோவின் கோடுகள், இலக்கற்ற பயணி, செகாவ் வாழ்கிறார், ஆயிரம் வண்ணங்கள், இந்திய வானம், நிலம் கேட்டது கடல் சொன்னது, வீடில்லாத புத்தகங்கள், நிலவழி, உலகை வாசிப்போம், எழுத்தே வாழ்க்கை, நாவல் எனும் சிம்பொனி, கடவுளின் நாக்கு.

திரைப்பட நூல்கள்: பதேர் பாஞ்சாலி-நிதர்சனத்தின் பதிவுகள், அயல் சினிமா, உலக சினிமா, பேசத் தெரிந்த நிழல்கள், இருள் இனிது ஒளி இனிது, பறவைக் கோணம், சாமுராய்கள் காத்திருக்கிறார்கள், குற்றத்தின் கண்கள்.

குழந்தைகள் நூல்கள்: கால் முளைத்த கதைகள், ஏழு தலைநகரம், கிறுகிறு வானம், லாலிபாலே, நீளநாக்கு, தலையில்லாத பையன், எனக்கு ஏன் கனவு வருது, காசு கள்ளன், பம்பழாபம், சிரிக்கும் வகுப்பறை, அக்கடா, பூனையின் மனைவி, இறக்கை விரிக்கும் மரம், உலகின் மிகச்சிறிய தவளை, எலியின் பாஸ்வேர்ட்.

உலக இலக்கியப் பேருரைகள்: ஆயிரத்தொரு அரேபிய இரவுகள், ஹோமரின் இலியட், ஷேக்ஸ்பியரின் மெக்பத், ஹெமிங்வேயின் கடலும் கிழவனும், தஸ்தாயெவ்ஸ்கியின் குற்றமும் தண்டனையும், லியோ டால்ஸ்டாயின் அன்னா கரீனினா, பாஷோவின் ஜென் கவிதைகள்.

வரலாறு: எனது இந்தியா, மறைக்கப்பட்ட இந்தியா.

நாடகத் தொகுப்பு: அரவான், சிந்துபாத்தின் மனைவி, சூரியனைச் சுற்றும் பூமி.

நேர்காணல் தொகுப்பு: எப்போதுமிருக்கும் கதை, பேசிக்கடந்த தூரம்.

மொழிப்பெயர்ப்புகள்: நம்பிக்கையின் பரிமாணங்கள், ஆலீஸின் அற்புத உலகம், பயணப்படாத பாதைகள்.

தொகை நூல்கள்: அதே இரவு, அதே வரிகள் (அட்சரம் இதழ்களின் தொகுப்பு), வானெங்கும் பறவைகள், 100 சிறந்த சிறுகதைகள்.

பிறமொழி நூல்கள்: Nothing but water, Whirling Swirling sky.

இணையதளம்: www.sramakrishnan.com

மின்னஞ்சல்: writerramki@gmail.com

முன்னுரை

நாவல்கள் பலவிதம். ஒன்றின் மீது ஒன்றாக நிகழ்வுகளை அடுக்கிக் கட்டும் நாவல்கள் ஒருவகை. நீருற்றைப்போல நிகழ்வுகளும் நினைவுகளும் தனக்குள்ளாகப் பொங்கி வழிவது இன்னொரு வகை. கம்பளம் நெய்வதுபோலப் பல்வேறு இழைகளைக் கொண்டு நெய்வது மற்றவகை. இப்படிப் பலநூறு வகையான நாவல்கள் இருக்கின்றன.

ஆரஞ்சு பழத்தைப் பார்த்தால் முழுமையாக உள்ளது. ஆனால், அதனுள்ளே தனித்தனிச் சுளைகள் சேர்ந்திருக்கின்றன. இந்நாவலும் அப்படிப்பட்டது தான். தனிச்சுளைகளாக நிகழ்வுகள் இடம் பெற்றுள்ளன. எல்லாமும் ஒன்று சேர்ந்தால் பால்ய வயதெனும் கனியாகிறது.

பால்யத்தின் குழப்பங்களை, மகிழ்ச்சியை, துயரத்தை, பயத்தை, அவமானத்தை, ஏமாற்றத்தை, திருட்டுதனத்தை, கற்பனையை, தோழமையை, கனவுகளைப் பதிவு செய்யவே இந்நாவல் முயற்சிக்கிறது.

ஒவ்வொரு சிறுவனும் தனக்காகக் கொண்டாட்டத்திற்கான வழியைத் தானே தேடிக் கொள்கிறான். ரகசியமாக வைத்துக் காப்பாற்றுகிறான். உலகம் சிறார்கள் விஷயத்தில் கடுமையானது. கண்டிப்பு, தண்டனை, பயமுறுத்தல், கட்டாயப்படுத்தல் போன்றவற்றிற்கு உள்படாத சிறார்கள் யாராவது இவ்வுலகில் இருக்கக் கூடுமா என்ன. பால்யத்தின் தாழ்வாரத்தில் அதிக வெளிச்சமில்லை. அந்த இருளுக்குள் ஏதேதோ சந்தோஷங்கள். கவலைகள். வேதனைகள் சிதறிக்கிடக்கின்றன. அந்தச் சிதறலை ஒன்று சேர்த்து ஒரு உருவத்தை உருவாக்கவே இந்நாவல் முயற்சிக்கிறது.

என்னையும் எழுத்தையும் நேசிக்கும் மனைவி சந்திரபிரபா, பிள்ளைகள் ஹரி மற்றும் ஆகாஷ். ஆசான் எஸ். ஏ.பெருமாள். கவிஞர் தேவதச்சன். மற்றும் பதின்வயதில் என்னோடு தோழமை கொண்ட குட்டி, செல்வராஜ் இருவருக்கும் மனம் நிரம்பிய நன்றிகள்.

அட்டை வடிவமைத்த ஹரிபிரசாத்திற்கும், நூலாக்கம் செய்த கார்த்திக் புகழேந்தி இருவருக்கும் அன்பும் நன்றியும்.. நூலினை வெளியிடும் தேசாந்திரி பதிப்பகத்திற்கு அன்பும் நன்றியும்..

மிக்க அன்புடன்.

எஸ்.ராமகிருஷ்ணன்.

சென்னை, 12.11.2017

அம்மா
மங்கையற்கரசியின்
தூய அன்பிற்கு...

நன்றி

முத்து காமிக்ஸ்
அம்புலிமாமா
சங்கர்
ஹரிபிரசாத்
வசந்த பாலன்
கவிஞர் முகுந்த்
விவேகானந்தன்
ஷண்முகவேல்
ராதா கிருஷ்ணன்
சேது
சாமி
பாண்டி
கோணங்கி
வசந்தா அக்கா
பவா செல்லதுரை
சா.தேவதாஸ்

1. நீங்கள் இரும்புக்கை மாயாவியை நம்புகிறவரா?
2. வீட்டில் நிறைய அடி வாங்கியிருக்கிறீர்களா?
3. பயந்தாங்கொள்ளியா?
4. நிறைய பொய் சொல்வீர்களா?
5. எப்போதும் எதையாவது கற்பனை செய்துகொண்டேயிருப்பவரா?

ஆம் எனில் தொடர்ந்து படியுங்கள்.
இல்லை என்றால் மூடி வைத்துவிட்டுப் போய்விடுங்கள்.
இது என் கதை.
எழுதுகிற நான்தான் உண்மையான இரும்புக்கை மாயாவி!
என் கைமட்டும் இயங்குகிறது; எழுதுகிறது.
உங்களால் என் உருவத்தைப் பார்க்கமுடியாது.
இதில் வரும் நான் என்ற சொல் என்னைக் குறிக்கவில்லை; நம்மைக் குறிக்கிறது.

ஒரு முட்டாளின் கதை

என் பெயர் நந்து.

முழுப்பெயர் நந்தகோபால்.

எப்போதோ நான் எழுதிய இக்குறிப்புகளை எதற்காக நீங்கள் படிக்க ஆர்வம் காட்டுகிறீர்கள் எனத் தெரியவில்லை.

ஐந்து வயதிலிருந்து பதினைந்து வயது வரையிலான எனது அனுபவங்களை ரகசியமாக எண்பது பக்க நோட்டுகளில் எழுதி வைத்திருந்தேன்.

வீட்டில் யாரும் படித்துவிடக்கூடாது என்பதற்காக, முகப்பில் மண்டையோட்டின் படம் வரைந்து எச்சரிக்கை கூடச் செய்திருக் கிறேன். நல்லவேளை, இந்தப் பழைய நோட்டுகளை யாரும் இதுவரை வாசிக்கவேயில்லை.

ஒரு முட்டாளின் கதை என்றுதான் இதற்குத் தலைப்பு வைத்திருந்தேன். முட்டாள் என்ற சொல் போதுமானதாக யில்லை. அதைவிடவும் முழுமுட்டாளின் கதை என்று சொல்வது பொருத்தமாகத் தோன்றுகிறது. முட்டாளுக்கும் கூட சொல்வதற்குக் கதை இருக்கத்தானே செய்கிறது!

இந்த நோட்டுகளை அப்பா வாசிக்கவேயில்லை. ஒருவேளை இதில் ஒன்று அவர் கண்ணில் பட்டிருந்தால் கூட என்னை வீட்டை விட்டுத் துரத்தியிருப்பார்.

இக்குறிப்புகள் உலகிற்கும் வீட்டிற்கும் இடையில் நான் தத்தளித்தபடி இருந்ததன் அடையாளம்.

சிறுவயதில், "எப்போது வளர்ந்து பெரியவன் ஆவோம்?" என்ற எண்ணம் தோன்றாத நாளேயில்லை.

இதற்காக அப்பாவின் செருப்பிற்குள் காலை மாட்டிக்கொண்டு நடந்து பார்த்திருக்கிறேன். சில நேரம் அண்ணன் சட்டையை மாட்டிக்கொண்டு முழங்கால் மறைய கண்ணாடி முன் நின்றிருக்கிறேன்.

காலம் ஒவ்வொரு நாளாகத்தான் கடந்துபோகும் என்பது எவ்வளவு துரதிருஷ்டம்! சிறுவர்கள் அதை முழுமையாக

எஸ்.ராமகிருஷ்ணன் 11

உணருகிறார்கள். தாவித்தாவி வேறுவயதுகளை அடைய முடிந்தால் எவ்வளவு நன்றாக இருக்கும் எனத் தவிக்கிறார்கள்.

சிறுவர்கள் தனியுலகில் வாழ்கிறார்கள். அந்த உலகம் பெரியவர்களின் உலகைப் போன்றதில்லை. அதைவிடச் சிக்கல்களும், சிடுக்குகளும், அவமானங்களும், வெறுப்பும், விரோதமும், விசித்திரமான சந்தோஷங்களும் நிரம்பியது.

இதையெல்லாம் ஏன் எழுதி பாதுகாத்து வைத்திருக்கிறேன் என எனக்கே புரியவில்லை. சோப்பு நுரைகளை ஊதி விளையாடுவது சிறுவயதில் எனக்குப் பிடித்தமான விளையாட்டு. சோப்பு நுரைக் குமிழிபோல நானும் காற்றில் மிதந்து போய்விட முடியாதா என ஏங்கியிருக்கிறேன். இந்த நினைவுகளும் சோப்புக் குமிழிகள் போலத்தானோ!

சங்கர்.

நீ எங்கிருக்கிறாய்..?

நீ என்னை மறந்திருப்பாய். முகம் கூட நினைவில் இல்லாமல் போயிருக்கும்.

ஆனால், எனக்கு உன் முகம் அப்படியே நினைவிருக்கிறது.

அன்றாடம் உன் குரலை எனக்குள் கேட்டுக்கொண்டே யிருக்கிறேன்.

சங்கர்.

நீதான் என் முதல் நண்பன்.

நீதான் பொய் சொல்லக் கற்றுத்தந்தவன்.

உன்னைப் போல ஆகமுடியாதா என ஏங்கியிருக்கிறேன்.

சங்கர், நீ ஏன் என்னை வெறுத்தாய், துரத்தி விட்டாய்?

அப்போதெல்லாம் நீ செத்துப்போய்விட வேண்டும் எனப் பிரார்த்தனை செய்திருக்கிறேன். சிறுவர்களின் பிரார்த்தனையைக் கடவுளும்கூடக் காதுகொடுத்துக் கேட்பதில்லைதானே!

சங்கர்.

நாம் ஏன் சிறுவர்களாக இருந்தோம்..?

சங்கர். . .

நாம் ஏன் பெரியவர்களாக வளர்ந்தோம்..?

• • •

எது நிஜம்?!

ஆறாம் வகுப்பு படித்துக் கொண்டிருந்தபோது, எனது பள்ளிக் கூடத்திற்கு ஒரு மேஜிக் செய்பவர் வந்திருந்தார். மேஜிக் செய்பவர்கள் ஏன் தொப்பி அணிகிறார்கள் எனத் தெரியவில்லை. அந்தக் கறுப்புத் தொப்பி பார்க்க அழகாகயிருந்தது. அவர் காற்றில் கையை வீசி ரோஜாப்பூவை வரவழைத்துக் காட்டினார். தொப்பிக்குள் இருந்து முயல் எடுத்தார். பத்து ரூபாய் நோட்டை நூறு ரூபாய் நோட்டாக மாற்றிக்காட்டினார். திடீரென மூன்றாவது பெஞ்சில் அமர்ந்திருந்த என்னை விரல்சொடுக்கி அழைத்தார்.

நான் போக மறுத்து, ஒடுங்கி உட்கார்ந்துகொண்டேன். அருகில் வந்து என்னைத் தொட்டு எழுப்பி, "உன் பெயர் என்ன?" என்று கேட்டார்.

"நந்து" என்று சொன்னேன்.

அவர் சிரித்தபடியே, "நாம இப்போ நந்துவை வச்சி ஒரு மேஜிக் பண்ணப்போறோம்" என்றபடியே என்னை மேஜையின் முன்னால் அழைத்துக் கொண்டு போனார்.

"நந்து, ஒரு நாளைக்கு எத்தனை டம்ளர் தண்ணி குடிப்பே?"

"நாலு" எனச் சொன்னேன்.

"அது பத்தாது. நிறையத் தண்ணீர் குடிக்கணும்" என்றபடியே பெரிய பிளாஸ்டிக் வாளி ஒன்றைக் கொண்டு வரும்படி சொன்னார்.

காலியாக இருந்த பிளாஸ்டிக் வாளி ஒன்றைக் கொண்டு வந்தார்கள். தனது பையில் இருந்து நீளமான டியூப் ஒன்றை வெளியே எடுத்தார். ஒரு மாணவனை அந்த டியூப்பைப் பிடித்துக் கொள்ளச் சொல்லிவிட்டு வகுப்பைப் பார்த்துச் சொன்னார்.

"நந்து குடிச்ச தண்ணீரைப் பூரா அவன் வயிற்றுல இருந்து வெளியே எடுக்கப் போறேன்."

எனக்குப் பயமாக இருந்தது.

அவர் என் சட்டையை விலக்கி அடிவயிற்றில் ஒரு இடத்தைச் சுற்றிலும் சிவப்பு ஸ்கெட்ச் ஒன்றால் வட்டம் போட்டார். பிறகு

டியூப்பை அந்த இடத்தில் சொருகுவது போலப் பிடித்துக்கொண்டு ஏதோ மந்திரம் போடத் துவங்கினார். டியூப் வழியாக வயிற்றில் இருந்த தண்ணீர் வாளியில் போய் கொட்ட ஆரம்பித்தது.

"நாலு கிளாஸ் தண்ணிதான் குடிச்சேனு சொன்னே, ஆனா அரை வாளி வந்துருச்சி" என்று வேடிக்கையாகச் சொன்னார்.

மாணவர்கள் சிரித்தார்கள்.

தண்ணீர் வயிற்றிலிருந்து பீச்சிக்கொண்டு வந்தபடியே இருந்தது. என் வயிற்றுக்குள் எப்படி இவ்வளவு தண்ணீர் வந்தது. நான் எப்போது குடித்தேன். எடுக்க எடுக்கத் தண்ணீர் வந்து கொண்டே யிருக்கிறதே எனப் பயமாக வந்தது.

ஒரு வாளி நிறையத் தண்ணீர் நிரம்பியதும், அவர் கைதட்டிய படியே சொன்னார்.

"நந்து ஒரு வாளித் தண்ணீர் குடிச்சிருக்கான்."

அதைக் கேட்டதும் மாணவிகள் கைதட்டிச் சிரித்தார்கள்

டியூப்பை உருவி எடுத்துக் கீழே போட்டுவிட்டு, திரும்பவும் ஏதோ மந்திரம் சொன்னார்.

பிறகு என்னிடம், வயிற்றில் ஓட்டை இருக்கானு குனிந்து பார் என்றார்.

பயத்துடன் வயிற்றைப் பார்த்தேன்.

"ஓட்டையில்லை."

"எல்லோரும் நந்துவிற்கு ஜோரா ஒருதரம் கைதட்டுங்கள்" என்றார்.

வகுப்பே கைதட்டியது.

மேஜிக் செய்பவர் அடுத்த வித்தையைக் காட்டத் துவங்கி யிருந்தார். ஆனால், வயிற்றில் ஓட்டை இருப்பது போலவே எனக்குத் தோன்றியபடி இருந்தது. கையால் தடவிக் கொண்டே யிருந்தேன்.

என் வயிற்றுக்குள் எப்படி ஒரு வாளித் தண்ணீர் வந்தது எனப் புரியவில்லை.

திடீரென மயக்கம் வருவது போலிருந்தது.

வீட்டிற்குப் போனதும் அம்மாவிடம், "என் வயிற்றில் ஓட்டை போட்டுவிட்டார்கள்" என்று சொல்லி அழுதேன்.

அம்மா பயந்து போய் வயிற்றைத் தடவிப்பார்த்தாள்.

ஓட்டையில்லை.

"ஏன்டா பொய் சொல்லுறே..?" என அடித்தாள்.

"இல்லை, என் வயிற்றுல இருந்து ஒரு வாளித் தண்ணீர் எடுத்தார்கள்" என்றேன்.

"அது எப்படி ஒரு வாளித் தண்ணீரைக் குடிக்க முடியும்?" எனக்கேட்டாள்.

"அது மேஜிக் ஷோ" என்றேன்.

"சும்மா... உன்னை ஏமாற்றியிருக்கிறார்கள்" என்று சொல்லிச் சிரித்தாள். ஆனால், என்னால் அப்படி நினைக்க முடியவில்லை.

சாப்பிடுவது எல்லாம் அந்த ஓட்டை வழியாக வெளியே போய்விடுவதாக நம்பினேன். அடிக்கடி வயிற்றைத் தொட்டுப் பார்த்துக் கொண்டேன். படுக்கையில் லேசாக ஈரம் தெரிந்தால்கூட வயிற்றில் ஓட்டையிருப்பதாக நம்பினேன்.

நிஜமாகவே என் வயிற்றில் ஒரு ஓட்டையிருக்கிறது... ஆனால், அது என் கண்களுக்குத் தெரியவில்லை என்றே நினைத்துக் கொண்டிருந்தேன். அந்தப் பயம் நீங்க மூன்று மாசமானது. ஆனால், அந்த வருஷம் முடியும்வரை மாணவிகள் என்னை, 'ஒரு வாளித் தண்ணீர்' என்று கேலி செய்வது மட்டும் நிற்கவேயில்லை.

• • •

முதற்திருட்டு

பொய் சொன்னால் நம்பும்படி சொல்லவேண்டும். இல்லாவிட்டால் கண்டுபிடித்து விடுவார்கள். அப்படிக் கண்டுபிடித்துவிட்டால் அதிகம் அடி விழும். ஆகவே, பொய் சொல்லுவதற்குக் கற்றுக்கொள்ள வேண்டும் என்றான் சங்கர்.

என்னைவிட இரண்டு வயது மூத்தவன். ஆனால், பொய் சொல்வதில் நூறு வயது அனுபவசாலிபோல நடந்துகொள்வான். திருடுவதற்கு அவன்தான் எனக்குக் கற்றுத்தந்தான்.

எங்களின் முதல் பாடம் மைதானத்தில் துவங்கியது. அந்த விளையாட்டு மைதானம் மிகப்பெரியது. அதன் மேற்குப் பக்கம் பெரிய கேலரியிருந்தது. அதை ஒட்டிய பகுதியில் பெரிய பையன்கள் ஹாக்கி விளையாடிக் கொண்டிருப்பார்கள். மைதானத்தின் இடப்பக்கம் வரிசையாக ஆறு குடிதண்ணீர்க் குழாய்கள் இருந்தன. அதை ஒட்டிய பீடம் ஒன்றில் உட்கார்ந்து கொண்டு, நான் விளையாட்டினை வேடிக்கை பார்த்துக்கொண்டிருப்பேன். நான் குண்டானவன். ஓடி விளையாடினால் எனக்குத் தொடைகள் உரசும். அதனால் கூச்சத்துடன் ஒதுங்கியிருப்பேன்.

சங்கர் ஒல்லியாக இருந்தான். ஆனால், அவன் எந்த விளையாட்டிலும் தன்னை ஈடுபடுத்திக் கொள்ளமாட்டான். ஓரமாக உட்கார்ந்துகொண்டு, ஏதோவொரு புத்தகத்தைப் படித்துக் கொண்டிருப்பான். சிலநேரம் சப்தமாக விசில் அடிப்பான் அல்லது பாட்டு பாடுவான்.

அதனால்தான் அவனுடன் நெருக்கமாகினேன்.

ஒருநாள் என்னிடம் சங்கர் கேட்டான். “காசு வச்சிருக்கியா..?”

“இல்லே.”

“உங்க அப்பா பாக்கெட் மணி தரமாட்டாரா?”

“பாக்கெட் மணின்னா..?”

“செலவுக்குக் காசு, தின்பண்டம் வாங்குறதுக்கு... சினிமா பாக்குறதுக்கு...”

“எப்போவாது நாலணா குடுப்பார். அதை வச்சி கல்கோனா, பால் ஐஸ் வாங்குவேன்.”

"உங்கப்பா எவ்வளவு சம்பளம் வாங்குறார்?"

"தெரியாது."

"கவர்மெண்ட் ஆபீஸ்லதானே வேலை பாக்குறாரு?"

"ஆமா. தாலுகா ஆபீஸ்."

"அவர் பாக்கெட்டில இருந்து காசைத் திருடவேண்டியது தானே..?"

"அப்படி எங்க அண்ணன் திருடி மாட்டிக்கிட்டு அடிவாங்கி யிருக்கான். திருடுறது தப்பு."

"திருடுறது தப்புதான், ஆனா வீட்டில திருடுறது தப்பில்லை"

"நிஜமாவா?"

"ஆமா, நம்ம வீட்ல நாம திருடுறோம். அதுல என்னடா தப்பு?"

"நீ திருடுவியா..?"

"நிறையத் திருடியிருக்கேன். எங்கம்மாவாலே கண்டுபிடிக்கவே முடியாது."

"எப்படி..?"

"அதுக்கு ஒரு தந்திரம் இருக்கு. அதை உனக்குக் கத்துத் தரணும்னா ஒரு ரூபா குடு."

"என்கிட்ட ரூபாய் இல்லை"

"அப்போ வீட்டில திருடிக்கிட்டு வா."

"அப்பா அடி கொன்னுபோட்ருவார்."

"திருடுறதுக்கு ஒரு வழி சொல்லித் தர்றேன். சட்டைப் பையில இருந்து ஒரு ரூபாய் மட்டும் திருடு, சந்தேகம் வரவே வராது."

"வேணாம், பயமா இருக்கு."

"பயந்துக்கிட்டே இருந்தா எதையும் செய்யமுடியாது. தைரியமா திருடு."

சங்கர் அதைச் சொன்னவிதம் என் மனதில் ஆழமாகப் பதிந்து போனது. அப்பாவின் சட்டைப் பையில் இருந்து இதுவரை சில்லறைக் காசுகளைக்கூட நான் எடுத்ததில்லை. மறுநாள் முதல்முறையாகச் சட்டைப் பைக்குள் கைவிட்டு, பழைய ஒரு ரூபாய் நாணயத்தை எடுத்தேன்; அந்த நாணயம் திடீரென எடை அதிகமானது போலிருந்தது. எங்கிருந்தோ அப்பாவின் மயிர் அடர்ந்த கைகள் என்னைக் கவ்விப் பிடிப்பது போல மனதில் தோன்றியது. அந்த நாணயத்தைப் பையில் போட்டுவிட்டு

எஸ்.ராமகிருஷ்ணன் 17

மைதானத்தை நோக்கி ஓடினேன். சங்கர் அங்கே மரத்தடியில் எதற்கோ குழிதோண்டிக் கொண்டிருந்தான்.

என்னைக் கண்டவுடன், “காசை எடுத்துட்டு வந்தயா?” எனக் கேட்டான்.

“சட்டையில இருந்து காசை எடுத்தேன். ஆனா பயமா இருந்துச்சி. வச்சிட்டேன்.”

“முட்டாள்... எதுக்குடா பயந்தே?” “அப்பா பாத்துட்டா அவ்வளவுதான். நான் செத்தேன்.”

“சரி. விடு. அந்தா, அந்தச் சிவப்பு சைக்கிள் மேல ஒரு சட்டை இருக்கு பாரு. அதை நைசா எடுத்துக்கிட்டு வா.”

அவன் கைகாட்டிய இடத்தில் ஹாக்கி விளையாடுபவர்களின் சைக்கிள்கள் வரிசையாக நின்றிருந்தன.

“ஹாக்கி விளையாடுற அண்ணனுங்க பாத்தா அடிப்பாங்க.”

“தெரியாமல் எடுத்துகிட்டு வாடா.”

போவதா, வேண்டாமா எனத் தயக்கமாக இருந்தது. நான் சங்கரை வெறித்துப் பார்த்தபடியே இருந்தேன். சங்கர் என் பயத்தை அறிந்தவன் போலச் சொன்னான்.

“அப்போ... நானே போறேன். ஆனா நீ யார்கிட்டயும் இதைப் பற்றிச் சொல்லக்கூடாது.”

“சொல்ல மாட்டேன்”

“சத்தியம் பண்ணு.”

“யார் மேல?”

“உங்க அம்மா மேல.”

“வேண்டாம். எங்க அப்பா மேல பண்ணுறேன்.”

“சத்தியம் பண்ணிட்டு மீறினா உங்க அப்பா செத்துப் போயிருவார். தெரியும்லே..?”

“செத்துப்போனா போகட்டும்”

“உனக்கு அப்பாவைப் பிடிக்காதா..?”

“பிடிக்கவே பிடிக்காது.”

“எனக்கும்தான். நல்லவேளை, எங்க அய்யா கேரளாவுக்குப் போயிட்டார்.”

“எதுக்கு..?”

"அவரு லாரி டிரைவரு. ஊர் ஊரா சுத்திக்கிட்டு இருப்பாரு."

"நீ லாரி ஓட்டி இருக்கியா?"

"ஒத்தைக் கையாலேயே ஓட்டியிருக்கேன்."

"பொய் சொல்லுறே."

"நிஜம்டா. ஒருநாள் எங்கய்யாகூட லாரியில போகும்போது நான்தான் ஓட்டுனேன்."

"பயமா இருந்துச்சா..?"

அதெல்லாமில்லை. நான் பெரிய ஆள் ஆனதும் லாரி மட்டுமில்லை. ஹெலிகாப்டரும் ஓட்டப்போறேன்."

"ஹெலிகாப்டரா... அது ஏது..?"

"நானே வாங்குவேன். ஆகாசத்தில் ஓட்டிக்கிட்டுப் போவேன்."

"என்னையும் கூட்டிக்கிட்டுப் போவியா..?"

"அப்போ போயி அந்தச் சட்டையை எடுத்துக்கிட்டு வா."

"யாராவது பாத்துட்டா என்னை அடிப்பாங்க."

"பாத்துட்டா ஓடிப்போயிருவோம். சும்மா போடா." நான் மெதுவாக சைக்கிளை நெருங்கிப் போய், சிவப்பு சைக்கிளில் உள்ள சட்டையைத் தொட்டேன். யாரோ என்னை வெறித்துப் பார்த்துக் கொண்டிருப்பது போலிருந்தது. ஹாக்கி விளையாடுகிறவர்களைத் திரும்பப்பார்த்தேன். அவர்கள் உற்சாகத்துடன் பந்தைத் துரத்தி ஓடிக் கொண்டிருந்தார்கள்.

சட்டையை விருட்டென உருவிக் கொண்டு ஓடிவந்தேன்.

அதை சங்கர் கையில் கொடுக்கும்வரை பதைபதைப்பாகவே இருந்தது.

சங்கர் அதைக் கையில் வாங்கிச் சுருட்டினான். பிறகு வேகமாக தண்ணீர்த் தொட்டியின் பின்பக்கம் நோக்கி நடக்க ஆரம்பித்தான்.

அவன் பின்னாடியே சென்றேன்.

அவன் சட்டைப்பையை ஆராய்ந்தான். அதில் பைசா எதுவுமில்லை. ஆனால், வாட்ச் ஒன்றிருந்தது. அந்த வாட்ச்சை காதில் வைத்துக் கேட்டான் சங்கர். பிறகு, என் தோளில் கையைப் போட்டுக்கொண்டு, "வா போவோம்" என மைதானத்தை விட்டு அழைத்துக்கொண்டு வந்தான். எங்கே கூட்டிக்கொண்டு போகிறான் எனத்தெரியவில்லை. உள்ளூர பயமாகவே இருந்தது. அதைக் காட்டிக் கொள்ளாமல் அவன் பின்னாடியே நடந்தேன்.

மாடு ஒன்று மூத்திரம் பெய்தபடியே போய்க் கொண்டிருந்தது. அதுபோலவே சங்கரும் மூத்திரம் பெய்தபடியே நடக்க ஆரம்பித்தான். அது வேடிக்கையாக இருந்தது. சாலையில் ஒரு இடத்தில் நின்று சங்கர் மூத்திரத்தால் வட்டம் வரைந்தான். வரைந்து முடியும் முன்பாக மூத்திரம் நின்று போனது.

"நீ இந்த வட்டத்தை வரைடா" என என்னை மூத்திரம் பெய்யச் சொன்னான்.

எனக்குக் கூச்சமாக இருந்தது. நான் முடியாது என மறுத்தேன். அவன் என்னைக் கட்டாயப்படுத்தினான். வேறு வழியில்லாமல் மூத்திரம் பெய்தேன். ஆனால், வட்டம் வரைய முடியவில்லை.

இதற்கு சங்கர் என்மீது கோபித்துக் கொண்டான்.

மாரியம்மன் கோவிலை ஒட்டிய வாட்ச் கடை ஒன்றுக்குப் போய் சங்கர் அந்த வாட்ச்சைக் காட்டி ஏதோ பேசிக் கொண்டிருந்தான். பிறகு பத்து ரூபாய் வாங்கிக் கொண்டு வந்தான்.

பணத்தைப் பார்த்தபோது ஆச்சரியமாக இருந்தது.

"பரோட்டா சாப்பிடுவமா..?" எனக் கேட்டான் சங்கர்.

தலையாட்டினேன்.

இருவரும் பரோட்டா கடையில் ஒன்றாகப் பரோட்டாவை பிய்த்துப் போட்டு நிறைய சால்னா ஊற்றிச் சாப்பிட்டோம். சினிமா பாட்டுப் புஸ்தகங்கள் வாங்கினோம். சங்கர் தனக்குப் புது செருப்பு வாங்கிக் கொண்டான். செலவு செய்ததுபோக மீதமிருந்த சில்லறைகளைப் பிரித்து, எனக்குக் கொஞ்சம் கொடுத்தான்.

"நாளைக்கு கிரவுண்ட்டுக்கு வந்துரு" எனச்சொல்லி அவன் கோபாலன் டாக்டர் வீட்டை ஒட்டிய சந்தில் பிரிந்து போனான்.

வீடு வரும்வரை எனக்குச் சந்தோஷமாக இருந்தது.

'இவ்வளவு காசை வைத்துக்கொண்டு என்ன செய்வது? எங்கே ஒளித்து வைப்பது?'

வீட்டை நெருங்கியதும் பயமாக இருந்தது. கையிலிருந்த காசை அப்படியே சாக்கடையில் வீசி எறிந்தேன்.

பரோட்டா சாப்பிட்டு வந்த விஷயம் அம்மாவிற்குத் தெரியக்கூடாது என்பதற்காகவே வயிற்றை உள்ளே இழுத்துக் கொண்டேன். கையில் வாசனை வருகிறதா என முகர்ந்து பார்த்துக் கொண்டேன்.

வீட்டில் அண்ணன் நோட்டிற்கு அட்டை போட்டுக்

கொண்டிருந்தான். அவன் என்னைப் பார்த்து முறைத்தபடியே கேட்டான்.

"உன்னைப் பஜார்ல பார்த்தேன். கூட வந்தவன் யாருடா?"

"கிளாஸ்மேட். நோட்ஸ் வாங்கப் போனோம்."

நல்லவேளை, அவன் எதையும் துருவிக் கேட்கவில்லை. ஹாக்கி விளையாடிய பையன் சட்டையிலிருந்த வாட்ச்சைத் தேடியிருப்பான். நிச்சயம் விசாரித்திருப்பான். ஒருவேளை என்னைக் கண்டுபிடித்து விடுவானோ எனப் பயமாக இருந்தது. 'அவனுக்கு என் வீடு எப்படி தெரியும்? இன்னும் சில நாட்களுக்கு மைதானம் பக்கமே போகக் கூடாது. சங்கரையும் பார்க்கக் கூடாது' என முடிவு செய்து கொண்டேன்.

இரவு வேகமாகச் சாப்பிட்டுவிட்டு வேகமாகப் பாயைப் போட்டு படுத்துக்கொண்டேன். எங்கே கண்டுபிடித்து விடுவார்களோ எனப் பயமாக இருந்தபோதும் உள்ளூர சந்தோஷமாகவே இருந்தது.

திருட்டு என்பது தைரியமாக நடந்துகொள்வதன் முதற்படியா? சின்னஞ்சிறு திருட்டுகள் அனுமதிக்கப் பட்டவைதானா?!

பயமாகவும் இருந்தது.

சந்தோஷமாகவும் இருந்தது.

• • •

பள்ளியின் முதல் நாள்

பள்ளிக்கூடத்திற்கே போகக்கூடாதென்று நினைத்துக் கொண்டிருந்த என்னை, அப்பா சரஸ்வதி பூஜை அன்று அழைத்துக் கொண்டு போய்ச் சேர்த்துவிட்டு வந்தார். அரசினர் ஆரம்பப் பள்ளி என்ற அந்தக் கட்டிடம் மிகப் பழையது. இரும்பு கேட்டில் ஒன்று பிய்ந்துபோய் கழட்டி வைக்கப்பட்டிருந்தது.

எல்லாப் பிள்ளைகளுக்கும் ஆரஞ்சு மிட்டாய் கொடுத்து என்னை முதல்வகுப்பில் சேர்த்துவிட்டார்கள். அந்த வகுப்பும் மாணவர்களும் டீச்சர்களும் பிடிக்கவேயில்லை. எப்போது வெளியே ஓடுவோம் எனப் பார்த்துக் கொண்டேயிருந்தேன். என்னைப் போலவே அன்றுதான் பள்ளியில் சேர்க்கப்பட்டிருந்த ஒரு சிறுமி அழுது கொண்டிருந்தாள். அவள் வாயோடு சேர்த்து அடிக்க வேண்டும் போலிருந்தது. அவளைப் பார்த்து முறைத்தேன். அவள் நான் முறைப்பதைக் கண்டதும் பெருங்குரலில் அழ ஆரம்பித்தாள்.

“ஏன் பாப்பா அழறே..?” என டீச்சர் அருகில் வந்து கேட்டாள்.

“இவன் என்னை அடிச்சிவச்சிட்டான்” என அந்தச் சிறுமி என்னைக் காட்டினாள்.

டீச்சர் என்னைப் பார்த்து முறைத்தபடியே, “அடிச்சயாடா..?” எனக் கேட்டாள்.

நான் பதில் சொல்லவில்லை. உதட்டைக் கடித்தபடியே இருந்தேன்.

“மண்டி போடு” என்றாள் டீச்சர்.

போடமுடியாது என்பது போல உட்கார்ந்தேயிருந்தேன். திடீரென முதுகில் ஓங்கி ஒரு அறை விழுந்தது. வலி தாங்கமுடியவில்லை.

“போடி” என்று பலமாகக் கத்தினேன்.

அதைக்கேட்டு மாணவர்கள் சிரித்தார்கள். அந்த டீச்சர் சப்தமான குரலில், “பிரம்பை எடு” என்று ஒரு மாணவனிடம் சொன்னாள்.

அவ்வளவுதான், என் பையைப் போட்டுவிட்டு வகுப்பை விட்டு வெளியே ஓடினேன்.

வீட்டிற்குப் போகப் பிடிக்கவில்லை. பள்ளியை ஒட்டியிருந்த ஒரு கிணற்றுக்குள் இறங்கி உட்கார்ந்து கொண்டேன். ஒரேயொரு தவளைக் குஞ்சு மட்டுமே என்னைப் பார்த்துக் கொண்டிருந்தது. அதை யாராவது பள்ளியில் சேர்க்கப்போகிறார்களா என்ன..!

மதியம் வரை கிணற்றுக்குள்ளே உட்கார்ந்திருந்தேன். பசி எடுக்க ஆரம்பித்தது. எதுவும் நடக்காதவன் போல வீட்டிற்குச் சென்றேன். அம்மா என்னைப் பார்த்தவுடன், "ஸ்கூல் விட்ருச்சா?" எனக் கேட்டாள்.

"ஆமாம்" எனச் சொல்லி சாப்பிட உட்கார்ந்தேன். அடுத்த சில நிமிடங்களில் அண்ணன் சைக்கிளில் வந்து இறங்கி அம்மாவிடம், "ஸ்கூல்ல டீச்சரை கெட்டவார்த்தையிலே திட்டிட்டான். ஒரு பிள்ளையை அடிச்சிட்டான்" எனப் புகார் சொன்னான்.

அம்மாவால் அதைத் தாங்கிக்கொள்ள முடியவில்லை

"நந்து, ஏன்டா இப்படிச் செஞ்சே..?" எனக் கோபத்தில் அடிஅடியென அடித்தாள். ஏனோ அந்த அடிகள் வலிக்கவே யில்லை.

ஒரு கயிற்றை எடுத்துக்கொண்டு வந்து என்னை அருகிலுள்ள வேப்பமரத்தில் கட்டிப்போட்டாள்.

"நாலு நாளைக்கு உன்னை யாரும் அவுத்துவிட மாட்டோம். இப்படியே நில்லு.." என ஆத்திரமாகச் சொன்னபடியே வீட்டினுள் போனாள்.

அந்த மரத்தில் ஏறி விளையாடியிருக்கிறேன். ஆனால், அதிலேயே என்னை இப்படி கட்டிப்போடுவார்கள் என்று நினைத்துப் பார்த்ததேயில்லை. மரத்தில் கட்டிப்போடப்பட்ட போதுதான் கவனித்தேன். மேலிருந்து ஒரு காகம் என்னை ஏளனத்துடன் பார்த்துக் கொண்டிருந்தது.

ஒரு எறும்பு என் கைகால்களைத் தாண்டி அதன் போக்கில் மரத்தில் ஏறிப் போய்க் கொண்டிருந்தது.

மரத்தின் கிளைகள் அசைவற்றிருந்தன.

இந்த மரத்திற்குள் போய்விட முடியுமா எனப் பரிசோதிப்பது போல, அதன்மீது முதுகை வைத்து அழுத்தினேன். மரம் திறந்து கொள்ளவில்லை. வீட்டிற்குக் கதவு இருப்பது போல மரத்திற்குக் கதவுகள் கிடையாதா? மரம் ஏன் இவ்வளவு கடினமாக இருக்கிறது? இப்படியே நின்று கொண்டிருந்தால் எனக்கும் வேர் முளைத்துவிடுமா? நினைக்கவே எரிச்சலாக வந்தது.

பசிவேறு கண்ணைக் கட்டியது.

“யம்மா, அவுத்துவிடும்மா. பசிக்குது.” எனக் கத்தினேன்.

“நீ கூப்பாடு போட்டாலும் அவுத்துவிட மாட்டேன்” என்றபடியே அம்மா ஒரு தட்டில் சோற்றைப் போட்டு அருகில் கொண்டுவந்தாள்.

அம்மா நிஜமாகக் கோபமாக இருக்கிறாளா, இல்லை நடிக்கிறாளா?

அம்மா கையாலே உருண்டை உருட்டி என் வாயில் திணித்துவிட்டாள். மரத்தில் கட்டிப்போட்ட நிலையில் சாப்பிடும் போது ருசியாக இருந்தது.

அம்மா சாப்பாட்டை என் வாயில் திணித்து முடித்தபிறகு சொன்னாள்:

“நீ உருப்படவே மாட்டே. உங்கப்பா வரட்டும். சூடு வைக்கச் சொல்லுறேன்.”

அப்பா வந்தால் இன்னமும் கத்துவார். ‘அவர் இன்றைக்கு வீட்டிற்கே வராமல் இருந்தால் நன்றாக இருக்குமே’ என்று தோன்றியது.

அப்பா அலுவலகம் விட்டு மாலை வந்துசேரும் வரை மரத்தோடு சேர்ந்து நின்று கொண்டிருந்தேன்.

அப்பா ஒரு வார்த்தை பேசவில்லை. என்னை முறைத்துப் பார்த்தபடியே இருந்தார். பிறகு அம்மாவிடம்,“நைட்டும் இவனை அவுத்துவிடாதே” என்று மட்டும் சொன்னார்.

இரவில் மரத்தில் கட்டிப்போடப்பட்டபடியே எப்படி தூங்குவது? மரம் தூங்க வேண்டாமா?

பகல் மறைந்து இரவு துவங்கியது. இரவுப் பூச்சிகள் சப்தமிடத் துவங்கின. இருளுக்குள் ஓராயிரம் பூச்சிகள் இருப்பது போலவே உணர்ந்தேன. ஏதோவொரு பூச்சி என்மீது ஊர்ந்து போவது போலிருந்தது. திடீரென மரத்தின் கிளைகள் அசையத் துவங்கி காற்று சுரக்கத் துவங்கியது. இதமான காற்று தலைக்குள் நேரடியாக இறங்கியது. கால்கள் இல்லாமல் நின்று கொண்டிருப்பது போலத் தோன்றியது. இருட்டைப் பார்ப்பது பயமுறுத்தியது. வீட்டின் வெளிச்சம் தொலைவில் தெரிந்தது. ரேடியோவில் போடும் பாட்டு; சைக்கிள் சப்தம்; சிறுவர்களின் விளையாட்டு ஒலி. எனக்கு அழுகை வருவது போலிருந்தது. அக்கா வருவது தெரிந்தது. அவள் அருகில் வந்து நின்று

டார்ச்லைட் ஒன்றை என் முகத்தில் அடித்தபடியே கேலியான குரலில் கேட்டாள்.

"தூங்கிட்டயா?"

"இல்லை" எனத் தலையசைத்தேன்.

"இனிமே ஒழுங்கா இருப்பியா?" எனக் கேட்டாள்.

"சரி" எனத் தலையாட்டினேன்.

அவள் என்னைக் கட்டியிருந்த கயிற்றை அவிழ்க்க ஆரம்பித்தாள். பாதிக் கயிற்றை அவிழ்த்தபோது அதை இழுத்துத் தள்ளியபடியே வெளியே வந்தேன். அவள் என் தோளில் கைபோட்டபடியே கேட்டாள்.

"கெட்ட வார்த்தை பேசினயா..?"

"இல்லைக்கா."

"பேசக்கூடாது. பேசினா சாமி நாக்குல ஓட்டை போட்டுரும்."

"பொய். அப்பா எல்லாம் கெட்டவார்த்தை பேசியிருக்காரு. அவரு நாக்குல ஓட்டையில்லையே."

"பெரிய ஆட்கள் பேசலாம். சின்னப் பசங்க பேசக்கூடாது."

"நான் பெரிய ஆள் ஆகுறதுக்கு எவ்வளவு நாள் ஆகும்?"

"நிறைய வருஷம் ஆகும்."

"எனக்கு ஸ்கூலுக்குப் போகப் பிடிக்கலை."

"வீட்டில இருந்தா உருப்படாம போயிடுவே. ஒழுங்கா ஸ்கூலுக்குப் போ."

பேசாமல் டார்ச் லைட்டை உருட்டியபடியே நடந்து வந்தேன். வெளிச்சம் வட்டமாக உருண்டுபோவதைக் காண வியப்பாக இருந்தது; திடீரென கோபம் மறைந்தது. டார்ச் லைட்டைச் சுழற்ற ஆரம்பித்தேன். வெளிச்சம் வேகமாகச் சுழல ஆரம்பித்தது. அக்காவும் அதைக்கண்டு சிரித்தாள்.

• • •

பகலை அளப்பது

“நந்து, பகல் எவ்வளவு நீளமானது?” என சங்கர் கேட்டான். எப்படி இதுபோல சங்கர் யோசிக்கிறான் எனப் புரியவில்லை.

“தெரியாது” என்றேன்.

“வீடு எவ்வளவு பெரியது என்பதை எப்படிக் கண்டுபிடிப்போம்? காலால் அளந்து தானே! அதுபோல காலையிலிருந்து மாலைவரை நடந்து கொண்டேயிருந்தால் பகலின் நீளத்தைக் கண்டுபிடித்து விடலாம்” என்றான்.

‘நிஜம்தானே’ என்று தோன்றியது.

“நாளைக் காலையில் நாம் இருவரும் பகலை அளப்போம்” என்று சொல்லியபடியே, “நீ ஒரு பேப்பரும் பென்சிலும் மறக்காமல் கொண்டுவா” என்றான்.

எத்தனையோ நாட்கள் பகலில் சுற்றியிருக்கிறோம். ஆனால், பகலை அளக்க வேண்டும் என்று தோன்றியதேயில்லை. இதற்கு முன்பாக யாராவது இப்படி அளந்திருப்பார்களா, தெரியவில்லை.

இரவு தூக்கம் வராமல், அதைப்பற்றியே நினைத்துக்கொண்டு படுத்துக் கிடந்தேன். படுக்கையை விரித்தவுடன் வீடு சுருங்கிவிடுகிறது. அது எனக்கு மட்டும்தானா? இல்லை, வீட்டின் இயல்பே அப்படியானதுதானா? பாயில் படுத்தபடியே மேலே சுழலும் மின்சார விசிறியைப் பார்த்துக்கொண்டிருப்பேன். நினைவு துவங்கிய நாளில் இருந்தே அதன் அடியில்தான் படுத்துக் கிடக்கிறேன்.

மூன்று வயதில் திடீரென இரவு முழிப்பு வந்து எழுந்தால் குளிர்காற்றைத் தாங்கமுடியாது. மின்விசிறியின் ஸ்விட்ச் எனக்கு எட்டாது. யாரையாவது எழுப்ப வேண்டும். யாரும் எழுந்துகொள்ள மாட்டார்கள். அம்மாவின் பழைய சேலையைச் சுற்றிக்கொண்டு சுருண்டு படுத்துக்கிடக்க வேண்டும். உடனடியாக ஸ்விட்ச் எட்டும் உயரம் வளர்ந்துவிட்டால் நன்றாக இருக்குமே என ஆதங்கமாக இருக்கும்.

நல்லவேளை, இப்போது ஸ்விட்ச் எட்டுகிறது. ஆனால், இப்போது இரவு உறங்கத் துவங்கினால் நடுவில் எழுந்துகொள்வதேயில்லை.

தங்கை படுக்கையில் மூத்திரம் போய்விடக்கூடியவள். ஆனால், அதை மறைப்பதற்காக என் பாயிலிருந்து அவள் பாய்க்கு என்னை உருட்டிவிட்டுவிடுவாள். தூங்கி எழுந்திருக்கும்போது பாயில் மூத்திரவாடை அடிக்கும். அம்மாவிடம் அடிவாங்க வேண்டியிருக்கும்.

சிலந்தி, எலி, கரப்பான்பூச்சி, பூனை என வீட்டில் அந்தந்த உயிரினங்கள் அததற்கான இடத்தில் அததற்கான உலகில் வாழ்வதைப் போலத்தான் வீட்டில் நாங்களும் வசித்துவந்தோம்.

'சில்லறைக் காசுகளை யாரோ திருடிவிடுகிறார்கள்' என்று அப்பா பலமுறை கூச்சலிட்டிருக்கிறார். அப்போதெல்லாம் என்னைத் தவிரவும் வீட்டில் யாரோ திருடர்கள் இருக்கிறார்கள் என்பது புரியும்.

ஒரு நாள் அப்படி அம்மாவே அப்பாவின் சட்டைப் பையில் இருந்து காசு திருடுவதைப் பார்த்தேன்.

அவளும் என்னைக் கவனித்திருக்க வேண்டும்.

நாலணா காசை என் கையில் கொடுத்து பால் ஐஸ் வாங்கிக் கொள்ளச் சொன்னாள். அப்போது அம்மாவின் முகத்தில் இருந்த சிரிப்பு எனக்குப் பிடித்திருந்தது.

அன்றிரவு புரண்டு புரண்டு படுத்துக்கொண்டிருந்தேன். காலை எழுந்து கொண்டபோது வெயில் வந்திருந்தது. பகல் துவங்கிவிட்டதே என டவுசரை உயர்த்திப் போட்டுக்கொண்டு சங்கர் வீட்டைத் தேடி ஓடினேன்.

சங்கர்தான் எப்போதும் என் வீட்டிற்கு வருவான். என்னை அவன் வீட்டிற்கு அழைத்துப் போக மாட்டான். சில தடவை நானே போனபோது கோபித்துக் கொண்டான். சங்கரின் அப்பா, என் அப்பாவை விடவும் மோசமானவர் போலும்.

அன்றைக்கு சங்கர் வீடிருந்த தெருவிற்குள் போனபோது அவன் எதிரில் வந்து கொண்டிருந்தான். அவன் கையில் ஒரு கரித்துண்டு இருந்தது. என்னிடம் அதைக் காட்டிச் சொன்னான்.

"இதை வச்சிக் கோடு போட்டுக்கிட்டே போகணும்"

நானும் அதைப் புரிந்துகொண்டவன் போலத் தலையாட்டிக் கொண்டேன். இருவரும் ஒருவர் தோள்மீது மற்றவர் கைபோட்டபடியே நடக்க ஆரம்பித்தோம். சின்னஞ்சிறு சந்துகளுக்குள் புகுந்து வெயிலை மிதித்து நடந்தபடியே சென்றோம்.

நூறு அடிகள் நடந்தவுடன் என்னிடம், "பேப்பரில் குறித்துக் கொள்" என்றான்.

'எவ்வளவு புத்திசாலி?' என்று தோன்றியது. அந்த இடத்தில் இருந்த வீட்டில் கரியால் கோடு ஒன்றைக் கிழித்தான். அதுதான் அடையாளம்.

நீண்ட வெயிலுக்குள் ஒவ்வொரு அடியாக எடுத்துவைத்து நாங்கள் நடந்தோம். மரத்திலிருந்த காகம் எங்களை வெறித்துப் பார்த்துக் கத்தியது. கிழக்கில் துவங்கி மேற்குவரை நடந்தோம்.

தன் டவுசர் பாக்கெட்டில் வைத்திருந்த தோசை ஒன்றைப் பிய்த்து எனக்குத் தின்னக் கொடுத்தான். தோசையை ஒருவன் டவுசர் பையில் சொருகிக் கொண்டுவருவதை இப்போதுதான் பார்க்கிறேன். சிரிப்பாக வந்தது.

"இன்னொரு தோசை இந்தப் பையில் இருக்கு. அதைச் சாயங்காலம் சாப்பிடுவோம்" என்றான்.

நான் தலையாட்டிக் கொண்டேன்.

வழியில் வத்தல் கமிஷன் கடை ஒன்றின் வாசலில் வைக்கப்பட்டிருந்த மண்பானையில் இருந்து தண்ணீர் மோந்து குடித்துக் கொண்டோம். பகல் வற்றவேயில்லை. அது முடிவற்ற நதியைப் போல ஓடிக் கொண்டேயிருந்தது.

ஊரின் வெளியே வந்தபோது, மாலையாகியிருந்தது. கோடு போடுவதற்குச் சுவரில்லை. அருகில் இருந்த மரத்தில் கரிக்கோடு போட்டான். சூரியன் மறையும்போது பாக்கெட்டில் கைவிட்டுப் பார்த்தேன். காலையிலிருந்து குறித்து வைத்திருந்த தாளைக் காணோம். சங்கர் என்னை முறைத்தபடியே, "எங்கடா தொலைச்சே?" எனக் கேட்டான்.

"தெரியவில்லை" என்று தலையசைத்தேன்.

"உன்னைப் போயி உருப்படியான வேலை செய்யச் சொன்னேன் பாரு. என் புத்தியை செருப்பாலே அடிக்கணும்" என்றான்.

சங்கர் கோபப்பட்டால் பெரியவர்களைப் போலப் பேசுவான். நான் அமைதியாக இருந்தேன். "பரவாயில்லை. எவ்வளவு தூரம்னு மனக்கணக்கு போட்டு வச்சிருக்கேன்" என்றான்.

"பகல் எவ்வளவு பெரிசு?" எனக் கேட்டேன்.

"நாற்பத்தியெட்டாயிரம் அடி பெரிசு" எப்படி இவ்வளவு துல்லியமாகச் சொல்கிறான் எனக் குழப்பமாக இருந்தது. அதைப்பற்றி அவனிடம் கேட்கவில்லை.

காலையிலிருந்து நடந்து கொண்டேயிருந்த காரணத்தால் அசதியாக வந்தது. என் வீட்டின் அருகே வந்த சங்கர், "யார்கிட்டயும் இதைப் பற்றிச் சொல்லாதே" என்றான். தலையசைத்துக் கொண்டேன்.

வீட்டில் அம்மா கோபத்துடன், "எங்கடா போய் ஊர் சுத்திட்டு வர்றே. திங்குற நேரம் கூட வரமுடியாம துரை எங்க போயிருந்தே?" எனக் கேட்டாள்.

"நான் ஒண்ணும் சும்மா ஊர் சுத்தலை" என்றேன்.

"நாய்க்கு வேலையில்லை, ஆனால், நிக்க நேரமில்லை" என்றாள் அம்மா.

பெரியவர்களுக்கு எதையும் சொல்லிப் புரியவைத்துவிட முடியாது. அவர்களுக்குச் சிறுவர்கள் மீது ஏதாவது புகார் சொல்லிக் கொண்டேயிருக்க வேண்டும்.

அம்மா கைகால்களைக் கழுவி கொண்டு வந்து உட்காரச் சொன்னாள். " சோறு அடுப்புல இருந்து இறக்கி வச்சதும் முட்டை பொறிச்சித் தர்றேன்" என்றாள். சரியென கைகால்களைக் கழுவிக் கொண்டு சமையலறைக் கதவில் சாய்ந்து உட்கார்ந்து கொண்டேன்.

சாப்பிடாமல் அப்படியே தூங்கிவிட்டேன் என்று காலையில் அம்மா சொன்னாள். "ஏன் என்னை எழுப்பிச் சாப்பிடச் சொல்லலை" என்று கத்தினேன்.

அம்மா, "உன்னை யாரு ஊரு சுற்றச் சொன்னது?" எனக் கேட்டாள். இரவு சாப்பிடாமல் போன முட்டையை நினைத்து மனது வேதனைப்பட்டது. அதற்காகப் போய் எப்படி அழுவது?

• • •

கடவுளின் சிரிப்பு

திருவிளையாடல் படம் பார்க்கும் வரை கடவுள் பற்றிய பயம் எனக்குள் ஆழமாக வேர் ஊன்றியிருந்தது. அதற்கு முக்கியக் காரணம், ஒவ்வொரு நாளும் தேவாரம், திருவாசகம் படிக்க வேண்டும் என்ற ஒழுங்கைக் கொண்டிருந்தது என் வீடு.

'கடவுள் எப்போதுமே எங்களைக் கண்காணித்துக் கொண்டிருக்கிறார். அவருக்குத் தெரியாமல் எதையும் செய்துவிட முடியாது. ஆகவே, பயபக்தியோடு நடந்து கொள்ள வேண்டும்' என்று பழக்கப் படுத்தப்பட்டிருந்தோம். கோவிலுக்குப் போவதும் விரதமிருப்பதும் வீட்டின் மாற்றமுடியாத பழக்கங்கள். நெற்றியில் திருநீறு பூசாமல் பள்ளிக்கு ஒருநாள் கூடப் போகமுடியாது. ஈசன் நாமம் நாவில் நடமாடிக் கொண்டேயிருக்கவேண்டும்.

அந்தச் சூழலில் ஒரு நாள் பாட்டி ஊருக்குப் போயிருந்தபோது, பக்கத்துவீட்டு வயதான ஆச்சிகள் அனைவரும் ஒன்றுசேர்ந்து தீவிரமாகப் பேசிக் கொண்டிருப்பதைக் கண்டேன். பாட்டி எப்போது கேட்டாலும் நாலணா அல்லது எட்டணா செலவு செய்துகொள்ளத் தருவார்.

பக்கத்துவீட்டு ஆச்சி உரத்த குரலில், "அப்போ இன்னைக்கே சினிமாவுக்குப் போயிட்டு வந்துருவோம்" என்று சொல்லிக் கொண்டிருந்ததைக் கேட்டேன். என்னால் நம்பமுடியவேயில்லை.

பொதுவாக கிழவிகள் எவரும் சினிமாவிற்குப் போவதும் கிடையாது. அது போலவே சினிமா பார்த்துவிட்டு வருவதையும் மிகப்பெரிய பாவம் என்று திட்டிக் கொண்டிருப்பார்கள். ஆனால், அவர்களே சினிமாவுக்குக் கிளம்புகிறார்கள் என்றால் நிச்சயம் அதில் ஏதோ விஷயமிருக்கிறது என்று புரிந்ததால், "நானும் வர்றேன்" என்று சொன்னேன்.

"அதுக்கு என்ன, வாடா" என்று ஒரு ஆச்சி ஆசையாக என்னை அணைத்துக்கொண்டது.

அன்று மாலை கோவிலுக்குச் செல்வதுபோல மிகுந்த பக்தி பூர்வமாகத் திருநீறு பூசிக்கொண்டு மனதில் சிவனை

வணங்கிக்கொண்டு யாவரும் புறப்பட்டார்கள். நடந்தே சினிமா தியேட்டருக்குச் சென்றோம். வெளியில் பெரியதாக திருவிளையாடல் படபோஸ்டர் ஒட்டப்பட்டிருந்தது. அந்தப் படம் பலமுறை வந்துபோயிருக்கிறது. அது சாமிப்படம் என்பதால் அதைப் பார்க்க விரும்பியதேயில்லை.

அந்த நாட்களில் ரிவால்வர் ரீட்டா, கில்லாடிக்கு கில்லாடி, நான்கு சுவர்கள் போன்ற படங்களின் பின்னால் ஓடிக் கொண்டிருந்தேன். ஆகவே 'இன்றைக்கு வசமாக மாட்டிக் கொண்டேன்'என்று நினைத்தபடியே தங்கமலை ரகசியம் என்ற படத்தின் போஸ்டரைப் பார்த்துக் கொண்டே நின்றிருந்தேன்.

கிழவிகள் திருவிளையாடல் போஸ்டரில் சிவனாக இருந்த சிவாஜியைப் பார்த்து வணங்கிக் கொண்டிருந்தார்கள்.

மாலைக் காட்சி என்று பெயர்தானே தவிர, படம் எப்போதும் ஏழு மணிக்கு மேல்தான் ஆரம்பமாகும். டிக்கெட் வாங்கி உள்ளே போய் தியேட்டரின் வெள்ளித்திரையை வெறித்துப் பார்த்தபடியே உட்கார்ந்திருந்தோம்.

பொறுமையில்லாத ஆச்சியொன்று, 'நமச்சிவாய வாழ்க, நாதன் தாள் வாழ்க' என்று திருவாசகம் பாடத் துவங்கியிருந்தது. தியேட்டரில் கூட்டம் மெல்ல வரத்துவங்கியது. படம் துவங்க மணியோசை கேட்டதும், ஆச்சி திருவாசகத்தை 'ஈசனடி போற்றி எந்தையடி போற்றி'யில் நிறுத்திக் கொண்டு விட்டது.

படம் துவங்கி சில நிமிடங்களில் என்னை மறந்து பார்த்துக் கொண்டிருந்தேன். நம்பமுடியவேயில்லை. 'இத்தனை வருடங்களாகக் கோவில்களில் போய்க் கும்பிட்டு வணங்கிய சிவன் இப்படித்தான் இருப்பாரா? பார்வதி இப்படித்தான் இருப்பார்களா? தேவலோகம் இப்படித்தான் இருக்குமா?' என்று வியப்பாக இருந்தது.

அதுவரை சிவன் பேசி நான் கேட்டதேயில்லை. திரையில் சிவன் தெளிவாக நகைச்சுவையாகப் பேசும்போது அவர்மீது மிகுந்த நட்பும் ப்ரியமும் உண்டாகின.

தருமிக்கு அருள் தருவதற்காக, சொக்கநாதர் கர்ப்ப கிரகத் திலிருந்து வெளியே வந்து நின்ற காட்சியில் தன்னை மறந்த ஆச்சியொன்று கைகூப்பி வணங்கியது. மற்ற ஆச்சிகள் கன்னத்தில் போட்டுக் கொண்டிருந்தனர்.

எனக்கோ, 'கடவுள் ஏன் விறைப்பாகவே நடக்கிறார்? யார் அவருக்குச் சட்டைதைப்பார்கள்? அவருக்கு யார்

முடி வெட்டிவிடுவார்கள்? பார்வதி ஏன் சிவனை விடக் குண்டாக இருக்கிறாள்? தேவலோகத்தில் எதற்காக இவ்வளவு புகை சுற்றிக் கொண்டிருக்கிறது? சிவன் உடுத்தியிருக்கும் மான்தோல் எந்த மானுடையது? அதை ஏன் அவர் கொன்றார்?' என்று ஏதேதோ அற்ப சந்தேகங்கள் வந்தபடியே இருந்தன. அதை ஆச்சிகளிடம் கேட்டால் என்னை அப்படியே துரத்திவிடுவார்கள் என்று புரிந்த காரணத்தால் குழம்பிப் போய் உட்கார்ந்திருந்தேன்.

தட்சனின் யாகத்தில் கலந்துகொள்ள விரும்பும் பார்வதியைப் போக வேண்டாம் என்று ஈசன் தடுப்பதையும், அவள் கோபமாகச் சண்டையிடுவதையும் கண்ட அடுத்த வீட்டு ஆச்சி, "இவன் உருப்படாம போக, பெத்த தாய் தகப்பனைப் போயி பாக்குறதை வேணாம்கிறானே... அப்படி என்னதான் இந்த எழவு எடுத்துவங்களுக்கு ஆத்திரம் வந்திருதோ..." என்று கடவுளை சபித்துக் கொண்டிருந்தாள்.

இன்னொரு ஆச்சியும் அவளோடு சேர்ந்துகொண்டு சிவனைத் திட்டிக் கொண்டிருந்தாள்.

புருஷன் சொல் பேச்சு கேட்காமல் பார்வதி யாகத்திற்குச் சென்று, அவமானப்பட்டுத் திரும்பி வந்து நிற்கும்போது ஈசன் அவளைக் கேலிசெய்ய, அதுவரை ஏசிக் கொண்டிருந்த ஆச்சிகள் பலரது கண்ணிலும் கண்ணீர் தாரை தாரையாகப் பெருகி வந்து கொண்டிருந்தது.

"சாமிக்கும் சமயத்தில புத்தி அவிஞ்சி போயிருது" என்று ஒரு ஆச்சி கண்ணீரைத் துடைத்தபடியே சொன்னாள். எல்லாக் கிழவிகளும் கண்ணைத் துடைத்துக் கொண்டார்கள்.

படம் முடிந்து வெளியே வந்தபோது கடவுள்மீது இருந்த பயம் அப்படியே கரைந்து போய், கடவுளும் என் தாத்தாவும் ஒன்றுபோலவே இருப்பதை உணரத் துவங்கினேன்.

கடவுளின் ஏளனச் சிரிப்பை என்னால் மறக்கமுடியவே யில்லை.

பின்னொரு நாள் எம்.ஜி.ஆர். நடித்த 'ராமன் தேடிய சீதை' என்ற படம் வெளியானது. அது ஒரு பக்திப் படம் என்று சொல்லி எல்லா ஆச்சிகளையும் ஒன்று சேர்த்து, படம்பார்க்க அழைத்துச் சென்றேன். படம் துவங்கிய அரைமணி நேரம் வரை, 'ராமன் வருவான் வருவான்' என்று காத்திருந்தார்கள். ராமனும் வரவில்லை; சீதையும் வரவில்லை.

எம்.ஜி.ஆர். துரத்தித் துரத்தி காதல் பாட்டு பாடிக்

கொண்டிருந்தார். ஆத்திரமான ஒரு ஆச்சி, "முண்டப்பய... ஏமாத்திட்டான்" என்று என் முதுகில் ஒரு அடி கொடுத்தாள். இடைவேளையோடு ஆச்சிகள் அரங்கிலிருந்து வெளியேறிப் போய்விட்டார்கள். நான் மட்டும் மீதிப்படம் பார்க்கிறேன் என்றேன். அதற்கும் விடவில்லை. அது தான் கிழவிகளுடன் நான் பார்த்த கடைசிப் படம்.

• • •

 ## கூடிக்கலைவது

இரவில் என் வயதை ஒத்த சிறுவர்கள் ஐந்தாறுபேர் கூடி கதை பேசுவது வழக்கம். எந்த இடத்தில் உட்கார்ந்து கதை பேசுவது என்பதுதான் பிரச்சினை. சாப்பாடு முடியும்வரை சிறுவர்கள் வீட்டில் இருந்தே ஆக வேண்டும். சாப்பிட்டு முடித்த கையோடு வெளியே ஓடுவேன். தெருமுனையில் ஒரு டைப்ரைட்டிங் இன்ஸ்டிடியூட் இருந்தது. இரவில் மூடப்பட்ட அதன் வாசலில் பையன்கள் ஒன்றுகூடி உட்காருவோம்.

யாராவது எதையாவது கதை பேச ஆரம்பிப்பார்கள். பேச்சு வளராவிட்டால், 'இந்த இடம் சரியில்லை, வேறு இடத்துக்குப் போவோம்' என்று எழுந்துவிடுவோம். இருட்டிலே நடந்து டெய்லர் கடை திண்ணையில் போய் உட்கார்ந்து கொள்வோம். டெய்லர் கடை திண்ணைக்குப் போனால் பேச்சு திடீரென பேய், பூதம், ஆவி எனப் பயமுறுத்துவதாக அமைந்துவிடும். சில பையன்கள் பேசிக் கொண்டிருக்கும்போதே, 'வயிறு வலிக்கு' என்று சொல்லிக் கழண்டு போய்விடுவார்கள். சிலர் ரகசியமாகக் காதைப் பொத்திக் கொண்டிருப்பார்கள். அதற்காக மறுபடியும் இடத்தை மாற்றுவோம்.

தெருவிளக்கின் அடியில் கூடிப் பேசினால் வேடிக்கைக் கதைகளாக இருக்கும். ஆனால், சண்டை வந்துவிடும். எதற்காக வெளிச்சத்தில் அமர்ந்து பேசும்போது சண்டை வந்துவிடுகிறது என்று தெரியவில்லை.

இப்படி இடம்மாறி இடம்மாறி இரவிற்குள் ஆறேழு இடங்களுக்கு நகர்ந்து போவோம். திடீரென பேச்சு நின்று போய்விடும். கல்லெறிபட்டதும் பறவைகள் சட்டெனப் பறப்பது போல சட்டென்று சொல்லிக் கொள்ளாமல் எழுந்து வீட்டை நோக்கி ஓடிவிடுவார்கள்.

நான் ஒருவன் மட்டும் தனியே நடந்து வீடு திரும்புவேன்.

இரவில் பார்க்கும்போது வீடுகள் தீப்பெட்டிகளை அடுக்கி வைத்தது போலவே இருக்கின்றன. இரவில் தெருவிற்கு ஒரு மணமிருக்கிறது. தூக்கத்தின் வாசனையோ, என்னவோ..!

● ● ●

 நாகக்கன்னி

அதிசயம், ஆனால், உண்மை, தலை பெண்ணாகவும் உடல் பாம்பாகவும் உள்ள நாகக்கன்னி உங்களைக் காண வந்திருக்கிறாள். காண்பதற்கு ஒரு ரூபாய் கட்டணம்' என்று மைக்கில் அறிவித்தபடியே ரிக்ஷாவில் சென்றார்கள். பாம்பு ஆணா, பெண்ணா என்று அன்றுவரை நான் யோசித்ததேயில்லை. ஆனால், அந்த அறிவிப்பைக் கேட்டதும், பாம்புகள் யாவும் பெண்தான் என்று முடிவு செய்து கொண்டேன்.

மாலையில் அந்த ஷோ பார்க்கலாம் என்று நானும் சங்கரும் போயிருந்தோம்.

ரோஸ் கலர் டிக்கெட் கொடுத்தார்கள். "நாகக்கன்னி முன்னால் போய் நின்றால் அது உன் மனதில் உள்ள ரகசியம் ஒன்றைச் சொல்லும்" என்றார்கள்.

அது எப்படி எனப் புரியவில்லை.

வரிசையில் நானும் சங்கரும் உள்ளே நுழைந்தோம்.

பத்தடி நீளத்திற்கு அதிகமாக மலைப்பாம்பு போல உடல் நீண்டு கிடந்தது. தலை மட்டும் பெண். அதுவும் மஞ்சள் பூசிய பெண். அவள் கண்களில் கண்மை அதிகம் போட்டிருந்தாள். புருவத்தின் மேலே ஜிகினா. அழகான கன்னங்கள். மிளகாய்ப் பழம் போன்ற உதடு.

அவள் முன்னால் சங்கர் நின்றபோது, நாகக்கன்னி கண்களை உருட்டி, "நீ வீட்டுக்குப் பின்னாடி காசைப் புதைத்து வைத்திருக்கிறாய்" என்றாள்.

திகைத்துப்போய் சங்கர் 'ஆமாம்' எனத் தலையாட்டினான்.

பாம்பின் குரல் இப்படித்தான் இருக்குமா? நான் ஆவலோடு அவளைப் பார்த்துக் கொண்டிருந்தேன்.

அவள் என்னை வெறித்துப் பார்த்தபடியே இருந்தாள். பிறகு கனத்த குரலில், "நீ ஒரு பையன் பேனாவைத் திருடினே." என்றாள்.

நான் இல்லையென்று தலையசைத்தபடியே, "பொய்" என்றேன்.

நாகக்கன்னி முறைத்தபடியே, "நான் சொல்றது சத்தியம்"

என்றாள்.

"இல்லை. என் மனதில இருக்கிற ரகசியத்தைச் சொல்லு" என்று திரும்பவும் கேட்டேன்.

"நீ பொம்பளைப் பிள்ளைக போடுற வளையலைப் போட்டுப் பாத்தே." என்றாள். சட்டெனத் தூக்கிவாரிப் போட்டது. 'ஆமாம். இந்த நாகக்கன்னிக்கு எப்படித் தெரிந்தது?'

நான் பயத்துடன் 'ஆமாம்' எனத் தலையாட்டினேன்.

நாகக்கன்னி கண்ணை மூடியபடியே பழையபடி உறங்க ஆரம்பித்தாள்.

நாகக்கன்னிக்கு என் மனதில் உள்ள ரகசியம் எப்படித் தெரிந்தது எனக் குழப்பமாக இருந்தது.

ஒருவேளை அவளுக்கு உலகிலுள்ள எல்லோருடைய வீட்டில் நடப்பதும் தெரியும்தானா.

யோசிக்கவே பயமாகயிருந்தது.

• • •

ரொக்கம்

எங்கள் ஊரில் கிழிந்த சாக்கு ஒன்றை அணிந்து கொண்டிருந்த ஆள் ஒருவனிருந்தான். அவன் பெயர் ரொக்கம்.

எதற்காக அப்படி ஒரு பெயர் வந்தது என்று தெரியவில்லை.

அவனுக்கு முப்பது வயதிருக்கக் கூடும். கிழிந்துபோன சாக்கு ஒன்றை இடுப்பில் பாவாடை போல அணிந்திருப்பான். மேல்சட்டை கிடையாது. தலைக்கு எண்ணெய் வைக்கவே மாட்டான்.

அடிபைப்பில் அடித்து பல்தேய்த்துக் கொள்வான். தெருவில்தான் உறங்குவான். அதுவும் ஓரமாகக் கூட இல்லை. நடுத்தெருவில் படுத்துக் கொள்வான். இரவில் வண்டிப்பேட்டை தெருவில் யார் நடமாடப் போகிறார்கள். ரொக்கம் காசு கொடுத்தால் எதையும் செய்வான். காசு தராவிட்டால் எந்த வேலையும் செய்ய மாட்டான்.

யார் வீட்டுக்காவது தண்ணீர் இறைக்க வேண்டும் என்றாலோ, அரிசி திரித்துத் தர வேண்டும் என்றாலோ, கோழி அடித்துக் கொடுக்க வேண்டும் என்றாலோ ரொக்கத்தைக் கூப்பிடுவார்கள். அவன் கையில் சில்லறையை வாங்கி வாயில் போட்டு ஒதுக்கிக் கொள்வான்.

அது என்ன மிட்டாயா, சப்பிக் கொண்டிருக்க?

ஆனால், ரொக்கம் அப்படித்தான்.

அந்த நாணயத்தை ஒரு கன்னத்துள் ஒதுக்கிக்கொண்டுதான் வேலை செய்வான். ஒரு நாள் வண்டிப்பேட்டையில் ஒரு ஆள் சைக்கிளில் வந்து கீழே விழுந்துவிட்டார். ரொக்கம் வெறுமனே அதை வேடிக்கை பார்த்துக் கொண்டிருந்தான். தூக்கிவிடும்படி அந்த ஆள் கத்தினார்.

"துட்டு குடுப்பியா?" எனக் கேட்டான் ரொக்கம்.

கீழே விழுந்த ஆளைத் தூக்கிவிடுவதற்குத் துட்டு கேட்டவன், அவன் ஒருவனாகத்தான் இருக்கக்கூடும்.

அந்த ஆள் கெட்ட வார்த்தைகளால் திட்டினார். ஆனால்,

எஸ்.ராமகிருஷ்ணன்

ரொக்கம் சிரித்துக் கொண்டேயிருந்தான்.

ரொக்கம் காசைச் செலவழிக்கவே மாட்டான். அவற்றை வண்டிப்பேட்டையினுள் எங்கோ புதைத்து வைத்திருக்கிறான் என்று சொல்வார்கள்.

நாங்கள் வண்டிப்பேட்டைக்குள் போய் பஞ்சு பொறுக்கும் போது, ரொக்கம் எங்களிடமும் காசு கேட்பான். ஐந்து காசோ, பத்து காசோ கொடுப்போம்.

ஒருநாள் வண்டிப்பேட்டை அருகே எங்கிருந்தோ வந்த ஒரு குறத்தி தன் கைக்குழந்தையுடன் உட்கார்ந்திருந்தாள். சுருட்டை முடிகள் கொண்ட குண்டுக் குழந்தை. அந்தக் குழந்தையை ரொக்கம் வெறித்துப் பார்த்துக் கொண்டேயிருந்தான். குழந்தை காற்றில் எதையோ பிடிக்க முற்படுவதுபோல கையை வீசிக் கொண்டிருந்தது.

"அழகா இருக்கு" என்று சொன்னான்.

குறத்தி அவனை முறைத்தபடியே திரும்பி உட்கார்ந்து கொண்டாள். அவன் விடவேயில்லை. குழந்தையைச் சுற்றிச் சுற்றி வந்து கொண்டேயிருந்தான்.

திடீரென குறத்தி அவன் கையை நீட்டச் சொன்னாள்.

ரொக்கம் கையை நீட்டினான்.

அவள் குழந்தையை அவனது கையில் கொடுத்தாள்.

கூச்சத்துடன் வாங்கிய அவன் குழந்தையை முகர்ந்து பார்த்தான். லைஃப்பாய் சோப்பு மணம். அக்குழந்தை அவன் முகத்தைத் தடவியது.

குறத்தி அவனிடம் கேட்டாள்.

"இந்தக் குழந்தையை நீ வச்சிக்கிடுறயா..?"

"நிஜமாவா..?" எனக் கேட்டான் ரொக்கம்.

"ஆமா. இந்தக் குழந்தையை நீயே வச்சிக்கோ" என கேலியான குரலில் சொன்னாள் குறத்தி.

"நீ கேட்கமாட்டயா..?" எனக் கேட்டான் ரொக்கம்.

"கேட்கவே மாட்டேன். இனிமே இது உன் குழந்தைதான்" என்றாள்.

"பசிச்சி அழுதா..?" எனக் கேட்டான் ரொக்கம்.

"நீயே பாலு குடு" எனச் சொன்னாள் குறத்தி.

ரொக்கம் அதைக் கேட்டு சிரித்தபடியே சொன்னான்.

"நீயும் இங்கேயே இரு."

அவள் தலையாட்டினாள்.

திடீரென, "குழந்தையைக் கையில பிடி" என்று அவளிடம் கொடுத்துவிட்டு, வண்டிப்பேட்டையினுள் ஓடினான்.

திரும்பி வந்தபோது ஓலைக் கொட்டான் நிறைய சில்லறைக் காசுகள் இருந்தன.

அவள் முன்னால் வைத்தபடியே சொன்னான்.

"இதெல்லாம் உனக்குத்தான்."

"ஏது இவ்வளவு காசு..?"

"சேத்து வச்சிருந்தேன்."

"உனக்கு வேணாமா..?"

"எனக்கு இந்தக் குழந்தை மட்டும் போதும்."

அவள் சிரித்தபடியே கேட்டாள்:

"குழந்தைன்னா உனக்கு அவ்வளவு இஷ்டமா..?"

"ஆமா" என்றான்.

நான்கு நாட்கள் அந்தக் குழந்தையைத் தூக்கிக்கொண்டே திரிந்தான். 'பாப்பா... பாப்பா' என்று கொஞ்சினான். யார் என்ன வேலை செய்யச் சொன்னாலும் செய்யவில்லை. கடைக்குப் போய் ஒரு கிலுகிலுப்பை வாங்கி வந்து ஆட்டி அதைச் சந்தோஷப்படுத்திக் கொண்டேயிருந்தான். இரவில் குழந்தை உறங்கும் போதுகூட அதை வெறித்துப் பார்த்துக் கொண்டேயிருந்தான். ஐந்தாம் நாள் காலையில் ரொக்கம் தூங்கி எழுந்தபோது குறத்தியையும் காணவில்லை. குழந்தையையும் காணவில்லை.

ரொக்கம் பித்துப்பிடித்தவன் போலக் கத்தினான். வண்டிப் பேட்டையைச் சுற்றி வந்து, 'பாப்பா... பாப்பா...' என அலறினான். அக்குரல் கேட்பவர்களின் மனதை உலுக்கியது. நடுத்தெருவில் உட்கார்ந்து சப்தமாக அழுதான். யாராலும் அவனைத் தேற்றமுடியவில்லை.

அதன்பிறகு ரொக்கத்தை வண்டிப்பேட்டையில் பார்க்க முடியவேயில்லை. அவன் 'பாப்பா, பாப்பா' என்று பிதற்றியபடியே நெடுஞ்சாலையில் போய்க் கொண்டிருந்தான் எனச் சொன்னார்கள்.

எங்கே போயிருப்பான் எனத் தெரியவில்லை.

ஆனால், அதன்பிறகு ரொக்கம் எங்காவது காசைப் புதைத்து

எஸ்.ராமகிருஷ்ணன்

வைத்திருப்பான் என்று வண்டிப்பேட்டையில் பல நாட்கள் மண்ணைத் தோண்டிப் பார்த்திருக்கிறோம். காசு கிடைக்கவேயில்லை.

ஆனால், செம்மண் படிந்துபோன கிலுகிலுப்பை ஒன்று மட்டும் கிடைத்தது.

அதைக் கையில் எடுக்கும்போது ரொக்கத்தின் நினைவுவந்து மனதை அழுத்தியது.

● ● ●

துணிவே துணை

லாரிகள் ஏன் இவ்வளவு வசீகரமாக இருக்கின்றன?

இந்த உலகில் உள்ள வாகனங்களிலேயே மிக அழகானது லாரி தான்!

பள்ளிக்குப் போகும்போது எங்கே லாரியைக் கண்டாலும் நின்று விடுவேன். லாரி டிரைவர்கள் யாரைப் பார்த்தாலும் ஒன்று போல இருக்கிறார்கள். ஒருவேளை, ஒரே முகச்சாடை கொண்டவர்கள் தான் லாரி டிரைவர்களாக இருக்கிறார்களோ என்னவோ..!

லாரி டிரைவர்களிடம் ஒரு அலட்சியமிருக்கிறது. அவர்கள் வண்டியைவிட்டு இறங்கும்போதும் ஏறும்போதும் அதைக் காணலாம்.

லாரி எங்கே நின்றிருந்தாலும் அதைத் தொட்டுப் பார்ப்பேன். யானையைத் தொட்டுப் பார்க்கும் போதுகூட அவ்வளவு சந்தோஷம் வராது.

லாரியின் டயர்களுக்கு நடுவில் சிறிய இரும்புவாளி மாட்டியிருப்பார்கள். அப்படி ஒரு வாளி எங்கே கிடைக்கிறது எனத்தெரியவில்லை. லாரி டிரைவர்கள் தலைசீவிக் கொள்ள மாட்டார்கள். பெரும்பாலும் கைலிதான் கட்டியிருப்பார்கள். சிலர் காக்கி டவுசர் போட்டிருப்பதும் உண்டு. நிறையத் தண்ணீர் குடிப்பார்கள். குடிகாரனைப் போல லாரிகள் எப்போதும் தள்ளாடியபடியேதான் போகின்றன. லாரி டிரைவர்கள் எப்போதும் பழைய பாடல்களைத்தான் கேட்கிறார்கள். சபரிமலைக்கு மாலை போட்டுப் போகிறார்கள். நெளிந்துபோன பிளாஸ்டிக் பாட்டில் ஒன்றில்தான் தண்ணீர் பிடித்து வைத்துக் கொள்கிறார்கள்.

லாரி ஒரு விநோத உலகம். லாரி டிரைவர்கள் பேசிக் கொள்வது வேடிக்கையாக இருக்கும். பெரும்பான்மை லாரிகளில் துணிவே துணை என்று எதற்காக எழுதியிருக்கிறார்கள் எனத்தெரியவில்லை.

லாரியில் ஏறி ஒரு ரவுண்டு போய் வர வேண்டும் எனப் பலரிடமும் கெஞ்சியிருக்கிறேன். யாரும் ஏறிக்கொள்ளச் சொன்னதேயில்லை.

எப்படியாது ஒரு நாள் லாரி முகப்பில் தொங்கிக் கொண்டிருக்கும் எலுமிச்சைப்பழத்தைப் போலத் தொங்கிக் கொண்டாவது நானும் போய்வர வேண்டும்.

எப்போது என்றுதான் தெரியவில்லை.

● ● ●

 ## நான் ஒரு கல்

ஒருநாள் புழுதியில் கிடக்கும் சிறிய கல் ஒன்றைப் பார்த்தபோது, அது நான்தான் என முடிவு செய்து கொண்டேன். கல்லாக உருமாறி விட்டேன் என்று நினைத்துக் கொண்டவுடன் எவ்வளவு சுதந்திரமாக இருக்கிறது.

கல்லை யாரும் பொருட்படுத்துவதில்லை. அது தன் இயல்பில் கிடக்கிறது. கற்களுக்கும் கண்கள் இருக்கின்றன. அவை மூடிய கண்கள்.

எங்கே எந்தக் கல்லைப் பார்த்தாலும் அதன் வயதைக் கண்டுபிடிக்க முடிவதேயில்லை. எல்லாக் கற்களும் வயதானவை போலவே இருக்கின்றன. முரட்டுமனிதனைப் போல, கற்கள் பேசமறுக்கின்றன.

கற்கள் கோபமானவை. ஒன்றோடு ஒன்று உரசிக் கொள்ளும் போது நெருப்பைக் கக்குகின்றன.

தகரக்கதவு உள்ள ஒரு வீட்டை, கல்லை வைத்து சாய்த்துப் பூட்டியிருப்பதைக் கண்டேன். கல் ஒரு பூட்டு என்பதை அன்றுதான் கண்டுபிடித்தேன்.

பின்னொரு நாள், சாவி தொலைந்துபோன பூட்டு ஒன்றை ஒரு ஆள் கல்லால் தட்டித் திறப்பதைக் கண்டேன்; கல் ஒரு சாவி என்பதை அன்று கண்டுகொண்டேன்.

ஒரு நாய் கல்லின்மீது மூத்திரம் பெய்வதைக் கண்டேன்; அன்றுதான் கல் ஒரு கழிப்பறை என்பதைக் கண்டுணர்ந்தேன்.

கற்கள் பிடிவாதமானவை. எதையும் தனக்குள் அனுமதிப்பதே யில்லை.

கல் பசியற்றது. எதையும் சாப்பிடுவதேயில்லை.

கற்கள் சிரிப்பதுமில்லை. அழுதுவமில்லை. ஆனால், கோபத்துடன் இருக்கின்றன.

வீட்டு வாசலில் படியாகக் கிடந்த கல், ஒருநாள் அதில் கால் வைக்கும்போது சொன்னது;

"அலுப்பாக இருக்கிறது. நீண்டகாலமாக மிதிவாங்கிக்

எஸ்.ராமகிருஷ்ணன்

கொண்டேயிருக்கிறேன்."

பிறகு படிக்கல் மௌனமாகவிட்டது.

"கல்லைப் பூமியில் நட்டுவைத்தால் முளைக்கும்" என்றாள் பக்கத்துவீட்டுச் சிறுமி கனகதுர்கா.

வைத்துப் பார்த்தேன்; கல் ஒரு விதையில்லை என்று அன்று கண்டுபிடித்தேன்.

எனக்குக் கல்லைப் பிடிக்கும்.

நானும் ஒரு பிடிவாதமான சிறு கல்தான்.

• • •

வயிறு நிரம்ப வாசனை

ஊரிலே மிகப்பெரிய பேக்கரியது. பின்மதிய நேரம் அதன் முன்பாக என்னைக் கூட்டிக்கொண்டு போய் நின்றான் சங்கர்.

"பன் வாங்கப் போகிறாயா?" என்று கேட்டேன்.

"இல்லை, கொஞ்சநேரம் சும்மா நில்லு தெரியும்" என்றான்.

கண்ணாடி பாட்டிலுக்குள் விதவிதமான பிஸ்கட்டுகள் இருந்தன. ஒருபக்கம் பிளம் கேக்குகள், ரொட்டிகள், சூஸ்பொரி, மக்ரோன், ரோல் கேக்குகள், குருவி பிஸ்கட், ரஸ்க், பெரிய பர்த்டே கேக் என பேக்கரியைப் பார்க்கப் பார்க்க நாவில் எச்சில் ஊறியது.

கொஞ்ச நேரத்தில் பேக்கரியிலிருந்து பன்ரொட்டி சுடும் வாசம் கசிந்து வரத்துவங்கியது.

"நல்லா வாசனையை இழுத்து உறிஞ்சிக்கோ" என்றான் சங்கர். அவன் சொன்னது போலவே பன்ரொட்டியின் வாசனையை உடலுக்குள் நிரப்பினேன். அடுப்பு சூடு அதிகமாகிறது போலும்; பன்ரொட்டியின் மணம் அதிகமாகியது. எவ்வளவு முடியுமோ அவ்வளவு வாசத்தை நிரப்பிக் கொண்டேன். அடுத்த ஐந்து நிமிடங்களில் பழரொட்டி சுடும் வாசனை. ஆஹா, எவ்வளவு நறுமணம்..! இருவரும் போட்டி போட்டுக் கொண்டு அந்த வாசனையை இழுத்தோம்.

பத்து பன்ரொட்டிகளையும் பழரொட்டிகளையும் ஒரே நேரத்தில் சாப்பிட்டு முடித்தது போல, சங்கர் வயிற்றைத் தடவியபடியே சொன்னான்.

"வயிறு நிரம்பிருச்சி."

"எனக்கும்தான்" என்று வயிற்றைக் காட்டினேன்.

"நாம ரெண்டு பேரும் பிடிச்சது போகப் பன்னுல மிச்ச வாசனையே இருக்காது. கடையில பன்னு வாங்குற ஒருத்தனும் அதை மோந்து பாக்கவே மாட்டான். திங்குறதுலே குறியா இருப்பாங்க" என்றான் சங்கர்.

அதைக் கேட்டபோது சிரிப்பாக வந்தது. சங்கரிடம் சொன்னேன்:

எஸ்.ராமகிருஷ்ணன்

"நான் பெரிய ஆளா ஆனதும் பேக்கரில ரொட்டி சுடுற வேலைக்குப் போயிருவேன். அப்போதான் எவ்வளவு வேணும்னாலும் கேக் சாப்பிடலாம்"

"நான் போலீஸ் வேலைக்குப் போயிடுவேன். ஏன்னா ஓசியிலேயே எந்த பேக்கரியிலயும் கேக் சாப்பிடலாம்லே" என்று சொன்னான் சங்கர். இருவரும் சிரித்தபடியே வயிற்றை ஆட்டிக் கொண்டு நடந்தோம்.

• • •

 ஒற்றைக்கை தாண்டவன்

எங்கள் ஊரில் ஒரு ரௌடியிருந்தான். அவன் பெயர் ஒற்றைக்கை தாண்டவன். ஊரில் எங்கே என்ன குற்றம் நடந்தாலும் அதில் அவனுக்கும் பங்கிருக்கும் எனச் சொன்னார்கள். தாண்டவன் ரிக்ஷாவில் வரும்போது பார்த்திருக்கிறேன். அவனுக்கு வலதுகை கிடையாது. யாரோ வெட்டி விட்டார்கள் என்றார்கள்.

வலது கை இல்லாதபோதும் அவன் போட்டிருக்கிற முழுக்கைச் சட்டையில் வலது கை உண்டு. அது காற்றில் தொங்கி ஆடிக் கொண்டேயிருக்கும்.

ஒரு கை இல்லாதவன் எதற்காக இரண்டு கைகளும் உள்ள சட்டையை அணிந்து கொள்கிறான்..? தொளதொளவெனக் காற்றில் ஆடிக் கொண்டிருக்கும் அந்த இல்லாத கையை நான் பார்த்துக் கொண்டேயிருப்பேன்.

காற்றுதான் தாண்டவனின் வலக்கை போலும்.

ஒருநாள், "தாண்டவனின் வீட்டிற்குப் போகலாமா..?" என்று சங்கர் என்னிடம் கேட்டான்.

"எதற்காக..?" என்று பயத்துடன் கேட்டேன்.

"ஸ்டீபன் சார் வீட்டில் இருந்த பசுமாட்டை யாரோ திருடிவிட்டார்கள். யார் என்பது தாண்டவனுக்குத் தெரிந்திருக்கும்" என்றான்.

"அது எப்படி தாண்டவனுக்குத் தெரியும்?" எனக் கேட்டேன்.

"தாண்டவனுக்கு நூறு கண்கள் இருக்கின்றன. ஊரில் எங்கே எந்தத் திருட்டு நடந்தாலும் அவனுக்குத் தெரிந்துவிடும்" என்றான்.

நாங்கள் தாண்டவன் வீடிருந்த மேலத்தெருவிற்குச் சென்றோம். ரௌடி வீடு ஒன்றுக்குச் செல்வது அதுவே முதல்முறை. உள்ளே போனால் கொன்றுவிடுவானோ என்று அச்சமாக இருந்தது.

அவ்வளவு பெரிய ரௌடி சின்னஞ்சிறிய ஓட்டுவீட்டில் குடியிருந்தான். வாசலில் ஒரு ஆடு கட்டிப்போடப்பட்டிருந்தது. மரநாற்காலி ஒன்று கிடந்தது. குனிந்து வீட்டின் உள்ளே போனபோது தாண்டவன் சமையல் செய்து கொண்டிருந்தான்.

ஒரு கையால் அவன் கத்திரிக்காய் நறுக்கிக் கொண்டிருப்பதைப் பார்த்தபோது வியப்பாக இருந்தது. தாண்டவன் பனியன் மட்டுமே அணிந்திருந்தான். வலது தோள்பட்டைக்கு மேலே குருத்து போல லேசாகப் புடைத்துக் கொண்டிருந்தது. வலதுகை வெட்டப் பட்டதில் மிச்சம் போலும். அவன் புகையும் அடுப்புக்குள் இருந்து தலையைத் திருப்பி, "என்னடா?" எனக் கேட்டான்.

"எங்க தெருவுல ஒரு பசுமாட்டைக் காணோம்" என்று சங்கர் சொன்னான்.

"யாரு வீட்டு மாடு?"

"ஸ்டீபன் சார் வீடு" என்றான் சங்கர்.

"வாத்தி வீட்டு மாடா..? வேற வாங்கிக்கிடச் சொல்லு" என்றபடியே அவன் அடுப்பை தள்ளிவிடத் துவங்கினான்.

அந்தப் பதிலைக் கேட்டு சங்கர் சிரித்தான். அதைக்கண்ட தாண்டவன் சிரித்தபடியே, "அந்த அமுல் டப்பாவைக் கீழே எடு" என இடதுகையை நீட்டிச் சொன்னான்.

சங்கர் அமுல் டப்பாவை எட்டி எடுத்துக் கொடுத்தான்.

அதற்குள் கைவிட்டுத் துழாவி இரண்டு புளிப்பு மிட்டாயை எடுத்து நீட்டினான் தாண்டவன்.

புளிப்பு மிட்டாய் எனக்குப் பிடிக்கும்.

சங்கர் வாங்கி வாயில் போட்டுக் கொண்டதுடன் எனக்கும் கொடுத்தான்.

திரும்பி வெளியே போகும்போது கவனித்தேன்.

கைகளை இறுக்க மூடியபடி ஆறு வயது தாண்டவன் விறைப்பாக நிற்கும் பள்ளிக்கூடப் புகைப்படம் ஒன்று சுவரில் மாட்டப்பட்டிருந்தது. அதன் கீழே வருஷம் 1968 என்றிருந்தது.

எதற்காக தாண்டவன் அந்தப் புகைப்படத்தைச் சுவரில் மாட்டியே வைத்திருக்கிறான்? அந்தப் படத்தில் சிறுவனாக உள்ள தாண்டவனை எனக்குப் பிடித்திருந்தது. எவ்வளவு அழகான முகம்..!

வெளியே வரும்போது தாண்டவனைப் பற்றி மனதில் துளி பயம் இல்லாமல் கரைந்து போயிருந்தது.

•••

குரல்கள்

உடல் அல்ல; குரல்தான் பெரியவர்களின் அடையாளம். பெரியவர்கள் ஏன் எப்போதும் கூச்சலிட்டுக் கொண்டேயிருக்கிறார்கள்? யாரோடாவது சண்டையிடுகிறார்கள்; அற்ப விஷயங்களுக்காக ஆத்திரப்பட்டுக் கத்துகிறார்கள். 'இட்லி வேண்டும்' என்பதைக் கூட அதிகாரத்துடன் ஆணையிடுகிறார்கள். பெரியவர்களின் குரல் அருவருப்பாக இருக்கிறது. கூரான கத்தியைக் கழுத்தில் சொருகுவதைப் போலிருக்கிறது. சிறுவர்களிடம் ஆசையாகப் பேசுவதுபோல, அவர்கள் கொஞ்சுவதைப் போல அருவருப்பான விஷயம் வேறு எதுவுமில்லை. குரல்கள் துரத்திக் கொண்டேயிருக்கின்றன. எவ்வளவு தூரத்திலிருந்தாலும் சுருக்குக்கயிற்றை வீசி இழுப்பது போல நம்மை இழுத்துக் கொண்டு போகின்றன. கனவிலும்கூடப் பெரியவர்களின் குரல் துன்புறுத்துகிறது. திடீரென ஒருநாள் எல்லோருடைய குரல்களும் நின்றுபோய்விட்டால் நிம்மதியாக இருக்கும். எனக்கு மரங்களைப் பிடிக்கும். எவ்வளவு பெரிய மரமாக இருந்தாலும் அது குரல் கொடுப்பதில்லை. மௌனமாகவே உரையாடுகிறது. மௌனமாகவே இலை உதிர்க்கிறது. மௌனமாகவே மழையை எதிர்கொள்கிறது. பறவைகளுக்கு மட்டுமே தன் குரலைப் பயன்படுத்தத் தெரிந்திருக்கிறது. பறவைகள் வீணில் சப்தமிடுவதில்லை.

• • •

எஸ்.ராமகிருஷ்ணன்

தும்மல்

இந்த உலகத்திலே மிக மோசமான நோய் ஜலதோஷம். அதுதான் மூக்கைப் பிடித்துக் கொள்கிறது. நமநமவென்கிறது மூக்கு. தும்மும்போது சாரல் அடிப்பதுபோல நீர் சிதறுகிறது. என் அனுமதியில்லாமலே மூக்கிலிருந்து தண்ணீர் வேறு வழிகிறது. முகம் சிவந்து போய், தலைவலியோடு, குரலே மாறிப் போய்விடுகிறது.

ஜலதோஷம் சிறுவர்களைத்தான் குறிவைத்துப் பிடித்துக் கொள்கிறது.

ஜலதோஷம் வந்த நாளில் மூக்கைக் கிள்ளி எறிந்துவிடலாமா என்று தோன்றும். புதிதாக ஒரு மூக்கை வாங்கிப் பொருத்திக் கொள்ள முடிந்தால் எவ்வளவு நன்றாகயிருக்கும்..?!

அச்... அச்... என்று தும்மிக் கொண்டேயிருப்பது எரிச்சல் தரும். இதில் தும்முவதை தங்கை கேலி வேறு செய்வாள். அம்மாவே, "ஆடு போல ஏன் தும்முகிறாய்?" என்று திட்டுவாள்.

ஜலதோஷம் பிடித்தவுடன் அம்மா துளசிகஷாயம் வைத்துவிடுவாள். அதைக் குடிக்கவே முடியாது. அதற்காகவாவது ஜலதோஷம் பிடிக்காமல் இருக்க வேண்டும். வாசனையும் ருசியும் விலகிப்போய்விடும்.

எனக்கு ஜலதோஷம் பிடித்த நாளில்தான் வீட்டில் எல்லோரும் பர்மா கடை பரோட்டா வாங்கிச் சாப்பிடுவார்கள். எனக்கு மட்டும் இட்லி. அதுவும் வெறும் இட்லி. சாப்பிட முடியவே முடியாது.

ஜலதோஷம் முற்றிப்போனால் அப்பா கோபாலன் டாக்டரிடம் அழைத்துப் போவார். அவருக்குச் சிறுவர்களைக் கண்டாலே பிடிக்காது. வெந்நீரில் போட்டு வைத்திருந்த ஊசி ஒன்றை எடுத்து, கையில் போட்டுவிடுவார். வலி உயிர் போய்விடும். நாலைந்து வெள்ளை மாத்திரைகள். ரோஸ்கலர் இருமல் மருந்து. ஒருவாரத்திற்கு வெளியே விளையாடவே போகக் கூடாது. ஜலதோஷத்தை விடவும் அது அதிகம் வேதனைப்படுத்தும்.

பகலைக் கூடச் சமாளித்துவிடலாம். இரவில் மூக்கடைப்பு வந்துவிடும். யாரோ ஒரு ராட்சசன் தன் பலமான கையால்

மூக்கை இறுக்கிப்பிடித்துக் கொண்டதுபோலத் திண்டாட வேண்டியிருக்கும். நோயுற்ற நாட்களில்தான் மோசமான கனவுகள் வருகின்றன.

வெந்நீராகக் குடித்து ஒருவார காலம் சளியோடு போராடி உடல் நலமாகியதும், போத்தி கடைக்குப் போய் உளுந்தவடை வாங்கிச் சாப்பிடுவேன். அதன் ருசி தெரிந்துவிட்டால் உடல் நலமாகிவிட்டது என்று அர்த்தம்.

• • •

நூறு உலகங்கள்

எல்லா வீடுகளும் ஒன்றுபோல இருப்பதில்லை என, பத்துவயதில் ஒரு நாள் மதியத்தில்தான் எனக்குப் புரிந்தது.

என்னைச் சுற்றிலும் நூறு உலகங்கள் இயங்குகின்றன. நான் ஒரு உலகத்திலிருந்து இன்னொரு உலகத்திற்கு நடந்து போகிறேன்; சுற்றியலைகிறேன். சில உலகம் என்னை அனுமதிக்கிறது. சில உலகம் என்னை அனுமதிப்பதில்லை. இந்த நூறு உலகங்களும் தனக்குள் பல நூறு உலகங்களைக் கொண்டிருக்கின்றன.

என் வீட்டில் சாமி கும்பிடாவிட்டால் சாப்பாடு போடமாட்டார்கள். எல்லா வீடுகளிலும் அப்படியில்லை. என் வீட்டில் காசில்லை. பக்கத்து வீட்டில் நிறையக் காசு வைத்திருக்கிறார்கள். என் அம்மா காலைக்காட்சி பார்க்கப் போவதில்லை. ஆனால், சில பெண்கள் காலைக் காட்சிக்குப் போகிறார்கள். என் தங்கை பொய் சொல்லுவாள். பக்கத்து வீட்டுப்பையன் தங்கையும் பொய் சொல்லுவாள்.

எப்போது குரலை உயர்த்திப் பேசுவார்கள்; எப்போது தாழ்த்திப் பேசுவார்கள்; எவரைக் கண்டு பயப்படுவார்கள்; எவரை ஏளனம் செய்வார்கள் என்பதெல்லாம் வீட்டுக்கு வீடு மாறுகிறது.

வீடு எதை எல்லாம் அனுமதிக்கவில்லையோ, அதை எல்லாம் வெளியே அனுமதிக்கிறார்கள். வீட்டில் எதற்கெல்லாம் பயப்படுகிறேனோ, அது எதற்கும் வெளியே பயப்படுவதில்லை.

சாலையில் ஆட்கள் கைவீசி நடப்பதைக் காணும்போது, படகில் துடுப்பு போட்டுப் போவது போலவே எனக்குத் தோன்றுகிறது. ஆமாம், ஒவ்வொரு மனிதனும் ஒரு படகு. அதை இயக்கியபடியே நகர்கிறான். அவரவர் வீட்டின் முன்பு வந்தவுடன் படகு மறைந்து போய்விடுகிறது. துடுப்பை மடக்கிக்கொண்டு உள்ளே போய்விடுகிறார்கள்.

வீதி, கடை, ஆபீஸ், சலூன், பள்ளிக்கூடம், சினிமா தியேட்டர், கோயில் எல்லாவற்றிற்குள்ளும் நாம் அறியாத ரகசிய மனிதர்கள் இருக்கிறார்கள். அவர்கள் என்ன செய்கிறார்கள், எப்படி வாழுகிறார்கள் எனக் கண்டறியவே முடியாது.

ரயில்வே ஸ்டேஷன் போகிற வழியில் உள்ள ஒரு பிச்சைக்காரன் ஒரு நாள் என்னிடம் தான் ஒரு பறவை என்றும், வழி தவறிப் பூமியில் விழுந்துவிட்டதாகவும் சொன்னான்.

"எப்படி நம்புவது..?" எனக் கேட்டேன்.

அதற்கு அவன், "பறந்து போகும் நாளில் உனக்குச் சொல்கிறேன்" என்றான்.

சொன்னதுபோலவே ஒருநாள் மாலை என்னிடம், "இரவில் பறந்து போய்விடுவேன். வானத்தில் பார். நான் றெக்கையுடன் பறந்து கொண்டிருப்பேன்" என்றான்.

அன்றிரவு வானத்தில் அவன் பறந்து போவதைக் கண்டேன். மறுநாள் அவன் இருந்த இடத்திற்குப் போனபோது காலியாக இருந்தது.

அவன் பறவையாக எங்கிருந்து வந்தான்?

எங்கே போயிருப்பான்?

இன்னொரு நாள் நானும் சங்கரும் நடந்து போய்க்கொண்டிருந்த போது, இன்னொரு பையன் வந்து எங்களுடன் சேர்ந்து கொண்டான். அவனைப் பார்த்தாலே முரட்டுப் பையன் போன்று தோன்றியது. மஞ்சள் படிந்த பற்கள். கையில் காப்பு போட்டிருந்தான்.

அவன் சங்கரிடம், "கோவிந்தை அடிக்கப் போறோம், நீயும் வர்றயா?" எனக் கேட்டான்.

யார் கோவிந்து எனத் தெரியவில்லை. நான் வேண்டாம் எனத் தலையசைத்தேன். சங்கர் வருவதாகத் தலையசைத்தான். அவன் சங்கர் தோள்மீது கைபோட்டுக்கொண்டு என்னை விலக்கிவிட்டான். அது எரிச்சலாக இருந்தது. சங்கரும் அவனும் குசுகுசுவெனப் பேசியபடியே நடந்தார்கள்.

ஒரு விளையாட்டு மைதானத்தில் சிறுவர்கள் கபடி விளையாடிக் கொண்டிருந்தார்கள். இன்னொரு பக்கம் சில சிறுவர்கள் கால்பந்து ஆடிக் கொண்டிருந்தார்கள். அதில் ஒருவனாகயிருந்தான் கோவிந்து.

"கோவிந்து இங்க வாடா" என அழைத்தான் முரடன்.

அவன் வரவில்லை. பந்தை எத்தி உதைத்தபடியே பின்னால் ஓடினான்.

முரடன் வேகமாகப் போய் அவனைத் தடுத்து நிறுத்தி முகத்தில் ஓங்கிக் குத்தினான்.

எஸ்.ராமகிருஷ்ணன்

மறுநிமிடம் கோவிந்து அவனைக் கீழே தள்ளி வயிற்றில் ஏறி உட்கார்ந்துகொண்டு குத்த ஆரம்பித்தான்.

முரடன், "வலிக்குதுடா... வலிக்குது" எனக் கதறி அழ ஆரம்பித்திருந்தான்.

சங்கர் வேகமாக அவனை நோக்கிப் போய் 'பொளீர்' என்று கோவிந்துவின் முகத்தோடு சேர்த்து அடித்தான். கோவிந்து ஆத்திரத்துடன், "நீ யாருடா?" எனக் கேட்டான்.

இதற்குள் கீழே கிடந்த முரடன் தட்டுத்தடுமாறி எழுந்து, "அடிடா சங்கர்" எனக் கத்தினான்.

மறுநிமிடம் இருவரும் கோவிந்துவை அடி புரட்டி எடுத்தார்கள். சிறுவர்கள் கட்டிப்புரண்டு அடித்துக் கொள்வதை யாரும் தடுக்கவில்லை. முடிவில் கோவிந்துவின் உதடு கிழிந்து ரத்தம் கொட்டியது.

திடீரென முரடன், "ஓடுறா சங்கர்" எனக் கத்தினான்.

சங்கரும் அவனும் ஓடத்துவங்கினார்கள். நான் என்ன செய்வது எனத் தெரியவில்லை. அடிபட்ட சிறுவன் என்னைக் கையைக் காட்டி ஏதோ சொல்லிக் கொண்டிருந்தான். நான்கு பையன்கள் என்னை அடிக்கப் பாய்ந்தார்கள்.

ஓநாய் ஓடுவது போலத் தப்பி ஓடினேன். சங்கர் ஒரு பக்கம், முரடன் ஒரு பக்கம் ஓடிக் கொண்டிருந்தார்கள். ஓடி ஓடி மூச்சுவாங்கி நின்றபோது பின்னால் யாரையும் காணவில்லை.

எதற்காகக் கோவிந்துவை அடித்தார்கள் எனத் தெரியவில்லை. ஒருவேளை என் வீட்டைத் தேடிவந்து அடிப்பார்களா என்றும் தெரியவில்லை.

வேகமாக ஓடியதில் கால்தசைகள் பிடித்துக் கொண்டன. வலியோடு வீட்டிற்குப் போய் வேகமாக பாயைப் போட்டுப் படுத்துக்கொண்டேன். இரவில் வாசற்கதவை யாராவது தட்டுகிற சப்தம் கேட்டால் போதும்; கண்ணை மூடிக் கொண்டுவிடுவேன். நல்லவேளை, யாரும் வரவேயில்லை.

மறுநாள் சங்கர் சொன்னான்:

"அந்த முரடன் தங்கச்சியைக் கோவிந்து சைட் அடிக்கிறான்" என்று.

"சைட் அடிக்கிறதுன்னா என்ன..?" என்று கேட்டேன். "பாக்குறது" என்றான் சங்கர்.

“பாத்தா தப்பா..?” எனக் கேட்டேன்.

“தப்புதான். சும்மா பாக்கலாம். லுக்கு விடக்கூடாது” என்றான். இரண்டும் ஒரே அர்த்தம்தானே பின்பு ஏன் குழப்புகிறான்? மேற்கொண்டு எதையும் கேட்கவில்லை.

சங்கர் சொன்னான்,

“உன் தங்கச்சியை யாராவது லுக்விட்டா சொல்லு. பேத்துருறேன் பேத்து”

‘சரி’ எனத் தலையாட்டினேன். பிறகு சிரிப்புடன் கேட்டான்.

“நேத்து பயந்துட்டயா..?”

“ஆமா... அவன் தங்கச்சியை சைட் அடிச்சதுக்கு நீ ஏன் அடிச்சே..?”

“கூட நின்னு அடிச்சா, பரோட்டா வாங்கித் தருவான்.”

“நேத்து வாங்கிக் குடுத்தானா..?”

“ஆமா. சால்னா, பரோட்டா, ஒரு ஆப்பாயில்.”

“அப்போ நானும் அடிக்கலாமா?”

“உன்னாலே அடிக்கமுடியாது.”

“ஏன்..?”

“அது அப்படிதான். நீ எல்லாம் ரசஞ்சோறு சாப்பிடுறவன்.”

“அதுக்கும் அடிக்கிறதுக்கும் என்ன சம்பந்தம்?”

“அதெல்லாம் இருக்கு. ரசஞ்சோறு சாப்பிடுறவனாலே அடிக்க முடியாது. ”

சங்கர் சொன்னால் நிஜமாகத்தான் இருக்கும்.

அதன்பிறகு சங்கர் துணைக்கு இருக்கிறான் என்ற பலமே, என்னைப் பயமில்லாமல் ஊர் சுற்றவைத்தது.

• • •

 # கோழியிடம் கடன் வாங்குவது

நானும் சங்கரும் சினிமா பட போஸ்டர்களை வேடிக்கை பார்ப்பதற்காக ராதா தியேட்டர் வரைக்கும் நடந்து போனோம். இன்றைக்குப் புதுப் பட போஸ்டர் ஒன்றை ஒட்டியிருந்தார்கள். போஸ்டரில் இருந்த எழுத்துகள் ஒவ்வொன்றையும் சப்தமாகப் படித்தான் சங்கர்.

பிறகு என்னிடம், "நாளைக்குக் காலைக் காட்சிக்குப் போவமா?" எனக்கேட்டான்.

"காசில்லை" என்றேன்.

"அப்போ மார்க்கெட் உள்ளே போய் உட்கார்ந்துக்கிட்டு படம் ஓடுறதைக் கேட்கலாம்" என்றான்.

கையில் காசில்லாவிட்டால் அப்படித்தான் செய்வோம். அதுவும் மண்பானை விற்கும் கடை அருகே உட்கார்ந்து கொண்டால், திரையில் ஓடும் சப்தம் துல்லியமாகக் கேட்கும்.

நிறைய படங்களை அப்படிப் பார்த்திருக்கிறோம்!

அன்றைக்கு சினிமா போஸ்டரைப் பார்த்துவிட்டுத் திரும்பி வரும்போது பங்களாத் தெருவில் ஒரு கோழி குப்பையைக் கொத்திக் கிளறிக் கொண்டிருந்தது. அப்போது கோழி கிளறிய குப்பையில் காசு கிடப்பதுபோலத் தெரிந்தது.

அது எட்டணா.

நான் நாணயத்தைப் பார்ப்பது போலவே கோழியும் பார்த்துக் கொண்டிருந்தது.

கோழிக்கு எதற்கு எட்டணா என அதை முறைத்தபடியே நான் குனிந்து எடுக்கப் பார்த்தேன்.

கோழி தலையைச் சிலுப்பியது.

சங்கர் சொன்னான்:

"கோழிகிட்ட கடன் வாங்கிருவமா..?"

அதைக் கேட்கவே சிரிப்பாக வந்தது.

அவன் கோழி முன்பாகக் குனிந்து, "இந்தக் காசைக் கடனா

குடு. நாளைக்குத் திருப்பித் தர்றேன்" என்றான்.

கோழி தலையசைத்துவிட்டுச் சென்றது.

அவன் குனிந்து காசை எடுத்து டவுசரில் துடைத்தபடியே எந்த வருஷக்காசு என்று பார்த்தான். பிறகு, "வா" எனக் கையைப் பிடித்துக்கொண்டு கடைக்கு அழைத்துப் போய், பொரி உருண்டைகளும், வேர்க்கடலையும் வாங்கினான். திடீரென ஒரு ஆரஞ்சு மிட்டாய் ஒன்றையும் சேர்த்து வாங்கிக் கொண்டான். யாருக்கு எனத்தெரியவில்லை.

பொரி உருண்டையை எனக்குத் தின்பதற்குக் கொடுத்தான்.

கையில் கொண்டு வந்த ஆரஞ்சு மிட்டாயைக் கோழி எங்கே மேய்ந்து கொண்டிருக்கிறது எனத் தேடிப் பார்த்துப் போட்டான்.

கோழி ஒரே கொத்தில் கொத்தி விழுங்கிவிட்டது.

ஆரஞ்சு மிட்டாயை அப்படி சாப்பிடக்கூடாது, சப்பிச் சாப்பிட வேண்டும் என்று கோழிக்கு எப்படிக் கற்றுக் கொடுப்பது? எதற்காகக் கோழிகள் எப்போதும் அவசர அவசரமாகச் சாப்பிடுகின்றன?

சங்கர் கோழியிடம் சொன்னான்.

"உன் காசைத் திருப்பிக் குடுத்துருவேன். வரட்டா..?"

நானும் அவனைப் போலவே சொன்னேன்.

கோழி தலைநிமிர்ந்து பார்த்தது.

நான் சங்கரிடம் கேட்டேன்.

"கோழிகிட்ட இதுக்கு முன்னாடி கடன் வாங்கியிருக்கியா?"

"கோழிகிட்ட மட்டுமில்லை. நாய்கிட்ட, பூனைகிட்ட எல்லாம் கடன்வாங்கியிருக்கேன். பூனைகிட்ட என்ன கடன் வாங்குனேன் தெரியுமா? மீனு. எங்கேயோ திருடிக்கொண்டு வந்துருச்சி. நான் கேட்டதும் குடுத்துருச்சி. செம ருசி."

சங்கரைப் பார்க்க எனக்கு வியப்பாக இருந்தது. அவனுக்கு கோழிகளிடம் கடன் வாங்குவது பெரிய விஷயமேயில்லை.

• • •

எஸ்.ராமகிருஷ்ணன்

முதல் மரணம்

என் தம்பி ஒரு நோயாளி. நோஞ்சான்.

பிறக்கும்போதே மெலிந்து எலும்புக்கூடு போலத்தானிருந்தான். அவன் செத்துப் போய்விடுவான் என்று தான் டாக்டர்கள் சொன்னார்கள். ஆனால், எப்படியோ பிழைத்துக் கொண்டான். ஆனால்,ஆறு வயதாகியும் உடம்பில் எலும்பைத் தவிர ஒன்றுமே யில்லை. எப்போதும் சுணங்கிப் போய்ப் படுத்தே கிடப்பான். அடிக்கடி அவனை அம்மா ஆஸ்பத்திரிக்குக் கூட்டிக் கொண்டு போவாள்.

சில நாட்கள் அவனைப் பொதுமருத்துவமனையில் பெட்டில் சேர்த்து சிகிச்சை தருவார்கள். அது போன்ற நாட்களில் வீட்டிலிருந்து சாப்பாடு எடுத்துக்கொண்டு போய்த் தர வேண்டியது எனது வேலை. அக்கா இட்லியும் அரிசிக் கஞ்சியும் கொடுத்து அனுப்பி வைப்பாள்.

மருத்துவமனைக்குள் போவது என்றால் எனக்குப் பயமாக இருக்கும். சிறுவர்களைப் பிடித்து, குடலை அறுத்து எடுத்துக் கொள்வார்கள் என சங்கர் சொல்லியிருந்தான். அது உண்மையா எனத் தெரியவில்லை.

ஆனால்,மருத்துவமனையில் பயந்துபோன கண்களை உடைய சிறுவர்களை மட்டுமே நான் பார்த்தேன். அவர்களும் என்னைப் போலத்தான் பயப்படுகிறார்களா எனத் தெரியவில்லை. சிறுவர்களின் குடலை எதற்காக அறுத்து எடுக்கிறார்கள்? அதை வைத்துக் கொண்டு என்ன செய்வார்கள்?

என் தம்பியின் பெயர் செழியன். அவனைச் செழி என்றுதான் கூப்பிடுவேன். அவன் பேசுவது கிணற்றுக்குள் இருந்து பேசுவது போலவே இருக்கும். சில நாட்கள் அவன் இரவெல்லாம் இருமிக் கொண்டேயிருப்பான். அப்போது அப்பா அவனைக் கண்டபடி திட்டுவார்.

“சனியன், செத்துத் தொலைக்க மாட்டேங்குது” எனக் கத்துவார்.

அப்படி சப்தம் வரும்போது செழி கையால் வாயை இறுக்கமாக மூடிக் கொள்வான். கண்கள் பிதுங்க சப்தமில்லாமல் இரும

முயற்சிப்பான். அம்மா எழுந்துபோய் வெந்நீர் வைத்து அவனுக்குப் புகட்டி விடுவாள்.

அவன் அம்மாவின் கைகளைப் பற்றிக்கொண்டு விடவே மாட்டான். இதற்காக அம்மா அவனை ஒட்டிப் படுத்துக் கொள்வாள். உறங்காமல் அம்மாவை வெறித்துப் பார்த்தபடியே அவன், "நான் செத்துப் போயிருவனா?" எனக் கேட்டுக் கொண்டே யிருப்பான்.

"அதெல்லாமில்லை. நீ கண்ணை மூடித் தூங்கு" என்பாள் அம்மா.

"பயமா இருக்கும்மா..." எனப் புலம்புவான்.

"செழி... நீ தூங்குய்யா" என சேலையால் விசிறிவிடுவாள். மார்புக் கூடு எக்கி மூச்சுவிட்டபடியே செழி கண்ணை மூடிக் கொள்வான். வீட்டில் செழி அம்மாவிடம் மட்டும்தான் பேசுவான். மற்றவர்களிடம் ஒன்றிரண்டு வார்த்தைகள் பேசினால் அபூர்வம்.

அவன் மருத்துவமனையில் இருந்த நாட்களில் அம்மா என்னைத் துணைக்கு இருக்கச் சொன்னாள். நான் முடியாது என ஓடிவந்து விட்டேன். வீட்டில் பெரிய அண்ணனும் அக்காவும், 'செழி செத்துப் போய்விடுவான்' எனப் பேசிக்கொண்டார்கள். பெரிய அண்ணன், "செழியோட உண்டியல்ல இருக்கிற காசு எனக்குத்தான்" என்று சொன்னான். 'செழி செத்துப்போனால் நமக்கு என்ன?' என்றுதான் நானும் யோசித்துக் கொண்டிருந்தேன்.

ஆனால், பத்துநாட்களின் பின்பு மருத்துவமனையில் இருந்து செழி நலம் அடைந்து வீடு திரும்பிவிட்டான். செழிக்குப் பிடித்த ஒரே விஷயம், வெயிலில் உட்கார்ந்து கொள்வது. அதுவும் காலை வெயிலில் வீட்டின் பின்பக்கம் உள்ள கல் ஒன்றில் உட்கார்ந்து கொள்வான். அவன்மீது வெயில் அடித்துக் கொண்டிருக்கும். தலை நிமிரவே மாட்டான். கம்பளிப்பூச்சி ஊர்வது போல வெயில் அவன் கைகளில் ஊர்ந்து கொண்டிருக்கும். சிலநேரம் நாக்கை நீட்டி வெயிலை ருசிப்பது போலச் செய்வான்.

அவனை வீட்டில் யாரும் எந்த வேலையும் சொல்வதில்லை என்பது ஆத்திரமாக இருக்கும்.

பேசாமல் நானும் ஒரு நோயாளியாகப் பிறந்திருக்கலாம்.

செழி தட்டில் சாப்பிட மாட்டான். கிண்ணத்தில்தான் சாப்பிடுவான். அதுவும் யாராவது அவனுக்கு ஊட்டிவிடவேண்டும்.

அம்மாவோ, அக்காவோ பிசைந்து ஊட்டிவிடும்போது மருந்து சாப்பிடுவதுபோல முகத்தைக் கோணலாக்கிக் கொண்டு

சாப்பிடுவான். பாதியில் வாந்தி எடுத்துவிடுவதும் உண்டு. அவன் தொண்டைக்குழியில் புண் இருக்கிறது என்றாள் அம்மா.

இதற்காகத் தேங்காய்ப் பாலை ஆட்டி குடிக்கத் தருவாள். அவன் எப்போதும் கைகால் வலிக்கிறது எனச் சொல்லிக் கொண்டேயிருப்பான்.

அம்மா இதற்காகத் தைலம் போட்டுத் தேய்த்துவிடுவாள். அப்போது சூடவாசனை எழும். அந்த வாசம் எனக்குப் பிடிக்கும்.

ஒருநாள் சங்கர் நெல்பேட்டையினுள் வைத்து என்னிடம் சொன்னான்:

"செழி செத்துப் போனால் வண்ணத்துப்பூச்சியாகி விடுவான்"

"எதற்காக?" எனக் கேட்டேன்.

தும்பைச் செடிகளின்மீது பறந்து கொண்டிருந்த வண்ணத்துப் பூச்சிகளைக் காட்டிச் சொன்னான்.

"இது எல்லாமே மனுசங்கதான். செத்துப்போய் இப்படி வண்ணத்துப்பூச்சியா பிறந்து இருக்காங்க."

"நாமளும் செத்துப்போனா வண்ணத்துப்பூச்சியா மாறிடுவோமா?"

"இல்லை, நான் குரங்கா மாறிடுவேன். நீ முதலையா மாறிடுவே."

"முதலையாவா..? எனக்கு முதலையைப் பிடிக்காது"

"என் கனவுல நீ முதலையாதான் வந்தே."

"ஏன்?"

"நீ செத்துப்போனதும் முதலையா மாறிடுவே."

"இல்லை, பொய்" என மறுத்தேன்.

சங்கர் என்னை முறைத்தபடியே சொன்னான்:

"கண்ணு தெரியாத முதலையா மாறிடுவே."

"அய்யோ வேணாம்... நான் வேணும்னா குரங்கா மாறிடுறேன்."

"அது முடியாது. நான் மட்டும்தான் குரங்கா மாறுவேன். நீ முதலைதான். அதை மாற்றவே முடியாது."

சங்கர் பேச்சை எப்படி மறுப்பது எனத் தெரியாமல், பேச்சைத் திசைமாற்றுவதற்காகக் கேட்டேன்.

"செழி எப்போ செத்துப் போவான்?"

"வர்ற வெள்ளிக்கிழமை. யார்கிட்டயும் சொல்லாதே. நாம

சனிக்கிழமை இங்கே வந்தா செழி வண்ணத்துப்பூச்சியா பறந்துக்கிட்டு இருப்பான்.”

அதைக் கேட்கும்போது, என்னமோ போலிருந்தது. நான் சங்கரைப் பிரிந்து வீடு திரும்பியபோது இதைப் பற்றி செழியிடம் சொல்லலாமா எனத் தோன்றியது. ஆனால்,அழுதுவிடுவான் என்பதால் சொல்லவில்லை.

எப்போது வெள்ளிக்கிழமை வரும் எனக் காத்துக் கொண்டே யிருந்தேன். வியாழக்கிழமை இரவு பெரிய அண்ணனிடம், “நாளைக்குச் செழி செத்துப் போய்விடுவான்” என்று ரகசியமாகச் சொன்னேன்.

“உளறாம தூங்குடா” என்று திட்டினான்.

மறுநாள் காலை எழுந்து பார்த்தபோது செழி வெயிலில் உட்கார்ந்து இருந்தான். அம்மா அவன் தலையைத் துடைத்துவிட்டுக் கொண்டிருந்தாள்.

செழி சாகவில்லை. அப்படி என்றால் சங்கர் சொன்னது பொய். இது பொய் என்றால் செழி வண்ணத்துப்பூச்சியாக மாற மாட்டான். அதுவும் பொய்.

சங்கர்மீது ஆத்திரமாக வந்தது. செழி என்னைப் பார்த்து அபூர்வமான புன்னகையுடன் சிரித்தான். அதை நான் கண்டுகொள்ளவேயில்லை.

சங்கர் ஒரு பொய்யன். அவனைச் சந்திக்கவே கூடாது என முடிவுசெய்து கொண்டேன்.

அதன் இரண்டு நாட்களுக்குப் பிறகு, நள்ளிரவில் செழியனுக்குக் கைகால்கள் வெட்டி வெட்டி இழுத்தன. அம்மா வெந்நீர் வைத்து எடுத்துக்கொண்டு வருவதற்குள் செழிசெத்துப் போயிருந்தான்.

அம்மா கதறி அழுதாள்.

“எல்லாத்தையும் காலையில பாத்துக்கிடலாம். தூங்குங்க” என்றார் அப்பா.

அம்மாவும் அக்காவும் தூங்கவில்லை.

செழியின்மீது ஒரு சேலையைப் போர்த்திவிட்டபடியே அருகில் உட்கார்ந்து அழுது கொண்டிருந்தார்கள். நான் ஓரக்கண்ணால் செழியைப் பார்த்தேன். முகம் ஒடுங்கிப் போயிருந்தது. எதற்கோ கோபித்துக் கொண்டது போலிருந்தது அந்த முகம்.

அந்தக் கோபம் என் மீதுதானா..?

செழி இறந்து போய்விட்டான். நாளைக்கு ஸ்கூலுக்குப் போக வேண்டியிருக்காது. விடிந்தவுடன் சங்கர் வீட்டிற்குப் போய்ச் சொல்ல வேண்டும். செழி வண்ணத்துப்பூச்சியாக உருமாறுவான் என்றுதான் தோன்றுகிறது.

மறுநாள் செழியைப் புளியந்தோப்பை அடுத்த இடுகாட்டில் கொண்டு போய்ப் புதைத்துவிட்டு வந்தார்கள். எனக்கு அழுகை வரவேயில்லை.

செழி இறந்துபோனதுதான் நான் பார்த்த முதல் மரணம். செழியின் டவுசர் பனியன்களை அம்மா மூட்டையாகக் கட்டி வேலிப்புதரில் வீசி எறிந்தாள். செழி சாப்பிடுகிற கிண்ணத்தைக்கூட வண்ணாத்திக்குக் கொடுத்துவிட்டாள். செழி உறங்கும் இடம் காலியாக இருந்தது. காலை வெயிலைக் காணும்போது செழியின் நினைவு வந்துபோனது.

இது நடந்த மூன்று நாட்களுக்குப் பிறகு, ஒருநாள் ஸ்கூல்விட்டுத் திரும்பி வரும்போது ஒரு வண்ணத்துப்பூச்சி என் பின்னாடியே வந்து கொண்டிருந்தது.

அது செழியேதான்.

“செழி... செழி” எனக் கத்தினேன்.

வண்ணத்துப்பூச்சி வானத்தில் பறக்கத் துவங்கியது.

அதைத் துரத்திக் கொண்டு ஓடினேன்.

வண்ணத்துப்பூச்சி கண்ணை விட்டு மறைந்து போனது.

திடீரென, ‘செழியன் ஏன் இறந்து போனான்?’ என வருத்தமாக இருந்தது. என்னை அறியாமல் அழுதேன்.

வீட்டிற்குத் திரும்பி வந்து செழி செழி எனப் புலம்பினேன். அதைக் கேட்டு அம்மா அழுதாள். அம்மாவிடம், “செழி வண்ணத்துப் பூச்சியாக மாறிவிட்டான்” என்றேன். அதை ஆமோதிப்பது போலத் தலையசைத்தாள்.

செழியைப் போலவே நானும் வெயிலில் உட்கார்ந்து பார்த்தேன். எனக்குப் பயமாக இருந்தது.

ஒருவேளை செழியைப்போல நானும் செத்துப் போய்விடுவேனா..?

திடீரென உடம்பு கொதிப்பது போலிருந்தது. நாக்கு வறண்டுபோய் ஒட்டிக் கொண்டுவிட்டதுபோல இருந்தது.

அழுகை கூட வரவில்லை. திக்கித் திணறி, பேசமுடியாமல்

அம்மாவிடம், "நான் செத்துப் போயிருவேனா?" எனக் கேட்டேன்.

"போடா முட்டாள்" என்றபடியே அம்மா சமைத்துக் கொண்டிருந்தாள். அம்மா அப்படிச்சொன்னது பெரிய ஆறுதலாக இருந்தது.

அதன்பிறகு நான் வண்ணத்துப்பூச்சிகளைக் கண்டு பயப்பட ஆரம்பித்தேன். பல நாட்கள் செழியை நினைத்து அழுதேன்.

அப்பா ஏன் செழியை வெறுத்தார்? ஏன் அவன் சாவிற்கு அழவேயில்லை?

எனக்கு அந்த வருத்தம் தீரவேயில்லை.

● ● ●

அம்மாவின் முதுகு

நான் எப்போதும் அம்மாவை முதுகை ஒட்டிக்கொண்டுதான் படுத்துக் கிடப்பேன். சில சமயம் கைகளால் அம்மாவை இறுக்கக் கட்டிக்கொள்ள முயலுவேன். அம்மா அந்தக் கைகளைப் பிரித்துவிடுவாள். அப்படிப் பிரிக்காமல் அனுமதிக்கும் போது அவளது வயிற்றைத் தடவிக் கொண்டேயிருப்பேன். வாழைத் தண்டைத் தடவுவது போலவேயிருக்கும்.

வெண்ணிறச் சதை எவ்வளவு மிருதுவாக இருக்கிறது!

அந்த வயிற்றுக்குள்ளிருந்துதான் நான் வந்திருக்கிறேன்.

எப்படிக் கைகால்களை மடக்கிக் கொண்டு அந்த வயிற்றுக்குள் இருந்தேன்? அம்மாவின் வயிறு எனக்குச் சொந்தமானது. வயிற்றைத் தடவியபடியே மெல்ல கைகளைக் கீழே தொப்பூழைத் தடவி அடிவயிற்றை நோக்கி இறக்கும்போது அம்மாவின் கைகள் விருட்டெனத் தடுத்து விலக்கிவிடும்.

அம்மாவின் வயிற்றுச்சதையை முகர்ந்தபடியே இருப்பேன். ஈரத்துணியில் வருவது போல ஒரு வாசனை.

அம்மா உறக்கத்திலும் எதையோ பேசிக் கொண்டிருப்பாள். யாருடன் பேசுகிறாள்?

திடீரென எனக்கொரு தங்கை பிறந்தாள். குண்டாக இருந்த அவளை எனக்குப் பிடிக்கவேயில்லை. அவளுக்காக அம்மா தொட்டிலின் அடியில் படுத்துக் கொள்ளத் துவங்கினாள். அவள் அழும்போது, தூக்கத்திலேயே தொட்டில் கயிற்றைப் பிடித்து இழுத்து ஆட்டிவிடுவாள். அம்மாவின் துணை வேண்டும் என்று அருகேபோய்ப் படுத்தால் ஒரே மூத்திரவாடை அடிக்கும். அதனாலேயே என் தங்கையை வெறுத்தேன்.

அந்தக் கோபத்தை யாரும் அறியாமல் அவள்மீது காட்டினேன். அம்மா குளிக்கச் செல்லும் நேரத்தில் தொட்டிலுக்குள் எட்டிப்பார்த்து தங்கையை மிரட்டுவேன்.

அவள் கைகால்களை அசைத்துக்கொண்டு முழித்துக் கொண்டிருப்பாள். உப்பிய கன்னங்களைப் பார்க்க என்னவோ போலிருக்கும். அவளைப் பார்த்து, 'அரக்கி, அரக்கி' என்று

முணுமுணுப்பேன். அவளுக்குப் புரியாது என்றபோதும் அவள் முகம் மாறிவிடும்.

"இந்தத் தொட்டிலுக்குள் நானும் ஏறி படுத்துக் கொள்ளட்டுமா?" என்று கேட்பேன். அவள் கண்களை உருட்டிக் கொண்டு அழ ஆரம்பிப்பாள்.

அம்மா குளியல் அறையில் இருந்தபடியே, "பாப்பாவைப் பாருடா" எனச் சப்தமிடுவாள்.

அம்மாவை நான் மிகவும் நேசித்தேன். அம்மா எனக்கு மட்டுமேயானவள். அவளை ஏன் இத்தனை பேர் பகிர்ந்து கொள்கிறார்கள்.

ஒருவேளை இவர்கள் பிறக்காமல் போயிருந்தால் நன்றாக இருந்திருக்குமே என்று தோன்றும்.

எனக்கு முன்னால் பிறந்தவர்களை நான் வெறுத்தேன். அம்மா தங்கைக்குப் பாலூட்டிக் கொண்டிருக்கும்போது இந்த மார்பில் நானும் பால்குடித்திருக்கிறேன். இப்போது அதைத் தொடக்கூட விடுவதில்லையே என ஆதங்கமாக இருக்கும்.

அம்மா ஏன் தன்னை அழகுபடுத்திக் கொள்ள மாட்டேன் என்கிறாள்?

அம்மாவின் நெற்றி அழகானது. அடர்ந்த கூந்தல் அவளுக்கிருந்தது. வட்டவடிவமான முகம் அது. மெல்லிய உதடுகள். கறுத்த இமைகளுக்குள் ஈரமான விழிகள். அம்மா எதையோ நினைத்து பயந்து கொண்டேயிருந்தாள். அம்மாவின் நெருக்கத்திற்குள் போக வேண்டும் என்றால் நோயுற வேண்டும். அதற்காகவே காய்ச்சல் வந்தவன் போல நடிப்பேன். அப்போதுதான் அம்மா என்னைத் தொட்டுப் பார்ப்பாள்; கட்டிக் கொள்வாள். ஆனால், நோயுற்றது போல அதிக நாட்கள் என்னால் நடிக்கமுடியாது, அம்மா கண்டுபிடித்துவிடுவாள்.

அத்துடன் உண்மையிலேயே காய்ச்சல் வந்த நாட்களில், அக்காதான் எனக்குப் பத்து போட்டுவிட்டதுடன் கசாயம் வைத்துக் கொடுத்தாள்.

அம்மாவோடு நெருங்கியிருக்க, ஏன் பெண்ணாய்ப் பிறக்காமல் போய்விட்டேன்?

திடீரென ஒருநாள் பெண்ணாக மாறிவிட்டால் எவ்வளவு நன்றாக இருக்கும்?!

அம்மாவை பங்கு போடுவதை என்னால் ஏற்கவே முடியவில்லை.

எஸ்.ராமகிருஷ்ணன்

ரயிலுக்கு நூறு கண்கள்

எனக்குப் பள்ளிக்குப் போகவே பிடிக்காது.

எதற்காகப் பள்ளிக்குப் போக வேண்டும்? படிக்காமல் இருந்தால் என்ன தவறு? யாராவது ஒரு ஆள் என்னை இழுத்துக் கொண்டுபோய் பள்ளியில் விட்டுவருவார்கள். பள்ளிக்குள் நுழைந்தவுடன் வாய் கசக்கத் துவங்கிவிடும். காய்ச்சல் அடிப்பது போலிருக்கும். டீச்சர் பேசுகிற சப்தமே கேட்காது. சில சமயம் பள்ளியினுள் வாந்தி எடுத்திருக்கிறேன்.

என்னதான் வாந்தி எடுத்தாலும், பள்ளி முடியும்வரை வெளியே விட மாட்டார்கள். இதனால் பள்ளிக்குப் போவதற்குப் பதில் பையை மாட்டிக் கொண்டு ரயில்வே குடோன் பக்கம் போய்விடுவேன். அங்கே யாரும் என்னைத் தேடி வர மாட்டார்கள். இரவில் மட்டும்தான் ரயில் அங்கே நிற்கும். பகலில் ஒன்றிரண்டு கூட்ஸ் வண்டிகள் கடந்து போகும். மறறபடி தூங்குமூஞ்சி மரங்கள் நிரம்பிய அந்த ரயில்வே ஸ்டேஷன் வெறிச்சோடித்தானிருக்கும்.

சிலநேரம் பிளாட்ஃபாரத்தின் சிமெண்ட் பெஞ்ச்சில் பையை வைத்துக் கொண்டு சுருண்டு படுத்துக்கிடப்பேன். எப்போதும் ரயில் நிலையத்தை விட்டுப் போகாத தெருநாய் ஒன்று அங்கே வசித்தது. அது சொறிபிடித்த நாய். என் அருகில் வந்து நின்று முகர்ந்து பார்த்துவிட்டு, பெஞ்ச்சை ஒட்டியே படுத்துக் கொள்ளும். அந்த நாயோடு எதையாவது பேசிக் கொண்டேயிருப்பேன். இது தவிர குருவிகள், புறா, இரண்டு பூனைகள் அந்தப் பகுதியில் இருந்தன.

பள்ளிக்கூடத்தில் இருந்து இரண்டு பையன்களை அனுப்பி, என்னைப் போல ஓடுகாலிகளைத் தேடும்படி சொல்லுவார்கள். அவனுக்குப் பள்ளிப்பிள்ளைகள் எங்கே ஒளிந்திருப்பார்கள் என நன்றாகத் தெரியும். அவனது முரட்டுக் காலடிச் சப்தம் பிளாட்பாரத்தில் கேட்கும்போது பையை அப்படியே போட்டுவிட்டு எழுந்து ஓடுவேன். அவனால் என்னை விரட்டிப் பிடிக்கமுடியாது.

ஒருமுறை அவன் நான்கு பையன்களை அழைத்துக் கொண்டு வந்திருந்தான். அவர்கள் என்னைச் சுற்றிவளைத்து தரதரவென

இழுத்துக் கொண்டு போனார்கள். நான் கதறி அழுதேன். செத்துப் போய்விடுவேன் எனப் பயமுறுத்தினேன். அந்தத் தடியன் கேட்டுக் கொள்ளவேயில்லை.

பள்ளியில் எனக்குச் சரியான அடி கிடைத்தது. வீட்டிலும் அம்மா காலில் சூடு வைத்தாள்.

'பள்ளிக்கூடம் இடிந்து போய் விடாதா... சுப்ரமணியம் வாத்தியார் செத்துப்போய்விட மாட்டாரா?' என ஏங்கிக் கொண்டேயிருப்பேன்.

ஒவ்வொரு திங்கட்கிழமை காலையிலும் இந்த ஏக்கம் அதிகமாகிவிடும். நான் ஆசைப்பட்டது போலவே, சிலநேரம் சுப்ரமணியம் வாத்தியார் வகுப்பிற்கு வந்திருக்க மாட்டார்.

'அவர் செத்துப்போய்விட்டார்' என உறுதியாக நம்புவேன்.

ஆனால்,அவர் தாமதமாக சைக்கிளில் வந்து இறங்குவார். நான் விரும்பிய எதுவும் பள்ளியில் நடக்கவேயில்லை.

ஒவ்வொரு நாளும் பள்ளிவிட்டு வீடு திரும்பும்போது, ரயிலைப் பார்ப்பதற்காக நாங்கள் நின்றிருப்போம். அந்தக் காட்சிகள் மனதில் அப்படியே பசுமை மாறாமல் இருக்கின்றன.

ரயில்வே கேட் பூட்டப்பட்டிருந்தது. எங்களைப் போலவே ரயிலை வேடிக்கை பார்ப்பதற்கென்று ஐந்தாறு பள்ளி மாணவர்கள் கேட் ஒட்டி நின்றிருந்தார்கள். ரயில்வே கேட் மூடப் பட்டிருந்ததால் இரண்டு பக்கமும் பேருந்துகளும் சைக்கிள்களும் நின்றிருந்தன.

ரயில் வருவதற்குப் பதினைந்து நிமிடங்கள் முன்பாகவே கேட் மூடிவிடுவார்கள். ரயில்வே கேட்டைத் தூக்கும்போது யாரோ ஆவென வாயைப் பிளப்பது போலவேயிருக்கும். வெங்கட், தான் பெரியவன் ஆகி அந்த ரயில்வே கேட் மூடும் வேலைக்குப் போகப் போவதாகச் சொல்லிக் கொண்டிருப்பான். மாலை ஐந்து மணிக்குக் கடந்து செல்லும் அந்த பாசஞ்சர் ரயில் அரிதாகவே சரியான நேரத்துக்கு வந்து செல்லும். ரயில் வரும்வரை பஸ்ஸில் எத்தனை பேர் ஜன்னலுக்கு வெளியே பார்த்துக் கொண்டிருக்கிறார்கள் என எண்ணுவது வழக்கம்.

பெண்களுக்கு ரயிலை வேடிக்கை பார்ப்பதில் ஒரு அக்கறையுமில்லை. ஒரு பெண்கூட, தலையை வெளியே எட்டி ரயிலை வேடிக்கை பார்ப்பதில்லை. ரயில் தூரத்தில் வரும்போதே சப்தமிடத் துவங்கிவிடும். அந்தச் சப்தம் கேட்டதும் உடம்பில் நரம்புகள் முறுக்கேறிவிடும். என்றைக்காவது ரயில் அப்படியே தண்டவாளத்தை விட்டு வானத்தில் பறந்து போய்விடாதா எனத்தோன்றும்.

எவ்வளவு ஆயிரம் முறை பார்த்தாலும் ரயிலின் வசீகரம் குறைவதேயில்லை.

தோளில் புத்தகப் பையுடன் நிற்கும் எங்களைப் பார்த்து ரயில்பயணிகளில் யாரோ சிலர் கைகாட்டவே செய்வார்கள்.

எத்தனை பேர் டாட்டா காட்டினார்கள் என்பதுதான் போட்டி.

சில நேரம் பத்துப் பதினைந்து பேர் டாட்டா காட்டி சந்தோஷப் படுத்திவிடுவார்கள்.

ரயில் கடக்கும்போது ஒன்று இரண்டு மூன்று என்று பெட்டிகளை எண்ணிக் கொண்டிருப்போம். ரயிலின் முதுகு எங்களை விட்டு மறையும்வரை பார்ப்பது வழக்கம்.

கேட் திறந்தவுடன் இரண்டு பக்கமும் அவசரமாக உள்ளே புகுவார்கள். நாங்கள் இடைவெளியில் உள்ளே புகுந்து ரயிலைப் பற்றிப் பேசியபடியே நடப்போம்.

பள்ளிக்குப் போவதை விடவும் பள்ளிவிட்டுத் திரும்பி வருவது எனக்குப் பிடிக்கும். நான்கு மணிக்குப் பள்ளி விட்டால் நாங்கள் மெதுவாகப் பள்ளியைவிட்டு வெளியேறுவோம்.

சிலர் மணி அடித்தவுடன் பையைத் தூக்கிக்கொண்டு வேகமாக ஓடிவிடுவார்கள். நானும் மணியும் அப்படியில்லை.

எல்லோரும் வெளியேறிப் போனபிறகு யாருமில்லாத காலி வகுப்பறைகளை வேடிக்கை பார்த்தபடியே மெதுவாக வெளியே வருவோம். சைக்கிள் ஸ்டேண்டில் யாருமிருக்கமாட்டார்கள்.

மைதானத்தில் கால்பந்து விளையாடும் பையன்களைத் தவிர வராந்தாவில் ஒரு பையனைக் காணமுடியாது. நாங்கள் சில நாட்கள் சுவரில் கரியால் கோடு போட்டபடியே நடந்து வெளியேறுவோம்.

பள்ளிவாசலுக்கு வந்தபிறகு திடீரென எதையோ மறந்து விட்டதைப் போல வெங்கட் உள்ளே ஓடுவான்.

உண்மையில் அது ஒரு போட்டி; யார் வேகமாக ஓடி சயின்ஸ் லேப் கதவைத் தொட்டுவிட்டு வருகிறார்கள் என்று. நானும் பையைப் போட்டுவிட்டு ஓடுவேன். நான் அந்தக் கதவைத் தொடுவதற்குள் வெங்கட் தொட்டுத் திரும்பியிருப்பான்.

இப்படித் தினம் ஒரு இலக்கை வெங்கட் மனதிற்குள் முடிவு செய்து கொள்வான். பள்ளியின் வாட்ச்மேன் எங்களைக் கண்டுகொள்ளவே மாட்டான்.

அவனுக்கு மெயின்கேட்டை இழுத்து மூடிவிட்டதுடன் கடமை முடிந்துவிட்டது.

சைடில் உள்ள சிறிய வாசல் வழியாக யார் வேண்டுமானாலும் உள்ளே போய்வருவது பிரச்சினையில்லை.

நாங்கள் அந்தக் கதவு வழியாகவே எப்போதும் பள்ளியின் உள்ளே போவோம். வருவோம். இன்னும் சிறிய கதவாக இருந்து அதன் வழியே தவழ்ந்தபடியே வந்தால் நன்றாக இருக்கும் என்பான் மணி.

பள்ளியிலிருந்து ஐம்பது அடி தூரத்தில் அண்ணாச்சி கடையிருந்தது. அந்தக் கடையில் காசு கொடுத்தால் காமிக்ஸ் படிக்கலாம். அங்கிருந்த மரபெஞ்சில் உட்கார்ந்துகொண்டு ஒரு காமிக்ஸ் புத்தகத்தை வாங்கி மூன்று பேரும் ஒன்றாகப் படிப்போம். வெங்கட் வேகவேகமாகப் பக்கங்களைப் புரட்டுவான்.

அந்தக் கடையில் ஒரு ஆடு கட்டிப்போடப்பட்டிருக்கும். அந்த ஆட்டின் கொம்புகளை நான் பிடித்துத் திருக்கிப் பார்ப்பேன்; உறுதியாக இருக்கும்.

'ஆட்டைப் போல மனிதர்களுக்கும் கொம்பு இருந்தால் எவ்வளவு நன்றாகயிருக்கும்... முட்டி சண்டை போடலாம்' என நினைத்துக் கொள்வேன்.

அந்தக் கடையைத் தாண்டினால் ஒரு சலூன் இருக்கும். அந்த சலூனுக்குள் போய் அங்கிருந்த கண்ணாடியில் தலைசீவிக் கொள்வான் வெங்கட். நான் தலையைக் கலைத்துவிட்டுக் கொள்வேன். மணி சுவரில் ஒட்டப்பட்டிருந்த வெள்ளைக்காரிகளின் பெரிய மார்பகங்களை வெறித்துப் பார்த்தபடியே இருப்பான்.

சலூன் நடத்தும் மாணிக்கம் ஒருமுறை கூட எங்களைக் கோபித்துக் கொண்டது கிடையாது.

சலூனைவிட்டு வெளியேறி நடந்தால் அன்வர் டீக்கடை வரும். அதன் முன்னே பெரிய இரும்புச்சட்டியில் எண்ணெய் கொதிக்க விட்டு பஜ்ஜி போட்டுக் கொண்டிருப்பார்கள்.

செந்நிறத்தில் மிதக்கும் பஜ்ஜிகளை வேடிக்கை பார்ப்பது வழக்கம். அந்த நேரம் கடையில் அசன்பாய் இருந்தால் உதிர்ந்த பஜ்ஜித்தூளை அள்ளி எங்களுக்குச் சாப்பிடத் தருவார்.

மற்ற நாட்களில் வேடிக்கை பார்ப்பதோடு சரி. டீக்கடையில் உள்ள தண்ணீர்ப் பானையில் இருந்து ஆளுக்கு இரண்டு டம்ளர் தண்ணீர் குடிப்போம். பிறகு நியூ ஸ்டார் டெய்லர் கடையைக் கடந்து வரும்போது, ஏதாவது வெட்டிப் போட்ட துண்டுத் துணிகள் கிடக்கிறதா எனத் தேடிப் பார்ப்போம். அதைக் கடந்தால் எலக்ட்ரிசிட்டி ஆபீஸ்.

நிறைய வேப்பமரங்கள் உள்ள அலுவலகம். வேம்பு பூக்கும் காலத்தில் அந்த இடமே மணக்கும். அதன் உள்ளே வேண்டும் என்றே நுழைந்து திரிவோம். கிழித்துப் போடப்பட்ட காகிதங்கள். ஈ.பி. அட்டைகள் கிடக்கும். ஒருமுறை பழைய ரப்பர் ஸ்டாம்ப் ஒன்று கிடைத்தது. அதில் எச்சில் தடவி நோட்டில் குத்திப் பார்த்தோம். எழுத்துகள் சரியாகத் தெரியவில்லை.

அந்தச் சுகம் அலாதியானது. ரயில்வே கேட்டினைத் தாண்டியதும் சினிமா தியேட்டர். அதன் வாசலில் நின்றபடியே போஸ்டரைப் பார்த்துக் கொண்டிருப்போம்.

பள்ளிமாணவர்கள் என்பதால் பெண்கள் டிக்கெட்டில் போய்ப் படம் பார்ப்பதை ஆட்சேபம் செய்ய மாட்டார்கள். அந்த தியேட்டரில் பெண்கள் டிக்கெட் எண்பது பைசா. போஸ்டரில் உள்ள பெயர்களை மனப்பாடம் செய்து கொண்டிருப்பான் வெங்கட்.

அவன் ஒரு ஆளுக்குத்தான் படத்தில் வரும் டைட்டில் கார்டு அத்தனையும் மனப்பாடமாகத் தெரியும். தியேட்டரைக் கடந்தவுடன் கிருஷ்ணசாமி டாக்டரின் கிளினிக். அதன் வாசலில் எப்போதும் யாராவது அழுதபடியே உட்கார்ந்திருப்பார்கள். மருத்துவமனை உள்ளே இருட்டாக இருக்கும்.

அதைக் கடந்துபோனால் என்.எஸ்.எம்.வீடு. அந்த வீட்டின் கேட்டில் 'நாய்கள் ஜாக்கிரதை' என்ற போர்டு போட்டிருப்பார்கள்.

ஒருநாள் வெங்கட் அதை, 'நாங்கள் ஜாக்கிரதை' என காம்பஸை வைத்துக் கீறி மாற்றியிருந்தான்.

அதை அவர்கள் கண்டு கொள்ளவேயில்லை. ஆனால், நாங்கள் ஒவ்வொரு நாளும் அந்த வீட்டினைக் கடந்து போகும்போது சிரித்துக் கொள்வோம்.

அந்த வீட்டிலிருந்து மேற்கே திரும்பும் சந்து வழியாக நடப்பது எப்போதும் ஆனந்தமாக இருக்கும். அந்தச் சந்தில் இடிந்துபோன ஒரு வீடு இருந்தது. அதன் ஒருபக்கச் சுவர் மட்டுமே மிச்சமிருந்தது. புல்லும் தும்பைச் செடிகளும் முளைத்திருந்தன. தும்பைப் பூவைப் பறித்து அதன் தேனை உறிஞ்சிக் குடிப்போம்.

வெங்கட் தந்திக் கம்பங்களைக் கண்டால் அதில் காதை வைத்துக் கேட்பான். யார் வீட்டுக் கதவையாவது தட்டி, குடிக்கத் தண்ணீர் வாங்குவான். அவனுக்குப் பயமே கிடையாது. நத்தை ஊர்ந்து போவது போல மெதுவாக நடந்து நடந்து வீடு திரும்புவதற்குள் இரவாகியிருக்கும்.

ஏன் வீட்டிற்கு வந்து சேர்ந்தோம் எனத் தோன்றும். பள்ளிக்குப் போகப் பிடிக்காதவனுக்கு ஏன் பள்ளிவிட்டு வருவது ரொம்பவும் பிடித்திருக்கிறது..?

ஒருநாள் கனவில் பள்ளிக்கூடத்திற்குப் போவதற்காக ஏணி போட்டு வானத்தை நோக்கி ஏறிக் கொண்டிருந்தேன். ஆயிரக் கணக்கான படிகள். ஏற ஏற படி மேலே போய்க் கொண்டே யிருந்தது. எங்கள் பள்ளிக்கூடம் வானில் மிதந்து கொண்டிருந்தது.

சிரமப்பட்டு ஏறி வானத்திலிருந்த பள்ளிக்கூடத்தினுள் சென்றால், நான் ஒரேயொரு ஆள் மட்டுமே பள்ளியில் இருந்தேன். என்னோடு படிக்கும் பையன்களின் பெயரைச் சொல்லிக் கூப்பிட்டேன். பதில் கேட்கவேயில்லை. சுப்ரமணியம் வாத்தியார் திடீரென மிக உயரமாக வளர்ந்திருந்தார். அவர் முகத்தை என்னால் ஏறிட்டுப் பார்க்க முடியவில்லை. கழுத்து வலித்தது.

அவர் கையில் பெரியதொரு பிரம்பு இருந்தது. அவர் எதையோ என்னிடம் கேட்பது தெரிந்தது; என்ன கேட்கிறார் எனப்புரியவில்லை. அவர் ஆத்திரத்தில் தன் கையிலிருந்த பிரம்பால் என்னை அடிக்க முற்பட்டார்.

வகுப்பறையை விட்டு வெளியேறி ஓடினேன். மேகங்கள் என்னைத் துரத்தத் துவங்கின. திடீரெனக் குழியில் விழுவது போலத் தடுமாறி விழுந்தேன். அம்மா என்ற அலறலுடன் கண்விழித்துக் கொண்டேன். வீட்டில் எல்லோரும் உறங்கிக் கொண்டிருந்தார்கள்.

இது கனவு.

நல்லவேளை, சுப்ரமணியம் வாத்தியாரிடம் மாட்டிக்கொள்ள வில்லை.

திரும்பக் கண்ணை மூடிப் படுத்துக்கொண்டபோது பள்ளிக்கூடம் வானத்தில் இருந்தால் நன்றாக இருக்குமே எனத் தோன்றிக் கொண்டேயிருந்தது.

• • •

முயல் வளர்க்கும் வீடு

"**வீ**ட்டில் முயல் வளர்ப்பவர்கள் சண்டை போட்டுக் கொள்ள மாட்டார்கள்" என்றான் சங்கர்.

'உண்மையில் அப்படி இருக்கும் தானா..?' சந்தேகத்துடன் அவனிடம் கேட்டேன்.

"சண்டையே போட மாட்டார்களா..?"

"போட முடியாது. முயலின் கண்ணுக்கு அப்படி ஒரு சக்தியிருக்கிறது. யாராவது சண்டை போடப் போகிறார்கள் என்றால், உடனே முயல் காதை விடைத்துக் கொண்டு கண்ணை உருட்ட ஆரம்பித்துவிடும். அப்படி செய்தால் சண்டை வராது. அதற்காகத்தான் வீட்டில் முயல் வளர்க்கிறார்கள்."

அவன் சொல்வதைக் கேட்கும்போது உண்மை என்றுதான் தோன்றியது. சங்கர் என் சந்தேகத்தை உணர்ந்தவன் போலச் சொன்னான்.

"நான் உன்னையே கூட்டிக்கிட்டுப் போய் நேர்ல காட்டுறேன். அப்போ நம்புவியா..?"

சரியெனத் தலையாட்டினேன்.

என் தோள்மீது கைபோட்டபடியே நடந்து கூட்டிப் போக ஆரம்பித்தான். குறுகலான சந்துகளுக்குள் நுழைந்து நடந்து கொண்டிருந்தோம். திடீரென அவன், "ஓடுவமா..?" எனக் கேட்டான்.

இருவரும் ஓட ஆரம்பித்தோம். கொடிக்கம்பம் ஒன்றின் அருகே வந்து மூச்சுவாங்க நின்றபடியே சங்கர் சொன்னான்:

"பாத்திமா நகரில் ஒரு வீட்ல முயல் இருக்கு."

"எத்தனை..?"

"நிறைய இருக்கு. அதுல ஒண்ணு சிவப்பு முயல்."

"முயல் வெள்ளையாத்தானே இருக்கும்?"

"இல்லை, இது சிவப்பு முயல். காட்டுல இருந்து பிடிச்சிக் கொண்டுக்கிட்டு வந்துருக்காங்க."

"காட்டுக்குள்ளே எத்தனை முயல் இருக்கு?"

"லட்சம்."

"லட்சம் முயலா..?" என வியப்போடு கேட்டேன்.

"லட்சம் இல்லே, கோடி" என்றான் சங்கர்.

கோடி என்றால் எவ்வளவு எனத் தெரியாதபோதும் 'இருக்காது' என மறுத்தத் தலையை அசைத்தேன்.

அதற்கு சங்கர் சொன்னான்:

"கோடிக்கு மேலேயே இருக்கும். காட்டுல மழை பெய்யுதுல, அந்த மழைத்துளி எல்லாம் முயலா மாறிடும்."

"எதுக்காக? "

"காட்டுல அப்படித்தான்."

முயல் வளர்க்கும் வீட்டினை நாங்கள் நெருங்கியபோது, வீதியில் மீன்விற்பவன் கத்திக் கொண்டே சைக்கிளில் போனான்.

முயல்வளர்க்கும் வீடு பெரியதாக இருந்தது. பெரிய இரும்பு கேட் போட்டிருந்தார்கள். அந்தக் கதவைத் தள்ளி உள்ளே போனபோது வான்கோழி ஒன்று மேய்ந்து கொண்டிருந்தது.

சங்கர் சொன்னது போலவே நாலைந்து முயல்கள் கண்ணில் பட்டன.

வீட்டிலிருந்து ஒரு பெரியவர், "யாரு..?" எனச் சப்தமாகக் கேட்டார்.

"முரளியோட தம்பி. கார் துடைக்க வந்துருக்கேன்" என்று பொய் சொன்னான்.

கார் ஷெட்டில் நிறுத்தப்பட்டிருந்தது ஒரு வெள்ளை நிற அம்பாசிடர் கார்.

"வாளியும் துடைக்கிற துணியும் அங்கே இருக்கு" எனக் காட்டினார் அந்தப் பெரியவர்.

தலையாட்டியபடியே அவன் பெரியவரிடம், "உங்க வீட்ல சிவப்பு முயல் இருக்கில்லே..?" எனக் கேட்டான்.

அவர் பதில் சொல்லவில்லை.

இருவரும் காரை நோக்கி நடந்து போக ஆரம்பித்தோம்.

பெரியவர் வீட்டின் உள்ளே போனதும் சங்கர் ஓடிப்போய் ஒரு முயலைத் தூக்கிக் கொண்டு வந்தான். அது தப்பியோட முயற்சித்தது. அவன் கைகளால் அதன் காதைப் பிடித்துத்

தொங்கவிட்டபடியே சொன்னான்.

"முயலை மோந்து பாருடா."

"எதுக்கு?"

"நல்லா படிப்பு வரும்."

நான் முயலை முகர்ந்து பார்த்தேன். புல்லைக் கசக்கி முகர்வது போலிருந்தது. முயலின் ரோமம் முகத்தில் பட்டுக் கூசியது. சங்கர் என்னிடம் முயலைத் தந்தபடியே சொன்னான்:

"முயல் கண்ணை நல்லா பாரு, அதுக்குள்ளே என்ன தெரியுது?"

"ஒண்ணும் தெரியலை."

"அதுக்குள்ளே ஒரு குகையிருக்கு. அந்தக் குகைக்குள்ளே ஒரு ஆள் ஒளிஞ்சிக்கிட்டு இருக்கான். அவன் எப்போவாது வெளியே வருவான்."

"எதுக்காக கண்ணுக்குள்ளே ஒளிஞ்சிக்கிட்டு இருக்கான்?"

"அவனை ராட்சசங்க தேடிக்கிட்டு இருக்காங்க."

"கொல்றதுக்கா..?"

"உனக்கு எப்படித் தெரியும்?"

"அக்கா இப்படி கதை சொல்லியிருக்காங்க."

"நான் சொல்றது கதையா?"

ஆமாம் எனத் தலையாட்டினேன். சங்கர் என் தலையில் ஓங்கி அடித்துச் சொன்னான்.

"நிஜம். அந்த ஆள் கண்ணுக்குள்ளே இருந்து வெளியே வர்றதை நான் பாத்துருக்கேன்."

"எப்படியிருப்பான்?"

"குள்ளன். ஆனா பெரிய தாடியிருக்கும். எறும்பு மாதிரி குச்சி குச்சிக் காலு."

முயல் திமிறிக் கொண்டிருந்தது. அதை இறுக்கிப் பிடிக்க முடியவில்லை.

முயல் கையைவிட்டுத் தப்பி ஓடியது. ஓடுகிற முயலை இருவரும் துரத்தினோம். வீட்டிலிருந்து ஒரு பெண் வெளியே வந்து, "என்னடா செய்றீங்க?" எனக் கேட்டாள்.

"கார் துடைக்குறோம் டீச்சர்" என்றான் சங்கர்.

அவள் டீச்சரா..? ஆனால், ஆளைப் பார்த்தால் டீச்சரைப்

போலவேயில்லையே..?

"சோப்பை ரொம்பக் கரைச்சிராதீங்க" என்று அறிவுரை சொன்னாள்.

குளித்த ஈரத்தலையுடன் பருத்த தொப்பை கொண்ட ஒரு ஆள் வெளியே வந்து டீச்சரிடம், "பாத்ரூம்ல உன் தலைமயிர் கழிஞ்சி போயி தண்ணிக் குழாயை அடைச்சிக்கிட்டு கிடக்கு. அதை எடுத்து வெளியே போடத் துப்பில்லை. இங்கே என்னடி பண்ணிக்கிட்டு கிடக்கே..?" என்று கத்தினார்.

அவள் பதிலுக்கு, "ஏன் நீங்க எடுத்துப் போட வேண்டியது தானே. எல்லா எழவையும் நான்தான் செய்யணுமா?" எனக் கேட்டாள்.

"வாய்க் கொழுப்பு எடுத்துப் பேசின மூஞ்சியப் பேத்துருவேன். போய்ச் சாக்கடையைக் குத்திவிடு."

"ஏன் உங்க அம்மா சும்மாதானே கிடக்கு. அவளை சாக்கடையைக் குத்திவிடச் சொல்லுங்க" எனக் கத்தினாள்.

முயல்கள் அவர்கள் சப்தம் கேட்டு ஓடி ஒளிந்தன. 'முயல் இருக்கிற வீட்டில் சண்டை வராது என சங்கர் சொன்னானே. இவர்கள் ஏன் சண்டை போடுகிறார்கள்..?'

சங்கர் சொன்னான்:

"முயலுக்குக் காய்ச்சல் வந்தா அதோட மந்திரம் பலிக்காது."

அந்தப் பெண் தனது செருப்பை மாட்டிக் கொண்டு இரும்பு கேட்டைத் திறந்து வெளியே போனாள். சங்கர் அம்பாசிடர் கண்ணாடியில் படிந்த தூசியில் தனது பெயரை எழுதினான். என்னையும் பெயரை எழுதச் சொன்னான்.

இப்படி எல்லாம் சங்கருக்கு எப்படி யோசனை தோன்றுகிறது? சந்தோஷத்துடன் தூசியில் என் பெயரை விரலால் எழுதினேன்.

"போவமா..?" எனக் கேட்டான்.

"நாம காரைத் துடைக்க வேண்டாமா..?"

"அது நம்ம வேலையில்லை. நாம எதுக்குத் துடைக்கணும்? முயலைப் பாத்தாச்சில்லே. வா போவோம்."

"நாம சிவப்பு முயலைப் பாக்கவேயில்லை."

"அந்த முயல் பகல்ல தூங்கிட்டு இருக்கும்."

"அப்போ ராத்திரி முழிச்சிக்கிட்டு இருக்குமா?"

"ஆமா. ராத்திரி வந்து பார்ப்போம்."

"வீட்டுக்காரங்க தூங்கிட்டு இருப்பாங்களே..?"

"அப்போ நம்ம கனவுல அந்த முயலை வரவழைப்போம்."

"எப்படி?"

"அதுக்கு ஒரு வழி இருக்கு. சொல்லுறேன் வா."

என்னை வெளியே அழைத்துக் கொண்டு போனான். சங்கருக்கு எல்லா விஷயங்களும் எப்படித் தெரிகின்றன? யாரிடம் கற்றுக் கொண்டான்?

சங்கர் சாலையில் வைத்துச் சொன்னான்.

"உங்க வீட்லகூட முயல் வளர்க்கலாம். அப்படி வளர்த்தா உங்க அப்பாவும் அம்மாவும் சண்டை போட்டுக்கிட மாட்டாங்க, உங்கம்மா அடிவாங்க மாட்டாங்க."

"எங்க அப்பாவுக்கு ரொம்பக் கோபம் வரும்"

"முயல் கோபத்தைச் சரி பண்ணிடும்"

"இல்லே, எங்கப்பா முயல் கழுத்தைத் திருகி கொன்னு போட்ருவார். அவர் கோழியைக் கையாலேயே அடிச்சிக் கொல்றதை நான் பாத்து இருக்கேன்"

"கோழியோட ஆவி உங்க அப்பாவைப் பழிவாங்கும்."

"என்ன செய்யும்..?"

"அவர் கண்ணைக் கொத்தி குருடாக்கிரும்."

கோழிகளின் ஆவி அப்படிச் செய்துவிட்டால் எவ்வளவு நன்றாக இருக்கும்? ஆனால், ஏன் இந்தக் கோழிகளின் ஆவிகள் சும்மாவே இருக்கின்றன? அவற்றுக்கும் அப்பாமீது பயமா?

சங்கர் என் வீட்டின் அருகில் வந்து நின்று சொன்னான்.

"முயல் ரகசியத்தை யார்கிட்டயும் சொல்லீராதே."

"சொன்னா என்ன ஆகும்?"

"உனக்கும் முயல் காது வந்துரும்..."

"வந்துட்டா..?"

"அப்புறம் நீயும் புல்லை மட்டும்தான் திங்க வேண்டியது வரும். புரியுதா..?"

கேட்கவே பயமாக இருந்தது.

"சொல்லமாட்டேன்" என்று சங்கரிடம் சத்தியம் செய்தேன்.

● ● ●

 ## ஒரு நாளின் புதிர்

ஒருநாள் காலை சைக்கிளை எடுத்துக்கொண்டு பஜாரை நோக்கிச் சென்றபோது, எல்லாமும் பளீரென இருந்தது. எனக்குத்தான் அப்படித் தெரிகிறதா அல்லது உலகமே அதிகப் பிரகாசம் கொண்டுவிட்டதா எனக் குழப்பமாக இருந்தது. கடைகள், கோவிலுக்குச் செல்லும் இளம் பெண்கள், தெருவில் போகிற ஆட்கள், பெட்டிக் கடை கம்பத்தில் கட்டிப்போடப்படும் ஆடு, உள்ளிட்ட யாவரும் உற்சாகமாக இயங்கிக் கொண்டிருந்தார்கள். இன்று என்ன கொண்டாட்டத்தின் தினமா? எதைக் கொண்டாடுகிறார்கள்? தாவணி அணிந்த ஒருத்தி என்னைப் பார்த்துச் சிரித்துப் போனாள். இது வழக்கமாக நடக்கக் கூடியதில்லையே..? டீக்கடையில் கேட்கும் பாடல் கூட இனிமையாக ஒலித்தது.

மாதாகோவில் பிரசங்கத்தில் சொல்லும் ஆசிர்வதிக்கப்பட்ட நாள் இதுதானா? டீக்கடை மாஸ்டர் பாலின் நுரையைக் கையில் எடுத்து விளையாடிக் கொண்டிருந்தார். கொய்யாப்பழம் விற்பவன் கையிலிருந்து உருண்டோடும் பழத்தைத் துரத்தியோடிக் கொண்டிருந்தான். ஒரு நாய் சோம்பல் முறித்துக் கொண்டிருந்தது.

மஞ்சள் கரைந்து ஓடுவது போன்ற வெயில். தங்கரேகைகள் போல வெயில்பட ஆட்கள் போய்க் கொண்டிருந்தார்கள். சைக்கிளை வேகமாகச் செலுத்தினேன். போக்குவரத்துக் காவலர் புன்னகை செய்தார். சினிமா போஸ்டரில் கால் தூக்கி நின்ற குதிரை அழகாக இருந்தது. வெள்ளரிப்பிஞ்சு விற்பவள் நேர்த்தியாக தோலைச் சீவிக் கொண்டிருந்தாள். யாரோ ஒட்டுமொத்த ஊரையும் கழுவித் துடைத்து வைத்துவிட்டார்களா என்ன..?

சைக்கிளைத் தபால்நிலையத்தின் முன்பாக நிறுத்திவிட்டு ஸ்டாம்பு வாங்க உள்ளே சென்றேன்.

ஒரு மாணவி கைநிறைய வாழ்த்து அட்டைகளை வைத்துக் கொண்டிருந்தாள். அத்தனையும் ரோஜாப்பூக்களின் படம்.

தபால் அலுவலகக் கூண்டினுள் தெரியும் கிழவரின் முகம் இன்றில்லை. மாறாக, கண்ணாடி அணிந்த பெண். அதுவும் ரோஸ்கலர் கண்ணாடி.

எஸ்.ராமகிருஷ்ணன்

என்ன ஆயிற்று இந்த நாளுக்கு..?

உற்சாகத்துடன் ஸ்டாம்பு வாங்கினேன். மீதிச் சில்லறை இல்லை என்பதால் ஒரு சாக்லெட்டைக் கொடுத்தாள் தபால்நிலையப் பெண்.

இது புது நடைமுறையா..?

ஒருபோதும் தபால் அலுவலகத்தில் சாக்லெட் கொடுக்கப் படுவதில்லையே... இல்லை, எனக்கு மட்டும்தானா..?

அப்போதுதான் புரிந்தது. என் பின்னால் நின்றவருக்கு, சில்லறைக்குப் பதிலாகக் கூடுதல் ஸ்டாம்புகள்தான் கொடுத்திருக்கிறாள்.

ஏன் இப்படி அன்பு செலுத்துகிறார்கள்..?

தபால் அலுவலகத்தை விட்டு வெளியே வந்தேன்.

எப்போதும் சைக்கிளை இடித்துக்கொண்டு யாராவது பைக்கை நிறுத்தியிருப்பார்கள். ஆனால், அன்றைக்கு பைக் தனிவரிசையாக நிறுத்தப்பட்டிருந்தது.

பலசரக்குக் கடைக்குப் போகிற முகங்கள், காய்கறி வாங்கிக் கொண்டு வீடு திரும்புகிறவர்கள், பகல் காட்சி சினிமாவிற்காகக் காத்துக் கொண்டிருப்பவர்கள் என அத்தனை பேர் முகத்திலும் மகிழ்ச்சி. என்னை அறியாமல் விசில் அடித்தபடியே சைக்கிள் விட்டேன்.

மதியம் வரை காரணமில்லாத இந்த மகிழ்ச்சியில் திளைத்தேன். மதியம் மூன்று மணியிருக்கும். கறுப்புமேகங்கள் வானில் ஒன்று கூடுவதுபோல திடீரென மனதில் காரணமேயில்லாத வருத்தம். கவலை படிய ஆரம்பித்தது.

எதற்காக வருத்தப்படுகிறேன், என்ன நடந்துவிட்டது எதுவும் புரியவில்லை. ஆனால், ஏதோ தாங்கமுடியாத சோகம் கவ்விக் கொண்டது போல உடம்பு சோர்ந்து போனது.

ஜன்னலுக்கு வெளியே தெரியும் மரங்கள் சோகை படிந்ததுபோலத் தெரிந்தன. வெளியே போய்வரலாம் என வாசலுக்கு வந்தேன். தெருநாய் சோர்வாகப் படுத்துக்கிடந்தது. நடந்து தெருமுனைக்கு வந்தேன். சுவரில் சாய்ந்தபடியே இருவர் பேசிக் கொண்டிருந்தார்கள். இருவர் முகத்திலும் வருத்தம் படிந்திருந்தது.

ஒரே நாளில் காலை அப்படியும் மாலை இப்படியும் இருக்குமா என்ன..? எனக்குக் குழப்பமாக இருந்தது. மைதானத்தை நோக்கி

நடந்தேன். எப்போதும் உற்சாகம் கொப்பளிக்கும் மைதானத்தில் இரண்டே சிறுவர்கள் தென்பட்டார்கள். அவர்களும் பந்து விளையாடவில்லை.

இருட்டும்வரை மைதான த்திலேயே உட்கார்ந்திருந்தேன். தண்ணீருக்குள் மூழ்கிக் கிடப்பதுபோல வருத்தம் என்னை மூழ்கடித்திருந்தது; விடுபடவே முடியவில்லை. இருட்டித் தெருவிளக்குகள் எரிய ஆரம்பித்தன. வீட்டுக்குப் போக மனதே யில்லை.

எதையோ இழந்துவிட்டேன்.

என்ன இழந்துவிட்டேன் என்று புரியவில்லை.

இரவு தாமதமாகவே வீட்டிற்குப் போனேன். அப்பா மட்டுமே விழித்துக் கொண்டிருந்தார். அவர் என்னைத் திட்டுவார் என எதிர்பார்த்தேன். தலைதூக்கிப் பார்த்துவிட்டு அவர் விசிறிக் கொள்ளத் துவங்கியிருந்தார்.

சலிப்போடு படுக்கையை விரித்து, சலிப்போடு தலையணையைப் போட்டு, சலிப்போடு படுத்துக் கொண்டேன்.

ஒரு நாள் என்பது என்ன?

புதிராகவேயிருந்தது.

•••

எஸ்.ராமகிருஷ்ணன்

எலியின் வீடு

இந்த எலிக்கு வழிகாட்டுவதற்காக எனது ஆறாவது வயதில் ஒருநாளைச் செலவழித்துப் போராடினேன். அப்படியும் என்னால் வழிகாட்ட முடியவில்லை. உங்களுக்கு நேரமிருந்தால் அதற்கு வழிகாட்டுங்கள். பாவம் எலி; அதன் வீட்டிற்குப் போக முடியாமல் திண்டாடுகிறது.

• • •

மழைக்காட்சி

மழைக்காலம் துவங்கியதும் ஊரின் இயல்பு மாறிவிடுகிறது. முன்னறியாத வாசனையும் சப்தங்களும் எழுகின்றன. நனைந்த கோழிக்குஞ்சைப் போல ஊர் ஒடுங்கிக் கொண்டுவிடுகிறது.

மழை மனிதர்களின் உரத்த குரலை அடக்குகிறது. மழைக்குள் யாரும் சண்டை போட்டுக் கொள்வதில்லை. மழையின் விநோதமே அது எப்போது வேகம் கொள்ளும், எப்போது அடங்கும் எனத் தெரியாததுதான்.

"மழைக்குக் கிறுக்கு பிடிச்சிருக்கு" என்பாள் ஆச்சி.

நிஜம். பைத்தியக்காரத்தனமாகவே மழை நடந்து கொள்கிறது. யார் வீட்டுக் கதவையும் ஜன்னலையும் தட்டுகிறது. தெருவில் மனிதர்களை ஓட ஓட விரட்டுகிறது. தெருநாய்களைக் கூடச் சீண்டுகிறது.

"வானத்திலிருந்து அம்பு எய்கிறார்கள்" என்று சொல்வாள் அம்மா.

நீர்த் துளி அம்பு என்றால் வில் எப்படியிருக்கும்? அதுவும் நீர்வில்தானா? ஒரு துளியை எப்படி வில்லில் ஏந்தி அடிப்பது?

யோசிக்கவே இன்பமாக இருக்கும்.

முதல் மழைத்துளி எங்கே விழுந்திருக்கும்? யார் பார்த்திருப்பார்கள்?

மழை பெய்யும்போது நாக்கு விழித்துக் கொண்டுவிடுகிறது. அது சூடாக எதையாவது சாப்பிடத் தேடுகிறது.

மழை பெய்யும்போது ஓடி ஓடித் தண்ணீர் பிடித்துச் சேமிக்கிறார்கள் பெண்கள். அவர்களுக்கு, தண்ணீர் என்பது வீணடிக்கப்படும் விஷயமில்லை.

மழைத் தண்ணீருக்குத் தனி ருசியிருக்கிறது. அம்மா ஒரு அண்டாவில் மழைத்தண்ணீரைப் பிடித்துச் சேமித்து வைத்திருப்பாள். வாயில் வேஷ்டி ஒன்றால் மூடிவைக்கப்பட்ட அந்த அண்டாவிலிருந்து தண்ணீரை வடித்துக் குடிக்கத் தருவாள்.

டம்ளரில் உள்ள தண்ணீரைப் பார்க்கும்போது, அது மழை என்று தோன்றாது.

மழை நாளின் விசித்திரங்கள் கணக்கற்றவை.

ஒரு பசு மாடு மழையில் நனைந்து கொண்டிருப்பதைக் கண்டேன். அது சிலை போல அசைவற்று மழையில் நின்று கொண்டிருந்தது. இவ்வளவு ஆசையாக மழையை அனுபவிக்கிறதே எனப் பொறாமையாக வந்தது.

அது போலவே எதிர்வீட்டில் இரண்டு சிறுவர்கள் ஆளுக்கு ஒரு முக்காலியைப் போட்டுக் கொண்டு மழைக்குள் உட்கார்ந்து குளித்துக் கொண்டிருந்தார்கள். அவர்கள் முகத்திலிருந்த சந்தோஷத்திற்கு இணையே கிடையாது.

ஒரு கிழவி சாக்கு ஒன்றைத் தலையில் போட்டபடியே மெதுவாக நடந்து போனாள். ஈரத்தரையில் நடப்பது அவளுக்குப் பயமானது.

காலியான போஸ்ட்பாக்ஸ் ஒன்றினுள் தண்ணீர் நிரம்பி வழிகிறது. இன்னொரு வீட்டின் தூம்புவாயிலில் யாரோ நின்று குளிக்கிறார்கள். அந்த அருவி மழை நாளில் மட்டுமே உருவாகி மறைந்துவிடுகிற அதிசயம்.

வெயிலும் மழையும் சேர்ந்து கொள்ளும் நாளில் 'காக்காவிற்கும் நரிக்கும் கல்யாணம்' எனச் சிறுவர்கள் கத்துகிறார்கள். கல்யாணத்தின் போது எதற்காக வெயிலும் மழையும் சேர்ந்து கொண்டன?

துறவிகளைப் போல மரங்கள் மௌனமாக மழையில் நிற்கின்றன. ஒவ்வொரு இலையும் நனைகின்றது. மழை பூக்களை உதிர்த்துப் போடுகிறது. பெருமழை வீட்டுச் சுவர்களை அசைத்துப் பார்க்கிறது. மழையோடு சேர்ந்து கொள்ளும் காற்று ஊளை யிடுகிறது.

யாரோ குடையுடன் நடந்து போகிறார்கள். காற்று குடையைப் பிடுங்க முயற்சிக்கிறது. திடீரெனக் குடை தலைகீழாகிவிட, மழை மறைந்து கொண்டிருந்த முகத்தைப் பார்த்துவிட்ட சந்தோஷத்தில் சப்தமிடுகிறது. குடையைச் சரிசெய்ய முடியாத மனிதர் நனையத் துவங்குகிறார். அவரைத் தோற்கடித்த மகிழ்ச்சியில் காற்று ஆரவாரம் செய்கிறது.

தெருநாய் ஒன்று மழையை வெறித்துப் பார்த்தபடி இருக்கிறது. மழை விட்டால்தான் அதன் பசிக்கு உணவு கிடைக்கும். நாய்களுக்கு மழையைப் பிடிக்காது. ஆனால், பூனைகள் அப்படி யில்லை. மழையைப் பொருட்படுத்தாமல் நடந்து போகிறது ஒரு பூனை. இரவிலும் மழை நிற்பதில்லை. உறக்கத்திலும்

மழையின் சப்தம் கேட்கிறது. கால்விரல்கள் கூடக் குளிர்கின்றன. மழைக்குப் பின்பு வரும் வெயிலின் அழகிற்கு இணையே இல்லை. எவ்வளவு பிரகாசம்..! மழை வானத்தைக் கழுவித் துடைத்து வைத்துவிட்டதைப் போன்ற தூய வெளிச்சம். வீதியில் தேங்கி யிருந்த தண்ணீரில் வெயில் மிதக்கிறது. வெயிலின் இதமான வெம்மையை ரசிக்கிறார்கள்.

ஒரு எருமை மாடு வெயிலில் குளிக்கிறது. ஒரு கிழவி வெ யிலைக் கையில் ஏந்தி முகத்தில் ஒற்றிக் கொள்கிறாள். ஒரு நத்தை வெயிலைப் பார்த்து தன் கொம்புகளை நீட்டுகிறது. நாய் சோம்பல் முறிக்கிறது.

சேறும் சகதியுமான சாலையில், செருப்பு ஈரமாகிவிடாமல் நடந்து போக முனைகிறார்கள் மாணவிகள். ஒரு சைக்கிள்காரன் வேண்டுமென்றே தேங்கிக் கிடக்கும் தண்ணீரில் சைக்கிள் விடுகிறான். மரம் தேக்கி வைத்திருந்த மழைத்துளியை மெல்லச் சிதறடிக்கிறது. மீண்டும் மழை வந்துவிட்டதோ என கோழிகள் திகைத்து ஓடுகின்றன.

வானின் நீலம் அழகாக இருக்கிறது. உலகைத் தன் பெரும் கரத்தால் சுத்தம் செய்துவிட்டுப் போய்விடுகிற மழை. சோம்பலுடன் சலிப்புடன் பள்ளிக்குக் கிளம்புகிறேன். நனைந்த போஸ்டர்கள். நனைந்த வீடுகள். நனைந்த பேச்சு. மழை எதையும் விட்டுவைப்பதில்லை.

•••

மாறிய வீடுகள்

நாங்கள் வருஷத்திற்கு ஒருமுறை வீடு மாறிக் கொண்டேயிருந்தோம். ஒரு வீட்டிலிருந்து இன்னொரு வீட்டிற்கு மாறிப்போவது பற்றி, பெரியவர்கள் அதிகம் யோசிப்பதேயில்லை. ஆனால், எனக்கு அது பெரிய பிரச்சினையாக இருந்தது. காலி செய்துபோகும் ஒவ்வொரு வீட்டிலும் 'இது எனது வீடு' என்று சுவரில் பென்சிலால் எழுதிவிடுவேன்.

ஒருமுறை நாங்கள் லைன் வீட்டில் குடியிருந்தோம். எலி வளை போலிருந்த அதற்குள் பனிரெண்டு வீடுகள் இருந்தன. யார் வீட்டில் என்ன சமைத்தாலும் வாசனை வந்துவிடும். அங்கே மூன்று கழிப்பறைகள் இருந்தன. அதில் ஒன்று பயன்படுத்த முடியாதபடி உடைந்து போயிருந்தது. எல்லோரும் கிணற்றில் தண்ணீர் இறைத்துத்தான் குளிக்க வேண்டும். இதற்காக இரும்பு வாளி ஒன்று துருப்பிடித்த நிலையில் கிணற்றடியிலேயே கிடக்கும்.

வீடு மிகச்சிறியது என்பதால், எல்லோரும் வாசலில்தான் பாயை விரித்துப் படுத்துக் கொள்வார்கள். நானும் வானத்தில் தெரியும் நட்சத்திரங்களை எண்ணியபடியே பாயில் படுத்துக்கிடப்பேன்.

லைன் வீட்டின் நுழைவாயில் ஆர்ச் போலிருக்கும். அதை ஒட்டி சைக்கிள் நிறுத்தியிருப்பார்கள். லைன் வீட்டில் எப்போதும் யாராவது ஒருவர் வீட்டில் சண்டை நடந்து கொண்டேதானிருக்கும். பாத்திரங்களை வீசி எறிந்து சண்டையிடுவார்கள். சில சமயம் அடிவாங்கி அழுகிற சப்தம் கூடக் கேட்கும். யாரும் எதற்காகச் சண்டைபோடுகிறார்கள் எனக் கேட்டுக் கொள்வதேயில்லை.

லைன் வீடுகளுக்கென்றே ஒரு சுபாவமிருக்கிறது. பொறாமையும் வெறுப்பும் வம்பும் அதன் பொதுக்குணம். இரண்டு பெண்கள் எப்போதும் கிணற்றடியில் நின்று வம்பு பேசிக் கொண்டிருப்பார்கள். சில நேரம் அந்தப் பக்கம் போகும்போது, “உங்கம்மா ஒட்டுக் கேட்க அனுப்பி வச்சாளா..?” எனத் திட்டுவார்கள்.

அம்மா எதற்காக இவர்கள் பேசுவதை ஒட்டுக் கேட்க வேண்டும்.. எதைப் பற்றிப் பேசிக் கொண்டிருக்கிறார்கள்... ஒன்றுமே புரியாது. அந்த லைன் வீட்டில் இருப்பவர்களில் அப்பா ஒருவர்தான் அரசாங்க வேலையில் இருந்தவர். ஆகவே அவரை,

‘சார்… சார்…’ என மரியாதையாக அழைத்தார்கள். அப்பா கழிப்பறைக்குப் போகும்போது யாரோ இறைத்து வைத்த தண்ணீரை எடுத்துக்கொண்டுபோவார். ஒருவரும் கோபித்துக் கொள்ள மாட்டார்கள். லைன் வீட்டில் இருப்பவர்கள் எல்லோருக்கும் ஒரு விஷயத்தில் ஒற்றுமையிருந்தது; அது சிறுவர்களை அடிப்பதில். சிறுவர்களைச் சந்தேகப்பட்டுக் கொண்டேயிருந்தார்கள். ஆவேசத்துடன் ரௌத்திரத்துடன் அடித்தார்கள். சிறுவர்கள் தப்பு செய்யும்போது பயன்படுத்தப்படாத கழிப்பறையினுள் தள்ளிப் பூட்டிவிடுவது கொடூரமான தண்டனையாக இருந்தது. என்னையும் ஒருநாள் அம்மா இப்படி அடித்து இழுத்துப் போய்ப் பூட்டி வைத்தாள். நான் செய்த தவறு, கடைசி வீட்டில் வசிக்கும் குழந்தையின் பால்புட்டியை எடுத்து அதிலிருந்த பாலை சப்பிச் சப்பிக் குடித்தது. அந்த வீட்டுக்காரி அதைக் கண்டுபிடித்து ஆவேசமாகக் கூச்சலிட்டாள்.

“தடிமாடு மாதிரி இருந்துக்கிட்டு பச்சப்புள்ளே பாலை சப்பிக் குடிச்சிட்டான். இவன் வாயில புத்துவைக்க…” எனக் கத்திக் கொண்டிருந்தாள்.

“டேய் நந்து…” என அம்மா ஆங்காரத்துடன் கூப்பிட்டாள். நான் ஓடியிருக்க வேண்டும். ஆனால், ஓட மனதில்லாமல் கதவு மறைவில் ஒளிந்து கொண்டேன். அம்மா தேடிவந்து என்னை விளக்குமாற்றால் அடித்தாள். அவள் எத்தனை அடி அடிக்கிறாள் என, கடைசி வீட்டுக்காரி எண்ணிக் கொண்டே யிருப்பது போலத் தோன்றியது. ஒருவரும் தடுக்கவில்லை. கை ஓயும்வரை அடித்ததோடு என்னை இழுத்துக் கொண்டு போய், பழைய கழிப்பறையினுள் தள்ளி தகரக்கதவை மூடி குச்சியைச் சொருகி வைத்துவிட்டுப் போய்விட்டாள். நான் தகரக்கதவைத் தட்டி, “இனிமேல் பாலைக் குடிக்க மாட்டேன்” என்று சத்தியம் செய்தேன். யாரும் அதைக் கேட்டுக் கொள்ளவேயில்லை.

கழிப்பறையின் சுவர் உயரமாக இருந்தது. கறுப்பாகக் கறைபடிந்து உடைந்துபோன கக்கூஸை வெறித்துப் பார்த்தபடியே இருந்தேன். மூலையில் ஒரு சிலந்தி வலையில் தொங்கிக் கொண்டிருந்தது. எப்போது என்னை வெளியே திறந்துவிடுவார்கள்… எவ்வளவு நேரம் அதற்குள் அடைபட்டு கிடக்க வேண்டும்… ஒன்றுமே புரியவில்லை. ஆபீஸ் விட்டு வந்தால் அப்பாவும் அடிப்பார். அதுவரை உள்ளேதான் இருக்க வேண்டுமா..?

சுவரில் முகத்தை வைத்தபடியே ஒடுங்கி நின்று கொண்டிருந்தேன். அடுத்த கழிப்பறைக்கு யாரோ ஒரு பெண் செல்வது கேட்டது. வேண்டும் என்றே பூரான் பூரான் எனக்

கத்தினேன். நிச்சயம் யாராவது திறந்துவிட்டு விடுவார்கள் என நினைத்தேன். ஆனால்,ஒருவர்கூடக் கதவைத் திறக்க வரவில்லை. அப்போது ஒரு பூனை கழிப்பறைச் சுவர் மீது வந்து நின்று என்னை முறைத்துப் பார்த்தபடி இருந்தது. அது ஒரு கறுப்புப் பூனை. அதன் கண்கள் மஞ்சள் படிந்தது போலிருந்தது.

அந்தப் பூனையின் பார்வை பயமுறுத்தியது. அது திருட்டுப் பூனை. எங்கள் வீட்டிற்குள் வந்து நிறைய நாட்கள் பாலைத் தட்டிவிட்டுப் போயிருக்கிறது. தன்னைப் போலவே நானும் நடந்து கொண்டிருக்கிறேன் எனப் பார்க்க வந்திருக்கிறதா..? அதை ஏறிட்டுப் பார் க்காமல் தலைகுனிந்து கொண்டேன். அந்தப் பூனை கனத்த குரலில் மியாவ் என்றது. அந்தச் சப்தம் எரிச்சல் ஊட்டியது. "போறயா... உன் வாலை ஒடிச்சிவிடவா..?" என்று கேட்டேன்.

பூனை என் பதிலைச் சட்டை செய்யாமல் வாலை ஆட்டியபடியே என்னை முறைத்துக் கொண்டிருந்தது. கையை வீசி அதைத் துரத்தினேன். பூனை என்மீது பாயப்போவது போலப் பாய்ச்சல் காட்டியது. தடுமாறி விழுந்தேன். கழிப்பறை கிண்ணத்தில் முழங்கால் இடித்துக்கொண்டு ரத்தம்வர ஆரம்பித்தது. அந்தப் பூனை அப்போதும் போகவில்லை. அதே சுவரில் நின்றபடியே என்னைப் பார்த்துக் கொண்டிருந்தது.

பூனையை அடிப்பதற்கு குச்சியோ கல்லோ எதுவும் கிடைக்கவில்லை. ஒருவேளை அது பாய்ந்து என்னைக் கடித்துவிட்டால் என்ன ஆகும்? நான் அதன் பார்வையில் இருந்து மறைந்து கொள்வது போல ஒடுங்கி உட்கார்ந்துகொண்டேன். அந்தப் பூனை சுவரில் நடந்தபடியே அடுத்த கழிப்பறையை நோக்கிப் போனது.

இந்தப் பூனையைப் பழிவாங்க வேண்டும். சங்கரிடம் யோசனை கேட்டால் நிச்சயம் சொல்லுவான். வெயில் ஏற ஏற கழிப்பறைக்குள் நிற்கமுடியவில்லை. "யம்மா... யம்மா... " எனக்கத்தினேன். கிணற்றடிக்கு வந்த யாரோ சிரிக்கும் சப்தம் கேட்டது.

எவ்வளவு நேரம் இதற்குள் இப்படியே கிடப்பது..? திடீரென ஏதாவது விளையாடலாம் என்று தோன்றியது. என்ன விளையாடுவது..? கைவிரல்கள் ஒவ்வொன்றுக்கும் ஒரு பெயர் வைத்து விளையாட வேண்டியது என ஒடுங்கி உட்கார்ந்து கொண்டேன். எந்த விரலுக்கு என்ன பெயர் வைப்பது என யோசிக்க ஆரம்பித்தேன். ஒரு விரலைக் கொண்டு மற்றொரு

விரலைத் தொடுவதன் மூலம் நானாக ஒரு விளையாட்டினை உருவாக்கினேன். ஆனால்,நான் நினைத்தது போல விளையாட்டு சுவாரஸ்யமாக இல்லை; சலிப்பூட்டுவதாக இருந்தது.

திரும்பவும் கத்தத் துவங்கினேன். கதவை ஒரு ஆள் திறக்க முயலுவது கேட்டது. கதவைப் பிடித்து இழுத்துத் திறந்தேன். வெளியே ஒரு கிழவி நின்றிருந்தாள். அவள் இரண்டாவது வீட்டில் வசிப்பவள். அவள், "யாரு உன்னை உள்ளே அடைச்சி வச்சது..?" எனக் கேட்டாள். கிழவிக்கு நான் பதில் சொல்லவில்லை. அவளைத் தள்ளிக் கொண்டு லைன் வீட்டை விட்டு வெளியேறி ஓட ஆரம்பித்தேன்.

இனிமேல் வீட்டிற்கே வரக்கூடாது என நினைத்துக் கொண்டேன். இரவு வரை நகருக்குள் சுற்றியலைந்தேன். 'வீட்டில் என்னைத் தேடுவார்கள். நன்றாகத் தேடட்டும்' என நினைத்துக் கொண்டேன். வயிறு பசிக்கத் துவங்கியது. கையில் காசில்லை. எங்கே போவது என்றும் தெரியவில்லை. வீட்டிற்கே போய்விட வேண்டியதுதான் எனத் திரும்பி வந்தபோது லைன் வீட்டினுள் விளக்குகள் அணைக்கப்பட்டிருந்தன. பாயை விரித்து எல்லோரும் படுத்துக் கிடந்தார்கள். நானும் போய் அம்மாவை ஒட்டி பாயில் படுத்துக் கொண்டேன்.

அவள் திரும்பிப் பார்க்காமலே என்னிடம் கேட்டாள்:

"சாப்பிட்டயா..? "

பதில் சொல்லாமல் இருந்தேன்.

"ரெண்டு தோசை சுட்டு தட்டுல வச்சிருக்கேன். போயி சாப்பிட்டுட்டுப் படு" என்றாள்.

வீட்டிற்குள் போய் வேகவேகமாகத் தோசையைச் சாப்பிட்டேன்; விக்கிக் கொண்டு வந்தது. பானையிலிருந்து தண்ணீரை டம்ளரில் எடுத்துக் குடித்தபோது, அந்தப் பூனை ஜன்னலில் நின்றிருந்தது. ஆத்திரத்துடன் அதன் மீது காலி டம்ளரை வீசினேன். பூனை தாவி ஓடியது. டம்ளர் வெளிய விழும் சப்தம் கேட்டு அம்மா, "என்னடா சத்தம்..?" என்றாள்.

ஒன்றும் நடக்காததுபோல நான் பவ்யமாக நடந்து வந்து பாயில் படுத்துக் கொண்டேன். எனக்கு அந்த லைன் வீட்டையும் அதில் வசிப்பவர்களையும் பிடிக்கவேயில்லை.

லைன் வீட்டில் வசித்த நாட்களில்தான் பெரிய அண்ணன் காணாமல் போனான். பள்ளிக்கூடத்திலிருந்து அவன் திரும்பி வரவேயில்லை. எங்கே போயிருப்பான் எனத் தேடுவதற்காக

என்னைத்தான் அனுப்பினார்கள். நான் மூடிக்கிடந்த பள்ளிக்கூடத்து வாசலில் வாட்ச்மேனிடம் கேட்டேன். அவன், "உள்ளே யாரும் இல்லை" எனத் துரத்திவிட்டான்.

அக்காவும் அம்மாவும் அழுது கொண்டிருந்தார்கள். அப்பா சைக்கிளில் தேடிப் போயிருந்தார். என் தங்கை இந்தக் களேபரத்திற்கு நடுவில் தனியே உட்கார்ந்து பன்ரொட்டி தின்று கொண்டிருந்தாள். அவளை அப்படியே செவிட்டில் அறைய வேண்டும் போலிருந்தது.

அண்ணன் எங்கே போனான் எனக் கண்டுபிடிக்க முடியவே யில்லை. பள்ளியில் அவனோடு படிக்கும் முத்துராஜிடம் விசாரிக்க நானும் அப்பாவும் போயிருந்தோம்.

எம்.ஜி.ஆரைப் பார்கக அண்ணன் மெட்ராஸ் போய்விட்டதாகச் சொன்னான் முத்துராஜ்.

அப்பாவால் அதை நம்பமுடியவில்லை.

"ஏது காசு?" எனக் கேட்டார்.

"அவன் நிறைய ரூபா வச்சிருந்தான்" என முத்துராஜ் உறுதியாகச் சொன்னான். சாமி உண்டியலை உடைத்துக் காசை எடுத்துக்கொண்டு ஓடிப்போய்விட்டான் என்று அப்பாவிற்கு உடனே புரிந்துவிட்டது.

அவர் வீட்டிற்கு வந்து அம்மாவைத் திட்டினார். அம்மா பதிலுக்கு அப்பாவைக் கோபித்துக் கொண்டாள். 'இனிமேல் அண்ணன் வரவே மாட்டானா..?' அக்காவிடம் இதைப் பற்றிக் கேட்டபோது,

"பாவம்டா தினகர்" என்றாள்.

"தினகர் ஒண்ணும் பாவமில்லை. அவன் சாமி உண்டியலை உடைச்சிருக்கான். சாமி அவனைத் தண்டிக்கும்" என்றேன்.

"நீ பெரிய யோக்கியமாக்கும்?" என்றாள் அக்கா.

ஒரு வாரத்திற்குப் பிறகு அப்பாவின் அலுவலகத்திற்கு ஒருவர் போன் செய்து தினகர் தன்னிடம் இருப்பதாகவும் கடலூருக்கு வரும்படியும் அழைத்தார். கடலூருக்கு எதற்காகப் போனான் என அப்பாவிற்குப் புரியவில்லை. அன்றிரவே கிளம்பி கடலூருக்குப் போனார்.

தினகர் திரும்பி வந்தபோது பூப்போட்ட சட்டை போட்டிருந்தான். புதுச்சட்டையது. ஃபுட்பால் ஒன்றும் வாங்கிக்கொண்டு வந்திருந்தான். "யாரு அதெல்லாம் வாங்கிக்

கொடுத்தது?" எனக் கேட்டேன்.

"காசிம் அப்பா" என்றான்.

யாரு காசிம் அப்பா எனப் புரியவில்லை. வீட்டை விட்டு ஓடிப்போய் மெட்ராஸில் அலைந்த அவனை, போலீஸ்காரனான காசிம் கண்டுபிடித்து, கடலூரிலிருந்த தன் வீட்டிற்குக் கூட்டிப் போயிருக்கிறார். அவருக்குத் திருமணமாகி இருபது ஆண்டுகள் கடந்தும் பிள்ளைகள் இல்லை.

ஆகவே, தினகரைத் தன் பிள்ளை போலவே வைத்துக் கொள்ள நினைத்திருக்கிறார். தினகரும் தன் அப்பா அம்மாவைப் பற்றி ஒன்றுமே சொல்லவில்லை. சில நாட்களுக்குப் பிறகு ஒரு இரவு காசிம் அப்பாவிடம் உண்மையைச் சொல்லிவிட்டான். அதன்பிறகே அப்பாவிற்கு அவர் போன் செய்து விஷயத்தைச் சொல்லியிருக்கிறார்.

காசிம் அப்பா வீட்டில் சாப்பிட்ட பிரியாணி மற்றும் மீன்குழம்பு பற்றி, தினகர் பெருமையடித்துக் கொண்டேயிருந்தான். வீட்டை விட்டு ஓடியதற்காக அப்பா தினகரை அடிக்கவேயில்லை.

ஒருவேளை கடலூரிலே வைத்து அடித்திருப்பாரோ என்னவோ..? தினகர் தனது புதுப்பந்தை யாருக்கும் விளையாடத் தராமல் வைத்துக் கொண்டான்.

ஒரு மாதம் கடந்த பிறகு ஒரு நாள் காசிம் அப்பா தினகரைப் பார்ப்பதற்காக வந்திருந்தார். நிறையத் தின்பண்டங்கள், பழங்கள் வாங்கிக்கொண்டு வந்திருந்தார்.

தினகருக்கு அவர் பால்கோவாவை ஊட்டிவிடுவதை நான் வெறித்துப் பார்த்துக் கொண்டிருந்தேன். பின்பு, அவர்கள் இருவர் மட்டும் தனியே சினிமாவிற்குக் கிளம்பிப் போனார்கள்.

இரவு அவர்கள் மட்டும் பரோட்டா சாப்பிட்டுவிட்டு வந்தார்கள். அதன்பிறகு மாதம் ஒருமுறையோ இருமுறையோ காசிம் அப்பா தினகரைப் பார்க்க வருவார். அவனுக்கு மட்டும் இரண்டு அப்பாக்கள் கிடைத்திருக்கிறார்களே எனப் பொறாமையாக இருக்கும்.

காசிம் அப்பாவை இதனாலேயே எனக்குப் பிடிக்கவில்லை. சிலவேளைகளில் அவர் ஊருக்குக் கிளம்பும்போது எனக்குச் சில்லறைகள் தருவார். அதை நான் வாங்கிக் கொள்ளவே மாட்டேன்.

காசிம் அப்பா கிளம்பும்போது தினகர் அழுவதுபோலப் பொய்யாக நடிப்பான்.

நானும் அவனைப் போல வீட்டை விட்டு ஓடிப்போக வேண்டும் என முடிவு செய்து கொண்டேன். ஆனால், ரொம்ப தூரத்துக்கு ஓடிப்போய்விட வேண்டும். இப்படி ஒரு காசிம் அப்பா எனக்கும் கிடைப்பார்தானே..!

எப்போது ஓடுவது, எங்கே ஓடுவது எனத் தெரியவில்லை. ஆனால், ஒருநாள் தினகர் சேர்த்து வைத்திருந்த காசை எடுத்துக் கொண்டு பாசஞ்சர் ரயில் ஏறி நான் ஓடிப்போனேன்.

அந்த ரயில் எங்கே போகிறது என்று தெரியவில்லை. ரயில் ஜன்னலில் சாய்ந்தபடியே ஓடும் மரங்களையும் தூரத்து ஆடுகளையும் பார்த்துக் கொண்டேயிருந்தேன். வானின் நிறம் மாறிக் கொண்டேயிருந்தது.

ஒரு ஸ்டேஷனில் பாசஞ்சர் வந்து நின்றபோது நான் இறங்கிக் கொண்டேன். அந்த ஸ்டேஷன் பெயர் பாம்புக் கோயில். சின்னஞ் சிறிய ரயில் நிலையம். அதை விட்டு வெளியேவந்தபோது, ஒரேயொரு குதிரைவண்டி நின்றிருந்தது. நான் அந்தக் குதிரையைப் பார்த்தபடியே நின்றிருந்தேன். அது வேண்டா வெறுப்புடன் காய்ந்துபோன புல்லைத் தின்று கொண்டிருந்தது.

குதிரை வண்டிக்காரக் கிழவன், "எங்கே போகிறாய்?" எனக் கேட்டார்.

"எம்.ஜி.ஆர். வீட்டுக்கு" என்றேன்.

"எம்.ஜி.ஆர். வீடு இங்கேயா இருக்கு?" எனக் கேலியாகக் கேட்டார்.

"இதுதானே மெட்ராஸ்..?" எனப் பொய்யாகக் கேட்டேன்.

"வீட்டைவிட்டு ஓடிவந்துட்டயா..?" எனக் கேட்டார் குதிரை வண்டிக்காரன்.

'இல்லை' எனத் தலையசைத்தேன்.

அவர் என் கையைப் பிடித்துக் கொண்டு, "எந்த ஊரு?" எனக் கேட்டார்.

உண்மையான ஊரைச் சொல்லக்கூடாது என்பதற்காக, "திருவாடனை" என்று மாமாவின் ஊர்ப் பெயரைச் சொன்னேன்.

"சாப்பிட்டயா?" எனக் கேட்டார்.

'இல்லை' எனத் தலையசைத்தேன்.

"இப்படி வந்து உட்காரு" எனச் சொல்லி மரத்தடியைக் காட்டினார்.

அவர் என்னைப் பிடித்துக் கொள்ளப்போகிறாரோ எனப் பயமாக வந்தது. தப்பியோட வேண்டும் போலிருந்தது. குதிரை வண்டிக்காரக் கிழவன் என் கைகளை விட்டதும் புழுதிபடிந்த சாலையை நோக்கி ஓட ஆரம்பித்தேன். அவர் என்னைத் துரத்தி வருவது போலவே தோன்றியது. ஆனால், ஓடிக் களைத்து நின்று திரும்பியபோது ஆள் யாரையும் காணோம். எங்கே போவது... என்ன செய்வது எனத் தெரியவில்லை.

பயமாகவும் அழுகையாகவும் வந்தது. சாலையின் ஓரமே உட்கார்ந்து அழத் துவங்கினேன். துணி வியாபாரி ஒருவர் சைக்கிளை நிறுத்தி என்னிடம் விசாரித்தார். வீட்டை விட்டு ஓடிவந்துவிட்டேன் என அழுது கொண்டே சொன்னேன்.

"நான் உன்னைக் கூட்டிக்கிட்டு போய்விடுறேன், அழாதே" என்றார்.

சொன்னபடியே மறுநாள் என்னை வீட்டிற்குக் கொண்டு போய்விட்டார். ஆனால், காசிம் அப்பாவைப் போல ஒன்றுமே வாங்கித் தரவில்லை. தினகர் என்னைக் கேலி செய்தான். அம்மாவும் அப்பாவும் திட்டினார்கள்.

"இனிமேல் இப்படி யாராவது ஓடிப்போனால், நான் கிணற்றில் விழுந்து செத்துப் போய்விடுவேன்" என்றாள் அம்மா.

அந்தப் பயமுறுத்தல் வேலை செய்தது. பின் ஒருபோதும் வீட்டை விட்டு ஓட வேண்டும் என்ற எண்ணம் உருவாகவே யில்லை.

• • •

இரவுக்காட்சி

செருப்புக் கடையில் வேலை செய்யும் ஹசன் அவன் தம்பி சிக்கந்தர் இருவரும் என்னுடைய பள்ளியில்தான் படித்தார்கள். இருவர் படிப்பையும் நிறுத்திவிட்டு, செருப்புக் கடைக்கு வேலைக்கு அனுப்பிவிட்டார் அவர்களின் வாப்பா.

ஹசன் நியூலுக் செருப்புக் கடையில் வேலையில் இருந்தான். மதிய நேரங்களில் கடை வெறிச்சோடிக் கிடக்கும். அப்போது அவனைத் தேடிச் செல்வேன்.

ஹசன் சொன்னான்: "ஒருநாளைக்கு எத்தனை பேரோட காலைப் பாக்குறேன் தெரியுமா..? விதவிதமான கால்கள். ஒருத்தரும் பாதத்தைச் சுத்தமா வச்சிக்கிடுறதேயில்லை. ஒரே அழுக்கு. கால்ல இருக்கிற நகத்தை வெட்டிக்கிடுறதில்லை. விரலைத் தேய்ச்சி சுத்தம் பண்ணுறதில்லை. கால்ல போடுற செருப்பா இருந்தாலும் கழுவித் துடைச்சி வைக்கணும். அது ஒருத்தருக்கும் தெரியலை."

அந்தக் கடையில் விதவிதமான செருப்புகள் கண்ணாடிப் பெட்டிக்குள் அடுக்கி வைக்கப்பட்டிருந்தன.

பெண்கள் ஏன் கலர் கலரான செருப்பு அணிகிறார்கள் என்று கேட்டேன்.

"பொம்பளைங்ககிட்ட லேசில செருப்பு விக்கவே முடியாது. கஞ்சப் பிசுநாறிங்க. ஐம்பது பவுன் நகை போட்டுக்கிட்டு வருவாளுக. ஆனா செருப்பு மட்டும் பத்து ரூபாய்க்கு வேணும்னு கேட்பாங்க."

"பொம்பளைகளுக்குக் குட்டியான பாதம் இருக்குல்லே" என்றேன்.

"காலைப் பாத்தா ஒருத்தியையும் எவனும் கட்டிக்கிட மாட்டான்" என ஹசன் சலித்துக் கொண்டான்.

அவன் கடையில் வண்ணக் குடைகளும் விற்றார்கள். அதிலும் பள்ளி மாணவிகள் விதவிதமான வண்ணங்களில் குடைகள் வாங்கிச் செல்வார்கள். ஆண்கள் ஏன் குடை பிடிப்பதில் கூட வண்ணத்தை ஏற்றுக் கொள்வதில்லை? கறுப்புக் குடை பிடித்த ஆண்களைக் கண்டாலே எரிச்சலாக இருக்கிறது.

ஹசன் சொன்னான்: "இதுவரைக்கும் ஒரு பொம்பளைகூடக் குடையை மறந்து வச்சிட்டுப் போனதா சரித்திரமேயில்லை. ஆனா ஆம்பளைங்க வாரம் ரெண்டு பேர் குடைய மறந்துட்டுப் போயிடுறாங்க. பொம்பளைங்களுக்கு ஞாபக சக்தி ஜாஸ்தி, ஏன் தெரியுமா?"

"ஏன்?"

"எல்லாம் ஜின்னோட வேலை. ஜின்னைப் பற்றிப் பேசக்கூடாது, அது நம்மைப் பிடிச்சிக்கிடும்."

"பூதமா?" எனக் கேட்டேன்.

"ஜின்னுன்னா ஜின்னுதான். அதுக்கு மேல கேட்காதே" என்றான்.

"உனக்கு எவ்வளவு சம்பளம்?" என்று கேட்டேன்.

"நூறு ரூபா சம்பளம். தினம் ரெண்டு ரூபா படி" என்றான்.

"இனிமே படிக்கவே மாட்டியா?" எனக் கேட்டேன்.

"ஐந்து வருஷம் இந்தக் கடையில் இருந்துட்டு அப்புறம் நானே தனிக் கடை போட்டுக்கிடுவேன்" என்றான்.

ஹசன் எப்போதும் இரவுக்காட்சிக்குத்தான் சினிமாவிற்குப் போவான். சிலமுறை என்னையும் அழைத்துக் கொண்டு போ யிருக்கிறான். படம் விட்டு இருவரும் வந்து செருப்புக் கடை யிலேயே படுத்துக் கொள்வோம். விரிக்க எதுவும் இருக்காது. நியூஸ் பேப்பரை விரித்துப் படுத்துக் கொள்ள வேண்டும்.

இரவுக்காட்சி பத்தரை மணிக்குத்தான் துவங்கும். நகரிலுள்ள ஹோட்டலில் வேலை செய்யும் பையன்கள் எல்லோரும் இரவுக்காட்சிக்குத் தவறாமல் வந்துவிடுவார்கள். அப்போதுதான் குளித்து முடித்துத் திருநீறு பூசிய நெற்றியோடு அவர்கள் சினிமா பார்க்க வந்திருப்பது வேடிக்கையாக இருக்கும். சிலைடு போட ஆரம்பிக்கும்போதே அவர்கள் விசில் அடிக்கத் துவங்கிவிடுவார்கள். ரிக்ஷாக்காரர்கள், பிச்சைக்காரர்கள், கடைப் பையன்கள் என இரவுக்காட்சி பார்ப்பவர்கள் வேறு உலகைச் சார்ந்தவர்கள்.

ஒருநாள் படம்விட்டுத் திரும்பி வரும்போது, புதுப்பட போஸ்டர் ஒன்றை ஒட்டிக் கொண்டிருந்தார்கள். ஹசன் கடையைத் திறந்து எதையோ தேடி எடுத்தான். பிறகு யாராவது தன்னைப் பார்க்கிறார்களா எனச் சுற்றிலும் பார்த்தான். பிறகு விடுவிடுவென போஸ்டரை நோக்கிச் சென்று படத்தின் இயக்குனர் பெயரை அடித்துவிட்டு, தன் பெயரை அதில் கரியால் எழுதிவிட்டு வந்தான்.

எஸ்.ராமகிருஷ்ணன்

அதைக் கண்டு நான் சிரித்தேன்.

ஹசன் சொன்னான்:

"நாளைக்குப் போஸ்டரைப் பாக்குற எல்லாரும் ஹசன்தான் டைரக்டர்னு சொல்வாங்க பாரு."

அதைக் கேட்கும்போது எனக்கும் அந்த போஸ்டரில் பெயர் எழுத வேண்டும் போலிருந்தது. ஆனால், தைரியம் வராத காரணத்தால் வெறுமனே படுத்துக் கொண்டேன்.

காலையில் எழுந்தபோது அந்த போஸ்டரை ஒரு மாடு தின்று கொண்டிருந்தது. அதற்கு யார் இயக்குனர் என்பதைப் பற்றி கவலையே கிடையாது.

• • •

உண்ட வீடு

“**வே**லு சித்தப்பா புது வீடு கட்டியிருக்கிறார். அவர் வீட்டிற்குச் சாப்பிடப் போகிறோம். பேருக்காகத்தான் நாம் சாப்பிட வேண்டும். ஆசையாக கேட்டு எதையும் வாங்கிச் சாப்பிடக்கூடாது. ரெண்டு நிமிசத்திற்குள் சாப்பிட்டு எழுந்துவிட வேண்டும். யாரும் பாயசம் வாங்கிக் குடிக்கக் கூடாது. இலையில் வைத்த அப்பளத்தைக் கூடத் திங்கக் கூடாது. யாராவது இதை மீறிச் சாப்பிட்டுவிட்டால் வீட்டுக்கு வந்து சூடு போட்டுவிடுவேன்” என்று அம்மா உறுதியான குரலில் சொன்னாள்.

அதே விஷயத்தை அப்பாவும் உறுதியான குரலில் சொன்னார். சொன்னதுடன் தினகர் அண்ணன் மற்றும் சாந்தியக்கா இருவரும் வீட்டில்தானிருக்க வேண்டும். மற்றவர்கள் கூடவந்தால் போதும் என்றார்.

அப்பாவிடம் அவர்கள் வீட்டில் டொரினோ கொடுத்தால் குடிக்கலாமா என்று கேட்கத் தோன்றியது. ஒருவேளை இதற்கும் திட்டுவார் என்பதால் கேட்கவில்லை.

வேலு சித்தப்பா புதுவீடு கட்டியிருப்பது அப்பாவிற்குப் பிடிக்கவில்லை. ஆனால், அவர்கள் உறவை விலக்கிக் கொள்ள முடியாது. அப்பாவிற்கு அடிக்கடி கடன் கொடுப்பது வேலு சித்தப்பாதான். அவரால் எப்படி இவ்வளவு சம்பாதிக்க முடிகிறது எனத் தெரியவில்லை.

அப்பா வேலு சித்தப்பாவைப் பற்றி மோசமாகப் பேசிக் கொண்டேயிருப்பார். ஆனால், எப்போதாவது வேலு சித்தப்பா வீட்டிற்கு வந்தால் பாசம் பொங்கி வழிவது போல நடிப்பார். பெரியவர்களின் மனஇயல்பை என்னால் புரிந்துகொள்ளவே முடியவில்லை.

வேலு சித்தப்பா வீடு பாரதி நகரில் கட்டப்பட்டிருந்தது. “ரிக்சா பிடித்துப் போய்விடலாம்” என்று அம்மா சொன்னாள்.

“வேண்டாம், டவுன் பஸ் பிடித்துப் போகலாம்” என்றார் அப்பா.

நாங்கள் டவுன் பஸ் பிடிப்பதற்காக, பேருந்து நிறுத்தம் ஒன்றில்

நின்று கொண்டிருந்தபோது சோன்பப்டி வண்டிக்காரன் போய்க் கொண்டிருந்தான். சோன்பப்டி வைத்திருக்கும் கண்ணாடிக் குடுவை மிக அழகானது.

அதுபோன்ற குடுவை அவனைத் தவிர யாரிடமும் கிடையாது. சோன்பப்டி விற்பவனின் குரல் அலாதியானது. இழுத்து ராகம் போட்டுக் கூவி விற்பான்.

சோன்பப்டியை யார் கண்டுபிடித்தார்களோ தெரியாது. ஆனால்,எவ்வளவு தின்றாலும் ஆசை அடங்குவதில்லை. ஐம்பது பைசாவிற்குச் சிறிய பொட்டலம்தான் தருவான். நாக்கில் இட்டவுடன் கரைந்து போய்விடும். ஒரு நாள் சோன்பப்டி மழையாகப் பொழிந்தால் நன்றாக இருக்குமே... ஏன், வானத்தில் யாருக்கும் சோன்பப்டி பிடிக்காதா..?

அவன் எங்களைப் பார்த்தவுடன் மணியை ஆட்டியபடியே, “சோன்பப்டி” என்று குரலிட்டான்.

அப்பாவை ஆதங்கத்துடன் ஏறிட்டுப் பார்த்தேன்.

“அதெல்லாம் வாங்கக் கூடாது” என்று கண்டிப்பான குரலில் சொன்னார்.

சோன்பப்டி வண்டி ரோட்டில் நின்றுகொண்டேயிருந்தது. ஒரு சிறுமி பெரிய பொட்டலம் ஒன்று வாங்கினாள். அதைப் பார்த்துக் கொண்டிருந்த தங்கைக்கு எச்சில் ஊறியது. அவள் தன்னை அறியாமல் சப்புக் கொட்டினாள்.

சிறுமி கையிலிருந்த சோன்பப்டியைப் பறித்துத் தின்பதுபோல பாவனை செய்தேன். அதேபோல தங்கையும் செய்தாள். அந்தச் சிறுமி அதைக் கவனித்திருக்க வேண்டும். முகத்தைச் சுழித்தபடியே திரும்பிக் கொண்டாள்.

“தின்னிப் பண்டாரம்” எனத் திட்டினேன்.

தங்கை என்னோடு சேர்ந்துகொண்டு, “தின்னிப் பண்டாரம்” எனத் திட்டினார்கள். அப்பா பெட்டிக்கடைக்குப் போய் சிகரெட் வாங்கிக் கொண்டு வந்து பற்றவைத்து இழுத்துக் கொண்டிருந்தார்.

‘இவர் மட்டும் சிகரெட் பிடிக்கலாம். நாம சோன்பப்டி வாங்கக் கூடாதா?’ என ஆத்திரமாக வந்தது. அப்பா புகையை ஊதிவிட்டபடியே வெயிலைப் பார்த்தபடி நின்றிருந்தார்.

டவுன் பஸ்ஸில் பயங்கரக் கூட்டம். உள்ளே ஏறவே முடியவில்லை. படியில் ஆட்கள் தொங்கிக் கொண்டு வந்தார்கள். பஸ் நிறுத்தத்தை விட்டு தள்ளிப் போய் நின்றது. ஓடிப்போய் ஏற

முயல்வதற்குள் பஸ் கிளம்பிவிட்டது. அப்பாவைக் கோபித்துக் கொண்டாள் அம்மா.

அதன் வெளிப்பாடுபோல வீட்டிற்குத் திரும்பிப் போகப் போவதாக, தங்கையை இழுத்துக்கொண்டு நடக்க ஆரம்பித்தாள்.

"பத்மா, தேவையில்லாமல் முரண்டு பிடிக்காதே" என அப்பா கத்த ஆரம்பித்தார். ரோட்டிலே இருவரும் சண்டை போட்டுக் கொண்டிருந்தார்கள்.

சோன்பப்டி வண்டிக்காரன் தேவாலயத்தை ஒட்டிய சந்திற்குள் போய்க் கொண்டிருந்தான். அம்மா கோபத்தில் தபால்நிலையத்தை ஒட்டிய வேம்படியில் போய் உட்கார்ந்து கொண்டாள்.

அப்பா சமாதானப்படுத்தும் விதமாக ரிக்சாவில் போகலாம் என்று சொன்னார்.

இதை முதலில் செய்திருக்கலாம் தானே..?

ரிக்சாவில் ஏறி பாரதி நகருக்குப் போனபோது, வேலு சித்தப்பா வீட்டின் முன்பு நிறைய கார்கள் வந்து நின்றிருந்தன. ஒரு காரில் இருந்து இறங்கிக் கொண்டிருந்த கிழவர் அப்பாவைப் பார்த்து, "உன் புள்ளைகளா..?" எனக் கேட்டார்.

"ஆமாம்" எனத் தலையாட்டினார் அப்பா.

வேலு சித்தப்பா கழுத்தில் பெரிய தங்கச்சங்கிலி அணிந்திருந்தார். பட்டுவேஷ்டி சட்டை. சித்தியும் நிறைய நகை அணிந்திருந்தாள். தங்கை என் காதருகே கிசுகிசுத்தாள்.

"வள்ளி கூட ரெட்டைவடம் சங்கிலி போட்டிருக்கிறாள்."

வள்ளிக்கு என் தங்கையின் வயதுதான் ஆகியிருந்தது. அவள் ஊதா நிறப் பட்டுப்பாவாடை அணிந்து தலையில் நிறைய பூ வைத்திருந்தாள். என் தங்கையின் பொறாமை கலந்த கண்கள் அவளை வெறித்தபடியே இருந்தன.

சித்தப்பாவின் கைகளைப் பிடித்தபடியே அப்பா பேசிக் கொண்டிருந்தார். சித்தப்பாவின் தலையாட்டுதல்கள் அவர் அப்பா சொல்வதை நம்புவது போலவே இருந்தது.

அப்பா சப்தமான குரலில் சொன்னார்: "சாப்பாடு மாடியில." நானும் அம்மாவும் தங்கையும் மாடி ஏறிப்போனோம். பெரிய வீடு. நிறைய அறைகள். அத்தனையிலும் டியூப் லைட், ஃபேன் போடப்பட்டிருந்தது.

இரண்டாவது மாடியில் சாமியானா போட்டு பந்தி நடந்து கொண்டிருந்தது.

அம்மா பந்தியில் உட்காரப் போவதற்கு முன்பாகத் திரும்பவும் சொன்னாள்.

“பேருக்குத்தான் சாப்பிடணும்.”

“அப்போ வீட்ல போயி மிச்சதைச் சாப்பிட்டுக்கிடலாமா?”எனக் கேட்டேன்.

“சோத்துமுண்டம், அலையாதடா. சொன்னதைச் செய்” என்று கடிந்து கொண்டாள்.

அப்பாவும் எங்களுடன் சாப்பிட உட்கார்ந்து கொண்டார். பெரிய இலை போட்டு கூட்டு, பொறியல் எனப் பதினாறு வகை வைத்தார்கள். பருப்பும் நெய்யும் போட்டுச் சாதத்தைப் பிசைந்து கொண்டிருப்பதை அப்பா முறைத்துப் பார்த்தபடியே இருந்தார்.

தங்கை, அப்பளத்தைக் கொறித்தபடியே அப்பாவை ஏக்கத்துடன் பார்த்துக் கொண்டிருந்தாள்.

அம்மா சோற்றை ஓரமாக ஒதுக்கிவிட்டு ஊறுகாயைத் தொட்டுக் கொண்டு ஒரு கவளம் சாப்பிட்டாள்.

பூசணி அல்வாவை கையில் எடுத்து வாயிலிட்டேன். தித்திப்பாக இருந்தது. அப்பா என்னை முறைத்துக் கொண்டேயிருந்தார். சாப்பிட ஆசையாக இருந்தது. ஆனால், அப்பாவின் கோபத்திற்குப் பயந்து இலையை மூடினேன். என்னைப் பார்த்து தங்கைகளும் மூடினார்கள். அம்மா யாரும் கேட்காமலே சொன்னாள்:

“வரும்போதுதான் பஸ் ஸ்டாண்ட்கிட்ட பலாப்பழம் வாங்கிக் குடுத்தேன். அதான் ஒண்ணும் சரியா சாப்பிட மாட்டேங்குது.”

‘பொய். பலாப்பழம் வாங்கித் தரவேயில்லை’ எனக் கத்த வேண்டும் போலிருந்தது. அம்மாவும் எழுந்து கொண்டாள். நாங்கள் கைகழுவிவிட்டுக் கீழே வந்தபோது, அப்பா ஒரு கவரில் நூறு ரூபாயைப் போட்டு மொய் எழுதப் போனார். எதற்காக இப்படி சாப்பிடுவதுபோல நடிக்கவேண்டும் எனத் தெரியவில்லை.

வெயிலோடு கிளம்பியபோது அப்பா சொன்னார்.

“பஸ் எப்போவாதுதான் வரும். நடந்து போயிருவோம்.”

அம்மா தங்கையைக் கையில் பிடித்து இழுத்துக் கொண்டு வேகுவேகுவென நடக்க ஆரம்பித்தாள். அப்பா யார் கூடவோ பேசிக் கொண்டிருந்தார். நான் அம்மாவின் பின்னாடியே ஓடினேன். அப்பா ஒரு ஆள் பைக்கில் பின்னால் உட்கார்ந்துகொண்டு எங்களைக் கடந்து போனார்.

அம்மாவின் முகம் கருத்துப் போனது. வெயிலுக்குள் எங்களை

இழுத்துக் கொண்டு நடந்தாள். தார் ரோடு இளகி மினுமினுத்துக் கொண்டிருந்தது. என்னால் அம்மாவின் வேகத்திற்கு நடக்க முடியவில்லை.

வெயிலின் உக்கிரம் கண்ணைக் கட்டியது. அம்மா வீடு வந்து சேரும்வரை ஒரு வார்த்தை பேசவில்லை.

தினகர் அண்ணன், "என்னென்ன சாப்பிட்டீங்க..?" என ஆசையாகக் கேட்டுக் கொண்டிருந்தான்.

தங்கை அவனுக்கு விளக்கிச் சொல்லிக் கொண்டிருந்தாள்.

அம்மா சேலையை மாற்றிக் கொள்ளாமல் அப்படியே அடுப்படியில் சுருண்டு படுத்துக் கொண்டாள். அவள் அழும் சப்தம் எனக்குக் கேட்டது. அந்த அழுகை என்னவோ செய்தது. மெல்ல பூனையைப்போல நானும் வீட்டை விட்டு வெளியேறி நடந்தேன்.

வயிறு பசித்தது. சினிமா போஸ்டர்களை வேடிக்கை பார்த்தபடியே பஜாருக்குள் நடந்தேன்.

ஒரு பெட்டிக்கடையில் ஆட்டுக்குப் போட்டிருந்த வாழைப்பழத்தின் தோல்களை எடுத்து அதிலிருந்து நார் போன்றதை உரித்துத் தின்றேன். ஆடு என்னை விநோதமாகப் பார்த்துக் கொண்டிருந்தது.

நான் ஆட்டின் காதைத் தடவிக் கொடுத்தபடியே சொன்னேன்:

"உனக்குப் பாதி எனக்குப் பாதி"

பெட்டிக்கடையில் இருந்த குண்டான பெண் என்னை முறைத்தபடியே, "போடா" என விரட்டிவிட்டாள்.

ஆடு தலையை ஆட்டுவதைப்போல நானும் ஆட்டினேன்.

"என்னடா கொழுப்பா..?" என அவள் கத்தினாள்.

ஆட்டுக்கு வைத்திருந்த வாழைப்பழத் தோல்களை அள்ளி டவுசர் பையில் திணித்தபடியே அங்கிருந்து நடக்க ஆரம்பித்தேன். அந்தப் பெண் மோசமான வசைகளில் என்னைத் திட்டிக் கொண்டிருப்பது கேட்டது.

ஒரு ஆட்டுக்குட்டியாகப் பிறந்திருந்தால் தின்பதற்கு நிறைய வாழைப்பழத் தோல்கள் கிடைக்கும்தானே..!

• • •

எஸ்.ராமகிருஷ்ணன்

தீமையுலகின் ஜாமீல்

கீழேகிடந்து எடுத்த காமிக்ஸ் புத்தகத்தின் இரண்டு பக்கங்களைப் படித்துவிட்டு, தீமையுலகின் ஜாமீலைப் பற்றியே பேசிக் கொண்டிருந்தோம்.

இதன் மீதக்கதை என்னவாக இருக்கும்..?

அன்று சங்கரைச் சந்தித்தபோது சொன்னான்:

"நீதான் தீமையுலகின் ஜாமீல். நான் உன்னை அழிக்க வந்த மாயாவி."

மறுநிமிடம் இருவரும் விரலால் துப்பாக்கி போலாக்கிச் சுட்டுக் கொண்டோம்.

"நீ செத்துவிட்டாய்" என அவன் சொன்னபோதும், "நான் சாகமாட்டேன்" எனப் பிடிவாதம் பிடித்தேன்.

"அப்படியானால் உன்னைக் கடித்துத் தின்றுவிடுகிறேன்" எனச் சொல்லிக் கொண்டு கரீச்மூரீச் எனச் சப்தமிட்டபடியே சைகை செய்தான்.

பிறகு 'ஏவ்' என ஏப்பம் விட்டபடியே சொன்னான்:

"இப்போது நீ என் வயிற்றுக்குள் இருக்கிறாய். அங்கேயே கிட."

அன்றிரவு முழுவதும் நான் சங்கரின் வயிற்றுக்குள் இருப்பதாகவே நினைத்துக் கொண்டேன்.

●●●

அழகன்

வகுப்பில் உன் முகம் மட்டும்தான் அழகாக இருக்கிறது என்று கனகதுர்கா சொல்கிறாள்" என்றான் மாரியப்பன். அது உண்மையா எனக் குழம்பிப் போனேன்.

"நீயே வேண்டுமானாலும் சாந்தியிடம் கேட்டுப்பார்" என்றான்.

சாந்தி பையன்களுடன் எளிதாகப் பேசக்கூடியவள். கனகதுர்கா அளவிற்குக் கூச்சப்படுகிறவளில்லை.

சாந்தியிடம் கேட்டபோது அவளும், "உன் முகம் மட்டும்தான் அழகா இருக்குனு சொன்னா" என்றாள்.

என்னால் நம்பமுடியவேயில்லை.

என் முகத்தைக் கண்ணாடியில் பார்த்துக்கொள்ள எனக்குப் பிடிக்கவே பிடிக்காது. இந்த முகத்தைப் போய் ஒருத்தி அழகாக இருக்கிறது என்கிறாளே... என்ன அழகைக் கண்டுபிடித்துவிட்டாள்..? ஒருவேளை கேலி செய்கிறாளோ?

சாந்தியிடம் திரும்பவும் கேட்டேன்:

"கேலிதானே செய்றா?"

"இல்லைப்பா. நிஜமா அவளுக்கு உன்னைப் பிடிச்சிருக்கு."

இப்படி யாரும் சொன்னதேயில்லை. கனகதுர்காவிற்கு உடனே எதையாவது பரிசாகக் கொடுக்க வேண்டும் என்று நினைத்தேன்.

எதைக் கொடுப்பது என்று புரியவில்லை. ஒரு ரோஜாப்பூவைப் படம் வரைந்து தந்துவிடலாம் என்று தோன்றியது. வேகவேகமாக ஒரு ரோஜாப்பூவை வரைந்தேன். அது பெரிய தாமரைப்பூ போலாகிவிட்டது. பரவாயில்லை. ஏதாவது ஒரு பூதானே வேண்டும்.

அந்தக் காகிதத்தை சாந்தியிடம் கொடுத்து கனகதுர்காவிடம் தரச் சொன்னேன்.

அவள் பேப்பரை வாங்கி கனகதுர்காவிடம் திணித்தாள். அவள் பிரித்துக் கூடப் பார்க்கவில்லை. பையில் சொருகிக் கொண்டாள். பிறகு சாந்தியும் கனகதுர்காவும் ரகசியம் பேசிக்

எஸ்.ராமகிருஷ்ணன்

கொண்டார்கள்.

பெண்கள் அப்படி என்னதான் ரகசியம் பேசுகிறார்கள். அதில் சைகை பாஷை வேறு. பசங்களில் ஒருவனுக்கும் ரகசியம் பேசத்தெரியாது. எதையாவது ரகசியம் என்று சொன்னால் போதும், பத்துப் பேருக்கு உடனே சொல்லி வேறு விடுவார்கள்.

சாந்தியும் கனகதுர்காவும் ஒன்றாக வீட்டிற்குப் போவார்கள். அன்று அவர்கள் வீடுவரை பின்னாடியே சென்றேன்.

கனகதுர்கா எனக்கும் சேர்த்து டாட்டா காட்டினாள்.

வீடு வந்து சேர்ந்தபோது சந்தோஷம் கொப்பளித்துக் கொண்டிருந்தது. கண்ணாடியை எடுத்துப் பார்ப்பதும் முகத்திற்கு சோப் போடுவதுமாக இருந்தேன்.

மறுநாள் கனகதுர்கா பள்ளிக்கு வரவில்லை.

ஒருவேளை நான் வரைந்து கொடுத்த ரோஜாப்பூ பிடிக்க வில்லையா..?

மூன்றாம் நாள் பள்ளிக்கு வந்தாள். இடைவேளையின்போது, அறிவியல் சோதனைக்கூடத்தின் பின்பக்கம் வைத்து என்னிடம் தணிவான குரலில் சொன்னாள், "ஸாரி நந்து, நான் பொய் சொல்லிட்டேன். சாந்திதான் அப்படி சொல்லச் சொன்னா."

"எதுக்கு?"

"நீ ஒரு முட்டாள்னு ப்ரூவ் பண்ணுறதுக்கு."

"அப்போ நிஜமா என் முகம் அழகாயில்லையா?"

"இல்லை. அசிங்கமா இருக்கு."

"அப்போ எதுக்கு அப்படி சொன்னே?"

"அதான் சொன்னனே... பொய்யினு."

"எதுக்கு டாட்டா காட்டுனே?"

"அதுவும் டிராமாதான்"

"இப்போ எதுக்கு உண்மையைச் சொன்னே?"

"எனக்குப் பயமா இருந்துச்சி. அதான்."

"போடி." எனக் கத்தினேன். கனகதுர்கா அழுதுவிட்டாள்.

அவ்வளவுதான்; விஷயம் டீச்சர் வரை போய்விட்டது.

டீச்சர் கோபத்துடன் என்னை ஹெச்.எம். அறைக்கு இழுத்துக் கொண்டு போனாள்.

மறுநாள் பள்ளிக்கு அப்பாவை வரச்சொன்னார்கள். அப்பா நடந்தவற்றைக் கேட்டுவிட்டு என்னை வகுப்பிற்கு இழுத்துக் கொண்டு போனார். கனகதுர்காவிடம், "இவன் மூஞ்சில ஒரு அறைவிடு" என்றார்.

அவள் தயங்கிக் கொண்டேயிருந்தாள்.

அப்பா அத்தனை பேர் முன்னால் என் முகத்தில் மாறி மாறி அறைந்தார். பிறகு, "ஒழுக்கமா படிக்கிறதை மட்டும் செய்" என்று சொல்லிவிட்டுப் போனார்.

மறுநாளே முகத்திற்கு சோப் போடுவதை விட்டுவிட்டேன்.

என் முகத்தைக் காண எனக்கே பிடிக்கவில்லை.

• • •

நனைந்த சிகரெட்

அப்பா தினமும் இரவு வீட்டில் வைத்துத்தான் குடிப்பார். பெட்டிக் கடைக்குப் போய் வாழைப்பழமும் சிகரெட்டும் வாங்கிக்கொண்டு வரச்சொல்லுவார். இதை அலுவலகம் விட்டு வரும்போதே வாங்கிக் கொண்டு வரலாம்தானே..? இருட்டில் கடைக்குப் போய்வருவது பயமாக இருக்கும். தங்கையைத் துணைக்குக் கூப்பிட்டால் வரமாட்டாள்.

இவள் ஏன் எனக்குத் தங்கையாகப் பிறந்திருக்கிறாள்..?

பயத்தைக் காட்டிக் கொள்ளாமல் டவுசர் பாக்கெட்டில் காசை வாங்கிப் போட்டுக் கொண்டு பிள்ளையார் கோவிலை ஒட்டியிருந்த பெட்டிக்கடைக்குப் போவேன்.

இரவில் தெரு உருமாறிவிடுகிறது. குறிப்பாக, விநோதமான சப்தங்கள் கேட்கத் துவங்கிவிடுகின்றன. அழுகின்ற குரலில் பூனை கத்துவது கூடக் கேட்டிருக்கிறேன். இந்தப் பூச்சிகள் ஏன் இரவானதும் இப்படி ஊளையிடுகின்றன..?

திடீரென தெரு மிகச்சிறியதாக ஒடுங்கிவிட்டது போலத் தோன்றும். தெருவிளக்குகள் பெரும்பான்மை நாட்கள் எரிவதில்லை. அச்சமூட்டும் இருட்டு. அடைத்துச் சாத்தப்பட்ட வீட்டுக்கதவுகள். வாலை மடக்கி சுருண்டுகிடக்கும் தெருநாய். சில வீடுகளின் ஜன்னலில் இருந்து பீறிடும் லேசான மஞ்சள் வெளிச்சம். மரங்கள் இருட்டில் விநோதமாக மாறிவிடுகின்றன.

ஏதாவது ஒரு சினிமா பாட்டைப் பாடியபடியே இருட்டிற்குள் வேகமாக நடப்பேன். ஓடினால் எதன்மீதாவது மோதி விழுந்துவிடுவோம் எனப் பயமாக இருக்கும். பிள்ளையார் கோவிலை ஒட்டி மட்டுமே வெளிச்சமிருக்கும். பெட்டிக்கடைக்காரன் தூங்கி வழிந்த முகத்துடன் உட்கார்ந்திருப்பான். இரவில் அவன் குரலில் சிடுசிடுப்பு அதிகமாகயிருக்கும்.

பெட்டிக்கடையில் பல ஆண்டுகளாக உட்கார்ந்தேயிருந்து அவனுக்கு மூலநோய் என்றார்கள். கால்களை அகட்டிக் கொண்டுதான் உட்கார்ந்திருப்பான். கண்ணாடி பாட்டில்களில் கடலை மிட்டாய், கொக்கோ மிட்டாய், வேர்க்கடலை எல்லாம்

போட்டு வைத்திருப்பான். அப்பாவிற்கு சிகரெட் வாங்கப் போனால் மீதமிருக்கும் பத்து காசில் ஏதாவது மிட்டாய் வாங்கித் திங்கலாம்.

நான் முதலில் மிட்டாய் வாங்கித் தின்றுவிட்டுதான் பிறகு சிகரெட், பழம் வாங்குவேன். சில நேரம் சிகரெட்டைக் காலி டப்பாவில் போட்டுத் தருவான் கடைக்காரன். மற்ற நேரங்களில் அதைக் கையில் வைத்துக்கொண்டுதான் வருவேன். டவுசர் பாக்கெட்டில் வாழைப் பழத்துடன் போடக்கூடாது என்பது அப்பாவின் உத்தரவு. சிகரெட்டை முகர்ந்து பார்த்தால் வரும் மணம் எனக்குப் பிடிக்கும். நானும் பெரியவன் ஆகி அப்பாவைப்போல சிகரெட் பிடிப்பேன் என்று மனத்திற்குள் சொல்லிக் கொள்வேன்.

அப்பா சிகரெட்டைக் கையில் வாங்கியதும் எப்போதும் முகர்ந்துதான் பார்ப்பார். பிறகு அதை உள்ளங்கையில் போட்டு உருட்டுவார். தீக்குச்சியை உரசி சிகரெட்டினைப் பற்றவைத்து விட்டு உறிஞ்சி இழுக்கும்போது வீடு முழுவதும் புகை பரவும்.

அம்மாவிற்கு அந்தப் புகை பிடிக்கவே பிடிக்காது. அவள் சேலையால் முகத்தை மூடிக் கொண்டுவிடுவாள். ஒரு நாள் பெட்டிக்கடையில் இருந்து சிகரெட்டை வாங்கிக் கொண்டு வீடு திரும்பி வரும்போது, சைக்கிள் ஒன்றின் மீது ஆந்தை உட்கார்ந்திருப்பதைப் பார்த்தேன். அதன் கண்கள் ஒளிர்ந்து கொண்டிருந்தன. மெதுவாக அதை நெருங்கியபோது சட்டெனப் பறந்தது. அப்போது இருட்டின் கைகள் என்னிடமிருந்த சிகரெட்டைத் தட்டிவிட்டது போல இருந்தது.

ஆமாம்; ஒரு நீண்ட கை சிகரெட்டைத் தட்டிவிட்டதைப் போலவே உணர்ந்தேன்.

அதை எப்படித் தேடி எடுப்பது எனத் தெரியவில்லை.

தண்ணீருக்குள் துழாவுவது போல இருட்டிற்குள் தேடினேன்.

கையில் மண் அப்பியதேயன்றி சிகரெட்டைக் கண்டுபிடிக்க முடியவில்லை. குனிந்து உட்கார்ந்துகொண்டு மண்ணில் ஏதாவது தென்படுகிறதா எனப் பார்த்தேன்.

ஏன் இந்தக் கண்கள் இருட்டிற்குள் ஒன்றையும் பார்ப்பதில்லை. இரவைக் கண்டு அதற்கும் பயமா..?

முகர்ந்து பார்த்தால் சிகரெட் கிடப்பதைக் கண்டுபிடித்து விடலாம் என்ற யோசனை உருவானது. இதற்காக மண்டியிட்டு முகர்ந்தபடியே இருட்டில் ஊர்ந்தேன். ஒரு வீட்டின் படிக்கட்டினை

ஒட்டி பள்ளம்தோண்டியிருந்தார்கள். ஒருவேளை அதற்குள் விழுந்திருக்குமோ..? பள்ளத்திற்குள் கையை விட்டுத் துழாவினேன். தண்ணீர் கையில் பட்டது. தண்ணீர் தேங்கிக் கிடக்கிறதா... அய்யய்யோ அதற்குள் சிகரெட் விழுந்திருந்தால்..?

நான் பயந்தது போலவே அதற்குள்தான் சிகரெட் கிடந்தது. நல்லவேளை, முழுவதும் நனையவில்லை. பாதிக்கும் மேல் நனைந்து தொங்கிக் கொண்டிருந்தது. அப்பாவிடம் எப்படி இந்த சிகரெட்டைக் கொடுப்பது எனத் தெரியவில்லை. நிச்சயம் அடிப்பார். அப்பா தூங்கும்வரை இங்கேயே இருந்துவிட்டால், காலைக்குள் சிகரெட் உலர்ந்துவிடும். அடிவாங்காமல் தப்பித்துவிடலாம். இருட்டிற்குள் எங்கே போய் உட்காருவது..?

பிள்ளையார் கோவிலை ஒட்டி ஒரு லாரி ஷெட் இருந்தது. அங்கே வெளிச்சமாக இருக்கும். அதை நோக்கி நடக்க ஆரம்பித்தேன். லாரியில் தீப்பெட்டி பண்டல்கள் ஏற்றிக் கொண்டிருந்தார்கள். அதை வேடிக்கை பார்த்தபடியே உட்கார்ந்திருந்தேன். தூக்கம்வர ஆரம்பித்தது. ஒருவேளை அப்பா தேடிவந்து பெட்டிக்கடையில் கேட்டிருந்தால் என்ன ஆகும் என்று தோன்றியது. அப்பா நிச்சயம் அப்படி செய்ய மாட்டார். வீட்டுக்கு வந்துவிட்டால் அதற்குப் பிறகு அலுவலகம் கிளம்புகிற வரை வெளியே வரவே மாட்டார்.

தூக்கத்தைக் கட்டுப்படுத்திக் கொண்டு லாரியை வேடிக்கை பார்த்தபடியே இருந்தேன். இடையிடையே சிகரெட் உலர்வதற்காக, கையில் வைத்து ஊதிக் கொண்டும் இருந்தேன். பண்டல் ஏற்றிமுடித்து லாரி கிளம்பிய பிறகே வீட்டிற்குப் போனேன். அப்பா உறங்கியிருக்க வில்லை. ஆத்திரத்துடன் எனக்காகக் காத்திருந்தார்.

“தடிமாடு. ஒரு சிகரெட் வாங்கிட்டு வர்றதுக்கு இவ்வளவு நேரமா? எனக் கத்தினார்.

“பெட்டிக்கடை மூடிட்டாங்க, ராதா தியேட்டர் கிட்ட போயி வாங்கிட்டு வந்தேன்” என நனைந்து போயிருந்த சிகரெட்டை நீட்டினேன்.

அப்பா அதைக் கையில் வாங்கியவுடன் என் கன்னத்தில் அறைந்தார்.

“சிகரெட்டைக் கீழே போட்டயா?”

நான் அமைதியாக இருந்தேன்.

“காசு மரத்துல காய்க்குதா..? சொல்லுறா?” எனக் கத்தினார்.

அம்மா அப்பாவின் கத்தலைக் கேட்டுக் கொண்டு

படுத்துக்கிடந்தாள்.

"இந்த சிகரெட்டை இப்போ என்ன செய்யுறது... கரைச்சிக் குடிக்கவா?"

அதைக் கேட்டபோது எனக்கு உள்ளூர சிரிப்பாக வந்தது. ஆனால், காட்டிக் கொள்ளவில்லை.

"நான் ஏன் குடிக்கணும்..? நீ குடி. அப்போதான் புத்திவரும்."

அதைக் கேட்டபோது எனக்குப் பயமாக இருந்தது. "ஒரு டம்ளர்ல

தண்ணி கொண்டா" எனக் கடுகடுத்த குரலில் சொன்னார்.

என்ன செய்யப்போகிறார் எனப் புரியாமல் தண்ணீர்ப் பானையின் மூடியை விலக்கி டம்ளரில் தண்ணீர் கொண்டு போய்க் குடுத்தேன். அதில் சிகரெட்டைப் போட்டு கையால் கரைத்து, "குடி" என நீட்டினார்.

நான் வாங்க மறுத்து கைகளை இறுக்கிக் கட்டிக் கொண்டேன்.

"நீயா குடிக்கிறயா... இல்லை மூக்கைப் பிடிச்சிட்டு ஊத்திவிடவா" எனக் கேட்டார். "அதுக்கு கழுத்தை நெறிச்சி கொன்னு போட்டற வேண்டியதுதானே" என அம்மாவின் பதில் குரல் கேட்டது.

"இவன் என்ன காரியம் செஞ்சிட்டு வந்துருக்கான் தெரியுமாடி... நனைஞ்ச சிகரெட்டை என்ன செய்யுறது..? ஒழுங்கா சொன்ன வேலையைச் செய்யத் துப்பில்லை. இவனுக்கு ஏண்டுக்கிட்டு நீ பேச வந்துட்டயா..?"

"ஏன் அந்த சிகரெட் மயிர, நீங்க போயி வாங்க வேண்டியது தானே..?"

"இதுக்குக் கூட உதவாம எனக்கு எதுக்குடி பிள்ளைகள்..? ஒண்ணொண்ணும் தடிமாடு மாதிரி வளர்ந்து நிக்குதுக. ஆனா, சல்லிக்காசுக்குப் பிரயோசனமில்லை."

"நீ வந்து படுறா " என அ ம்மா என் கையைப் பிடித்து இழுத்தாள்.

"எல்லாம் நீ கெடுக்குற கெடுதல். ஒரு நாள் உங்க எல்லோரையும் கொன்னுட்டு நானும் செத்துப்போகப் போறன் பாரு."

"அதைச் செய்யுய்யா. நிம்மதியா இருக்கும். தினம் தினம் செத்துப் பிழைக்குறதுக்குப் பதிலா ஒரேயடியா செத்துப் போயிரலாம்..." என ஆங்காரத்துடன் சொன்னாள் அம்மா.

அப்பா சிகரெட் கரைத்து வைத்திருந்த தண்ணீரை அப்படியே அவள் முகத்தில் ஊற்றினார். அப்படியும் அவரது ஆத்திரம் அடங்கவில்லை. காலால் அவள் இடுப்போடு சேர்த்து மிதித்தார். அம்மா வலி தாங்கமுடியாமல் அழுதாள். நானும் அழுதேன். உறங்கிக் கொண்டிருந்த தங்கை திடீரென விழித்துக்கொண்டு எதற்கெனத் தெரியாமல் அவர்களும் அழுதாள். அப்பா சட்டையை மாட்டிக்கொண்டு வெளியே போனார்.

எதற்காக அப்பா சிகரெட் பிடிக்கிறார்..? ஏன் இப்படி எல்லோரையும் அடித்து வதைக்கிறார்..? பேசாமல் அவரைக் கொன்று விடலாமா..?

அப்பாவை எப்படிக் கொல்வது என்பதைப் பற்றியே யோசித்துக் கொண்டிருந்தேன்.

சங்கரைக் கேட்க வேண்டும். நிச்சயம் அவனுக்கு ஏதாவது வழி தெரியும்.

•••

பேப்பர் பியானோ

உருப்படாதவர்கள் செய்கிற வேலை என்று அப்பா ஒரு பட்டியலே வைத்திருந்தார். அதில் கதை, கவிதை எழுதுவது நான்காவது இடத்திலிருந்தது.

முதல் இடத்தில் இருந்தது சினிமா பார்ப்பது. இரண்டாவது இடம் சீட்டு விளையாட்டிற்கு. மூன்றாவது இடம் பகலில் தூங்குவது. இது போல அனுமதிக்கப்படாதவற்றின் நீண்ட பட்டியலை அப்பா உருவாக்கி, அதை வீடே பின்பற்ற வேண்டும் என்பதில் கறாராக இருந்தார்.

எந்த வேலைகளை ஆண்கள் செய்ய வேண்டும் என்பதிலும், எது பெண்கள் செய்ய வேண்டிய வேலை என்பதிலும் பிடிவாதமான எண்ணம் கொண்டிருந்தார். இதில் பெண்கள் ஒருபோதும் செய்யக்கூடாத வேலை என்பது புத்தகம் படிப்பது. அப்பாவின் கட்டுப்பாடுகள் யாவும் ரகசியமாக மீறப்பட்டன. அதைப்பற்றி அவர் அறிய நேரும்போது கூச்சலிடுவார். கையில் கிடைத்த பொருளை வீசி ஆர்ப்பாட்டம் செய்வார். யார் தவறு செய்தாலும் அம்மாதான் மன்னிப்பு கேட்கவேண்டும். அம்மா அழுது கண்ணீர் விட்டு மன்னிப்பு கேட்பாள். அதன் ஒன்றிரண்டு நாளைக்குப் பிறகு வீடு அவரது கட்டுப்பாட்டிற்குள் மீண்டும் வரும்.

ஆனால், அப்பாவிற்குத் தெரியாமல் எவ்வளவோ காரியங்கள் நடந்து கொண்டுதானிருந்தன. மீறுவதுதான் கட்டுப்பாடுகளுக்கு விடப்படும் சவால்.

சர்வாதிகாரிகள் உலகிலிருந்து மறைந்து போயிருக்கலாம். ஆனால், வீட்டில் வாழத்தான் செய்கிறார்கள்.

அப்பாவிற்குத் தெரியாமல் வாடகை நூலகத்திலிருந்து புத்தகம் எடுத்து வந்து படித்தாள் அம்மா. அதற்குத் துணை போனவன் நான். ஸ்கூல்விட்டு வந்தபிறகு அப்பாவிற்குத் தெரியாமல் நூலகத்திற்குப் போய் அம்மா கேட்கும் புத்தகங்களை எடுத்து வரவேண்டும். ஒரு புத்தகம் படிக்க வாரத்திற்கு 30 பைசா, பெரிய புத்தகங்களுக்கு 50 பைசா. அம்மா ஒரு புத்தகத்தை ஒரு வாரம் படிப்பாள். அந்தப் புத்தகத்தை அப்பாவின் கண்ணில் படாமல் சமையல் அறையின் அலமாரிக்குள் வைத்திருப்பாள்.

எஸ்.ராமகிருஷ்ணன்

அப்பா ஒருபோதும் சமையல் அறைக்குள் வருவது கிடையாது. வெந்நீர் கேட்டு எப்போதாவது வந்தால் கூட அசூயையோடு ஒதுங்கி நிற்பது போலவேயிருப்பார். இந்த வீட்டில் அவரது அறை மாடியில். அதைத் தினமும் கூட்டித் துடைத்து நறுமணப்பத்தி ஏற்றிவைத்துப் பராமரிக்க வேண்டும். அங்கே ஒரு மரமேஜை, நாற்காலி, ஒரு விசிறி. சுவரில் ஸ்டாண்ட் அடித்து மாட்டப்பட்ட ரேடியோ. அதில் செய்திகள், கர்நாடக சங்கீதம் கேட்பதுண்டு. மற்றபடி அப்பாவிற்கு எதிலும் ஈடுபாடு கிடையாது.

'மனுசனாப் பிறந்தவன் சம்பாதிக்கணும். எவ்வளவு முடியுமோ அவ்வளவு சம்பாதிக்கணும். அதைவிட்டுட்டு உருப்படாத வேலைகள் செய்துக்கிட்டு இருந்தா நேரமும் காலமும் வீணாப் போயிரும்' என்பதே அவரது எண்ணம்.

இதை வாரத்திற்கு ஒருநாளாவது யாரிடமாவது அப்பா அறிவுரையாகச் சொல்வார். எங்களுக்குக் கேட்டுக் கேட்டு அலுத்துப்போயிருந்தது.

எங்கள் வீட்டின் பின்புறம் ஒரு ஆட்டுஉரல் இருந்தது. பெரிய கல்லுரல். அது ஒருபக்கம் தூக்கிக்கொண்டபடி பதிக்கப் பட்டிருந்தது. ஆகவே பள்ளமான பக்கம் ஒரு மரப்பலகை போட்டு உட்கார்ந்து கொண்டுதான் மாவு அரைக்க வேண்டும். அம்மா அதற்குப் பழகியிருந்தாள்.

ஒரு நாள் அப்பாவின் அறிவுரைகளைப் பற்றிக் கேட்டபோது அம்மா சொன்னாள், "இந்த ஆட்டு உரல் போலத்தான் உங்க அப்பாவும். ஒரு பக்கம் சரியில்லை. அதைச் சமப்படுத்தி மாவு ஆட்டுறதுன்னா லேசான காரியமில்லை. ஒரு பலகையைப் போட்டு உட்கார்ந்து அரைச்சிட்டுப் போயிரணும்... அவரோட அறிவுரையைக் கேட்டும் கேட்காதது மாதிரி போயிரணும். அதை மனசில வச்சிக்கிடக்கூடாது."

எவ்வளவு எளிதாக அப்பாவைப் புரிந்து வைத்திருக்கிறாள். ஆனால், எங்களால் அப்படி இருக்கமுடியவில்லை.

எனது பதினைந்தாவது வயதில் திடீரென ஒரு ஆசை உருவானது. அது சினிமா பார்த்து உருவான ஆசைதான். அதை எப்படிச் சொல்வது எனத் தெரியாமல், ஒருநாள் அக்காவிடம் சொன்னேன்.

"நான் பியானோ கத்துக்கிடப் போறேன்."

அதைக்கேட்டு அவள் சிரித்தாள்.

"எதுக்குடீ சிரிக்குறே?"

"இல்லே, நீ கறுப்பு கோட் போட்டுக்கிட்டு உட்கார்ந்து பியானோ வாசிக்கிறதை நினைச்சிப் பாத்தா சிரிப்பா வருது, இதெல்லாம் உனக்கே ஓவரா தெரியலை..?" எனக் கேலி செய்தாள்.

"ஏன், நான் பியானோ வாசிக்கக் கூடாதா?" என ஆத்திரமாகக் கேட்டேன்.

"வாசிக்கலாம். ஆனா யாரு கத்துத் தருவா..? அப்பா வாய்லயே பியானோ வாசிச்சிருவாரு தெரியுமில்லே..? " என ஏளனம் செய்தாள்.

"ஸ்கூல் சம்மர் லீவுல படிச்சிக்கிடுவேன்" என்றேன்.

"இதைப்பற்றி அப்பாகிட்ட சொல்லிப் பாரு. அப்போ தெரியும் அவரோட சொரூபம்" என்றாள் அம்மா.

அப்பாவிடம் இதை எப்படி எடுத்துப் போவது எனத் தெரியவில்லை. அப்பாவிடம் சொல்வதற்கு முன்பாக யாரிடம் எங்கே கற்றுக் கொள்வது என விசாரித்துவிட்டுச் சொல்லலாம் என முடிவு செய்து கொண்டேன்.

இதைப்பற்றிக் கேட்பதற்குச் சரியான ஆள் காதர் அலிதான் என முடிவு செய்து கொண்டேன். அவனுக்குத்தான் எந்தக் கடையில் எப்போது பரோட்டா சூடாகப் போடுவார்கள். எந்த தியேட்டரில் என்ன படம் வரப்போகிறது. எங்கே மாம்பழம் வாங்கலாம் எனச் சகலமும் தெரிந்திருந்தது.

அவன் வீட்டைத் தேடிப் போனேன். சின்னப்பள்ளிவாசல் தெருவில் அவனது வீடிருந்தது. வாசலில் ஒரு கிழவர் உட்கார்ந்து சுருட்டு பிடித்துக் கொண்டிருந்தார். அவரைக் கடந்து உள்ளே போனபோது காதர் செருப்புக் கடைக்குப் போயிருப்பதாக அவனது அம்மா சொன்னாள்.

காதரின் செருப்புக் கடை பஜாரில் இருந்தது. அங்கே தேடிப்போனபோது, அவன் நியூஸ் பேப்பரில் வந்திருந்த சினிமா விளம்பரத்தைக் கத்திரியால் வெட்டிக் கொண்டிருந்தான். என்னைக் கண்டவுடன் சிரித்தபடியே, தான் வெட்டி வைத்திருந்த சினிமா விளம்பரங்களை எடுத்துக் காட்டினான்.

"நம்ம ஊர்ல பியானோ யார் கத்துக்கொடுப்பாங்க?" எனக் கேட்டேன்.

"பியானோன்னா என்னது?" எனக் கேட்டான் காதர்.

"பணம் படைத்தவன் படத்தில் வெள்ளை கோட் போட்டுக்கிட்டு எம்.ஜி.ஆர். கண்போன போக்கிலேனு பாடிக்கிட்டு வாசிப்பாரே...

எஸ்.ராமகிருஷ்ணன்

அதான்" என்றேன்.

"அதுவா..? அது சர்ச்ல வாசிக்குறது. அதுக்குப் பேரு பியானோ இல்லை. பெரிய ஆர்மோனியம். வெள்ளைக்காரங்க வாசிக்கிறது" எனச் சொன்னான் காதர்.

எனக்கு எரிச்சலாக வந்தது.

"இல்லை, அது பியானோ" எனத் திரும்பவும் சொன்னேன்.

"அதை வாசிக்க கோட் போடணும்ல. உன்கிட்ட இருக்கா?" எனக் கேட்டான் காதர்.

"கோட்டு போடாமலும் வாசிக்கலாம். இங்கிலீஷ் படத்துல பொம்பளைங்க கூட வாசிப்பாங்க. அவங்க யாரும் கோட்டு போடலை" என்றேன்.

"இங்கிலீஷ் படத்துல பொம்பளைங்க ஜட்டியோட பீச்சில சுத்திக்கிட்டு இருக்காளுக, அவளுக எப்படி கோட் போடுவாளுங்க..?" எனக் கேட்டான் காதர்.

"அதுவா முக்கியம்..? நம்ம ஊர்ல பியானோ வாசிக்கத் தெரிஞ்ச ஆள் இருக்கா..? அதை மட்டும் சொல்றா." என்று முறைத்தேன்.

"எனக்குத் தெரிந்தவரைக்கும் இல்லை. ஆனா ரயில்வே காலனிக்குப் போனா நிச்சயம் ஆள் இருப்பாங்க" என யூகமாகச் சொன்னான்.

ரயில்வே காலனியில் நிறைய கிறிஸ்துவர்கள் வசித்தார்கள். அங்கே ஒரு இசைக்குழுவும் இருந்தது. முதுகில் கிதார் மாட்டிக்கொண்டு நடந்து போகும் சிலரைக் கண்டிருக்கிறேன். காதர் சொல்வது உண்மை. ரயில்வே காலனியில் யாராவது பியானோ வாசிக்கக்கூடும்.

"நான்சி வீடு ரயில்வே காலனியில்தானே இருக்கு. அவகிட்ட கேட்டா தெரியுமா?" எனக் கேட்டேன்.

"அவளுக்கு விசில் அடிக்கவே தெரியாது. அவகிட்டப் போயி கேட்டுக்கிட்டு... நீ நம்ம சாம்சனைக் கேளு. அவனுக்குத்தான் தெரியும்."

அன்று மாலையில் சாம்சனைத் தேடிப் போனபோது அவன் சொன்னான்.

"மாதாகோவில் சர்ச்ல மட்டும் தான் பியானோ இருக்கு. அங்கே வாசிக்கிறவர் கிறிஸ்தோபர். ஆனா அவரு யாருக்கும் சொல்லிக் குடுக்க மாட்டாரு."

இந்த ஊரில் ஒரேயொரு பியானோதான் இருக்கிறது என்பது வியப்பாக இருந்தது. ஏன் அதை யாரும் வாங்கியிருக்கவில்லை..? எவ்வளவு வணிகர்கள் பணம் வைத்திருக்கிறார்கள். ஒருவருக்குக் கூடவா ப்யானோ வாசிப்பதில் ஆசை வரவில்லை..?

"அப்போ நான் யார்கிட்ட கத்துக்கிடுறது?" எனக் கேட்டேன்.

"நீ மவுத் ஆர்கன் வாசிக்கக் கத்துக்கோ. அதான் ஈசி" என்றான் காதர்.

"இல்லை. பியானோதான் கற்றுக்கொள்ள வேண்டும்" எனப் பிடிவாதமாகச் சொன்னேன்.

"அதுக்கு ஒரு வழி இருக்கு. நீ கிறிஸ்டீனா மாறிடு. ஃபாதர்கிட்ட சொல்லி உனக்குக் கத்துக் குடுக்கச் சொல்லுறேன்" என்றான் சாம்சன்.

கிறிஸ்டீனா மாறிவிட்டால் என்னவென்று தோன்றியது. நான் மௌனமாக இருந்தேன். அவனே ஒரு யோசனை சொன்னான்.

"நாம ஆண்டனி மாஸ்டரைப் பாத்துக் கேட்போம்..."

"எப்போ?" என ஆவலாகக் கேட்டேன்.

"சனிக்கிழமை மதியம் வா. அந்நேரம்தான் அவர் சர்ச்சுக்கு வருவார்" என்றான்.

நான் சனிக்கிழமை எப்போது வரும் எனக் காத்திருந்தேன். அதுவரை என்ன செய்வது எனப் புரியாமல் ஒரு வெள்ளை பேப்பரில் பியானோ படத்தை மையால் வரைந்தேன். பிறகு அதில் எனது விரல்களை வைத்து அமுக்கி இசை வருவதுபோல கற்பனை செய்து கொண்டேன். பேப்பரை அழுத்தியதில் அது கிழிந்து போனது.

சனிக்கிழமை சாம்சன் என்னை மாதா கோவிலுக்கு அழைத்துப் போனான். எத்தனையோ முறை சாலையில் அந்தப் பக்கம் நடந்து போயிருக்கிறேன். சில சமயம் முக்காடு போட்டபடியே பெண்கள் உள்ளே போவதைப் பார்த்திருக்கிறேன். தேவாலய மணிச்சப்தம் இனிமையாக இருக்கும். ஆனால்,உள்ளே ஒருமுறைகூட நுழைந்ததே யில்லை.

அன்று முதன்முறையாக உள்ளே நுழைந்தேன். ஊசிகோபுரம் கொண்ட தேவாலயம். உள்ளே குறைவான வெளிச்சமேயிருந்தது. தயங்கித் தயங்கி உள்ளே நடந்தேன். அழகான சித்திரங்கள் பதித்த கண்ணாடி ஜன்னல்கள். வரிசை வரிசையாக மரபெஞ்சுகள். எந்தக் கோவிலிலும் இப்படி பெஞ்சு போட்டுக் கண்டதே

யில்லை. உள்ளே தென்கோடியில் ஒரு பீடமிருந்தது. அதில் பியானோ மூடப்பட்டிருந்தது. அதன் மீது ஒரு பைபிளும் சிவப்புத் துணியுமிருந்தன. கிறிஸ்தோபர் சாரைக் காணவில்லை. அந்த பியானோவைத் திறந்து பார்க்கலாமா என ரகசியமாக சாம்சனிடம் கேட்டேன். அவன் கூடாது எனத் தலையாட்டினான். யாரோ ஏற்றி வைத்துப்போன மெழுகுவர்த்தி எரிந்து வழிந்து கொண்டிருந்தது. மாதாவின் உருவம் பார்க்க மிகவும் வசீகரமாக இருந்தது. வடக்கிலிருந்த கதவு வழியாக ஃபாதரும் ஆண்டனி மாஸ்டரும் பேசியபடியே உள்ளே வந்தார்கள்.

சாம்சன் அவனை இழுத்துக் கொண்டு ஓரமாக நின்றான். ஃபாதர் சாம்சன் அருகில் வந்தபோது கேட்டார்.

“இது யார், உன் ஃப்ரெண்டா?”

“ஆமாம் ஃபாதர்.”

“பேரு..?” என என்னிடம் கேட்டார்.

“நந்து” என்றேன்.

அவரது முகம் மாறியது. சாம்சனைக் கடிந்து கொள்வது போலக்கேட்டார்.

“இவனை எதுக்காக இங்கே அழைச்சிட்டு வந்துருக்கே?”

“சும்மாதான் ஃபாதர்” என்றான்.

நான் இல்லை எனத் தலையாட்டியபடியே, “பியானோ கத்துக்கிடணும்” என்றேன்.

ஆண்டனி மாஸ்டர் என்னைத் திரும்பிப் பார்த்தபடியே கேட்டார்.

“எதுக்கு?”

என்ன பதில் சொல்வது எனத் தெரியவில்லை. நான் அமைதியாக நின்றிருந்தேன். சாம்சன் விளக்கமாகச் சொன்னான்.

“சினிமா பாட்டுல வாசிக்கிறாங்கல்ல, அதுமாதிரி வாசிக்க.” ஆண்டனி மாஸ்டர் பல்லைக் கடித்தபடியே சொன்னார்.

“அதெல்லாம் யாருக்கும் கத்துத் தர்றதில்லை. கெட் அவுட்.”

சாம்சன் என்னை இழுத்துக் கொண்டு வெளியே வரும்போது இரண்டு புறாக்கள் மேடைமீது நின்றபடியே எங்களைப் பார்த்துக் கொண்டிருந்தன.

பியானோவை ஒருமுறை திறந்துகூடப் பார்க்க முடியவில்லையே என ஆதங்கமாக இருந்தது. அக்காவிடம் சொன்னபோது அவள்

தெர்மோகோலில் பியானோ செய்து தருவதாகச் சொன்னாள். அது இன்னமும் ஆத்திரத்தை அதிகப்படுத்தியது.

ஒருவாரம் யார் யாரிடமோ கேட்டுச் சலித்தபோதும், பியானோ கற்றுத் தருபவர் ஒருவர் கூடக் கிடைக்கவில்லை.

"ஹார்மோனியம் கத்துக்கிட்டா அதுவும் பியானோ மாதிரிதான்" என காதர் திரும்பத் திரும்பச் சொல்லிக் கொண்டிருந்தான்.

அப்போதுதான் ஒரு நாள் மதுரையிலிருந்து கணேசன் மாமா வீட்டிற்கு வந்திருந்தார். அம்மா அவரிடம் எனது பியானோ ஆசையைப் பற்றிச் சொன்னதும், "மதுரையில அதுக்கு ஆள் இருக்குக்கா, சம்மர் லீவு தானே. என் கூட வரட்டும். ஒரு மாசம் கத்துக்கிட்டா போதும்..." என்றார்.

அதைக் கேட்கவே இனிமையாக இருந்தது.

அப்பாவிடம் மதுரைக்குப் போக எப்படி அனுமதி வாங்குவது என்பதுதான் தயக்கமாக இருந்தது. ஆனால், அம்மா தைரியமாகச் சொன்னாள்.

"நீ மாமாகூடக் கிளம்பு. நான் அப்பாகிட்ட சொல்லிக்கிடுறேன்"

"சொல்லாமல்போனா அப்பா திட்டுவார்" என்றேன்.

"எப்போ திட்டலை..? அதை நான் பாத்துக்கிடுறேன். நீ மாமா வீட்ல போயி ஒழுங்கா பியானோ கத்துக்கோ."

"காசு..?" என்றேன்.

அம்மா அலமாரியிலுள்ள பருப்பு டப்பாவின் மூடியைத் திறந்து உள்ளேயிருந்து இரண்டு நூறு ரூபாய்களை எடுத்து நீட்டினாள்.

"என்கிட்ட இவ்வளவுதான் இருக்கு. வேற பணம் வேணும்னா மாமாகிட்ட கேளு குடுப்பான்."

நான் வாங்கி டவுசர் பாக்கெட்டினுள் வைத்துக் கொண்டேன். அம்மா துவைத்து மடித்து வைத்த இரண்டு காக்கி பேண்டுகளையும் வெள்ளை சட்டையையும் மடித்து வைத்துக் கொள்ளச் சொன்னாள்.

மாமாவும் நானும் பஸ் பிடித்து மதுரைக்கு வந்து சேரும்வரை எங்கே அப்பா பார்த்துவிடுவாரோ எனப் பயமாகவே இருந்தது.

மாமா வீடு சொக்கிகுளத்திலிருந்தது. அவர் சித்தவைத்தியராக இருந்தார். அந்தப் பகுதியில் இருந்தவர்கள் அத்தனை பேருக்கும் அவர் நல்ல பழக்கம். மாமாவிற்கு ஒரேயொரு பையன். பெயர் ராஜு. அவன் என்னை விட ஒரு வயது சிறியவன். ஆனால், ஆள்

எஸ்.ராமகிருஷ்ணன்

உயரம் என்பதால் எனது அண்ணனைப் போலத் தெரிவான்.

ராஜுதான் எனக்கு முதன்முதலாக கிரிக்கெட் விளையாடக் கற்றுத் தந்தவன். அவன் ஸ்பின் பவுலர். நன்றாக பேட்டிங்கும் செய்வான். கிரிக்கெட் போட்டியில் வென்ற கோப்பைகள் அவனிடமிருந்தன.

மாமா வீட்டிற்குப் போன மறுநாள் ராஜு என்னிடம், "புதூரில் போய் கிரிக்கெட் மேட்ச் ஆடலாம் வருகிறாயா?" எனக் கேட்டான்.

"இல்லை, நான் பியானோ கற்றுக் கொள்வதற்காகத்தான் வந்திருக்கிறேன்" என்றேன்.

"எதுக்காக..?" என அவனும் கேட்டான்.

இது என்ன கேள்வி... எதற்காக இதை எல்லோரும் கேட்கிறார்கள் என எரிச்சலாக வந்தது.

"எனக்குப் பிடிச்சிருக்கு" என்றேன்.

உடனே அவன், "நீ யாரையாவது லவ் பண்ணுறயா..?" எனக் கேட்டான்.

எதற்காக அப்படிக் கேட்கிறான் எனப் புரியாமல், 'இல்லை' எனத் தலையாட்டினேன்.

"லவ் பண்ணுறவங்கதான் பியானோ வாசிப்பாங்க. எத்தனை சினிமாவுல பாத்துருக்கேன்" என்றான்.

பியானோ வாசிப்பதால் அப்படி ஒரு உபயோகம் இருக்கிறது என அப்போதுதான் புரிந்தது. அதைக் காட்டிக் கொள்ளாமல் அவனிடம், "நீயும் பியானோ கத்துக்கிடுறியா?" எனக் கேட்டேன்.

அவன் டிரம்ஸ் கற்றுக் கொள்ள ஆசைப்பட்டதாகவும் அவனது அப்பா விடவில்லை என்றும் சொன்னான்.

எந்த அப்பா பிள்ளைகள் ஆசைப்படுவதைக் கற்றுக் கொள்ள விட்டிருக்கிறார் என ஆத்திரமாக வந்தது.

"பியானோ கத்துக்கிட எவ்வளவு ஃபீஸ் கேட்பாங்க?" எனக் கேட்டேன்.

ராஜு கிரிக்கெட் பாலை ஒரு துணியில் தேய்த்தபடியே சொன்னான்.

"அதெல்லாம் அப்பா ஓசியில் ஆளைப் பிடிச்சிருவாரு..."

"எப்படி?"

"அவர் பேஷண்ட்ல யாராவது பியானோ வாசிக்கத் தெரிஞ்ச ஆள் நிச்சயம் இருப்பாங்க."

"அப்படியா?" என வியப்புடன் கேட்டேன்.

"நான் டியூசன் படிக்கிற சார்கூட அப்பா பேஷண்ட்தான்" எனச் சொல்லிச் சிரித்தான்.

அவன் சொன்னபடியே மாமா தனது நோயாளிகளில் ஒருவரான சாமுவேல் மாஸ்டரிடம் என்னை பியானோ படிப்பதற்காக அனுப்பி வைத்தார்.

அவரது வீடு கோரிப்பாளையத்தில் இருந்தது. மாமாவே என்னைத் தனது பைக்கில் அழைத்துக் கொண்டு போனார். பெரிய வீடு. வாசலில் ஃபியட் கார் நின்றிருந்தது. வீட்டின் உள்ளே நாய் குரைக்கும் சப்தம் கேட்டது.

மாமா சொந்த வீட்டிற்குள் நுழைவது போல இயல்பாக முன்னால் நடந்து கொண்டிருந்தார்.

உள்ளே ஹாலில் பழைய சோபா ஒன்றிருந்தது. அதில் உட்கார்ந்து கொண்டு சில்வர் தட்டில் ஒருவர் வெங்காயம் வெட்டிக் கொண்டிருந்தார்.

சாமுவேல் மாஸ்டர் என்றதும் வயதான, குறுந்தாடி வைத்த ஒருவராக இருப்பார் என நினைத்ததற்கு மாறாக, பருத்த தொப்பையுடன் ஐந்தடி உயரத்தில் ஒருவர் ஆரஞ்சு வண்ண பனியனும் கறுப்பு பேண்டும் அணிந்து கொண்டு ஒருவர் வெங்காயம் வெட்டிக் கொண்டிருப்பதைக் கண்ட போது திகைப்பாக இருந்தது. அவர் கையில் கத்தியுடன் மாமாவிற்கு வணக்கம் வைத்தார்.

மாமா சிரித்தபடியே சோபாவில் உட்கார்ந்து கொண்டார். நான் நின்று கொண்டிருந்தேன்.

என்னைப் பார்த்தபடியே சாமுவேல் மாஸ்டர் சொன்னார்.

"பியானோ கத்துக்கிடணும்னு நினைக்கிறது வெரிகுட் இன்ட்ரஸ்ட். லேசா கத்துக்கிட முடியாது. குறைந்தது ஐந்து வருஷமாகும். பரவாயில்லையா?"

சரியென நான் தலையாட்டினேன். அவர் மாமாவிடம் தனக்கு பிளட் பிரஷர் அதிகமாகிவிட்டது எனச் சொல்லிக் கொண்டிருந்தார். நான் எங்கே பியானோவை வைத்திருப்பார்கள் என ரகசியமாகக் கண்ணை ஓட விட்டுக் கொண்டிருந்தேன். மாமா வைத்தியம் சொல்லி முடித்தவுடன் சாமுவேல் மாஸ்டர்

எஸ்.ராமகிருஷ்ணன்

சொன்னார்.

"சண்டேயிலிருந்து ஆரம்பிச்சிரலாம். காலைல பத்து மணிக்கு வந்துரு."

நான் தலையாட்டிக் கொண்டேன். மாமா திரும்பி என்னை அழைத்து வரும்போது சாலையோரக் கடை ஒன்றில் நிறுத்தி சுருள்பூரி வாங்கிக் கொடுத்தார். இனிப்பான பூரி. ஆசையாகச் சாப்பிட்டுக் கொண்டிருந்தபோது சாமுவேல் மாஸ்டரிடம் படித்தவர்களில் பலர் பெரிய இசை மேதையாகிவிட்டார்கள் என மாமா சொல்லிக் கொண்டிருந்தார். பேப்பரில் வாயைத் துடைத்து கசக்கி எறியும்போது மாமா சொன்னார்.

"சாமுவேல் மாஸ்டர் சினிமாவுல கூட நடிச்சி இருக்கார். 'இருண்ட மேகங்கள்'னு ஒரு படம். அதுல பியானோ மாஸ்டரா நடிச்சிருக்கார். ரெண்டு பாட்டுல பேக்ரவுண்ட் வாசிச்சிருக்கார்."

கேட்கவே அவ்வளவு சந்தோஷமாக இருந்தது. அந்த ஞாயிற்றுக் கிழமை காலை ஆறுமணிக்குக் குளித்து, காக்கி பேண்ட்டும் வெள்ளை சர்ட்டும் அணிந்து தயாராக இருந்தேன். ராஜுதான், "இது என்ன யூனிபார்ம் மாதிரி..?" எனக் கோபித்துக் கொண்டு தனது டீசர்ட்டுகளில் ஒன்றை எனக்குத் தந்து அணிந்து கொள்ளச் செய்தான். நான் முதன்முறையாக அன்றைக்குத் தான் டீசர்ட் அணிந்து கொண்டேன். கொஞ்சம் கை தொளதொளவென இருந்தாலும் உயரம் சரியாகவே இருந்தது. அந்த உடையில் என்னைப் பார்க்க எனக்கே வியப்பாக இருந்தது.

மாமா டவுன்பஸ் பிடித்துப் போய்வரும் வழியைச் சொல்லிக் கொடுத்தார்.

ஒன்பது மணிக்கெல்லாம் சாமுவேல் மாஸ்டர் வீட்டிற்குப் போயிருந்தேன். அவர்கள் வீட்டில் கோழிக்கறி சமைத்துக் கொண்டிருந்தார்கள். மாஸ்டர் உதவி செய்து கொண்டிருந்தார். பத்து மணிக்கு அவர் ஹாலில் உட்கார்ந்திருந்த என்னை மாடிக்குப் போகலாம் என அழைத்தார்.

கார்ப்பெட் விரிக்கப்பட்ட அகலமான மாடிப்படிகள். ஏறி மேலே போனபோது சுவரில் சரஸ்வதி ஓவியம் ஒன்றிருந்தது. அறையின் கிழக்கே பெரிய பியானோ இருந்தது. மாஸ்டர் திடீரென, "ஸ்டெல்லா... ஸ்டெல்லா..." என அழைத்தார். நீலநிற கவுன் அணிந்த பதினைந்து வயதுப் பெண் ஒருத்தி வேறு ஓர் அறையிலிருந்து வெளியே வந்தாள். அவள் வீட்டிற்குள் செருப்பு போட்டு நடப்பது வியப்பாக இருந்தது. அப்பாவிற்குப் பிடிக்கவே பிடிக்காத விஷயமது.

அவள் தன்னை ஒருவன் பார்த்துக் கொண்டிருப்பதைச் சட்டை செய்யாமல் நின்று கொண்டிருந்தாள்.

“இந்தப் பையனுக்குத்தான் பியானோ கத்துக்கொடுக்கணும். நான் சொன்னேன் இல்லே, சித்தா டாக்டரோட மருமகன். பெயர் நந்து.”

அவள் கைகளை முன்னால் நீட்டியபடியே, “ஐ ஆம் ஸ்டெல்லா” என்றாள். இதுவரை இப்படி ஒரு பெண் கையை நீட்டிக் குலுக்க முயன்றதில்லை. கூச்சத்துடன் அவள் கையைத் தொட்டேன். ஜில்லென்று இருந்தது.

“ஸ்டெல்லாதான் உனக்குக் கத்துக் கொடுக்கப்போறா. ஐ ஹேவ் சம் வொர்க்” என்றபடியே அவர் கீழே இறங்கிப் போனார்.

ஸ்டெல்லா பியானோ அருகில் போய் உட்கார்ந்து, சிறிய துணியால் துடைத்தாள். பிறகு தன் விரல்களால் இசைக்கத் துவங்கினாள். பட்டாம்பூச்சி பறப்பது போல அவள் விரல்கள் அங்குமிங்கும் பறந்து கொண்டிருந்தன. இரண்டு நிமிடத்தின் பின்பு என்னை நோக்கித் திரும்பியபடியே கேட்டாள்,

“நான் வாசிச்சது என்ன பாட்டு..? சொல்லு.”

ஏதோவொரு ஹிந்திப் பாடலது. அதை ரேடியோவில் கேட்டிருக்கிறேன். அவள் தலையில் கட்டியிருந்த ரிப்பனை அவிழ்த்து, தலைமயிரை அள்ளிக் குதிரைவால் போலச் சுருக்கிட்டு கட்டிக் கொண்டபடியே சொன்னாள்.

“எனக்கு ஹிந்திப்படம்னா ரொம்பப் பிடிக்கும். ஆர்.டி.பர்மன் சாங்ஸ் கேட்டிருக்கியா?” என்றபடியே அவள், “தம் மாரோ தம்” எனப் பாடத் துவங்கினாள். எனக்குக் கூச்சமாக இருந்தது. அவள் கைதட்டியபடியே எழுந்து ஆடினாள். பிறகு பாதியில் பாடுவதை நிறுத்திவிட்டுக் கேட்டாள்.

“உனக்கு யாராவது கேர்ள் ஃப்ரெண்ட் இருக்காங்களா?”

‘இல்லை’ எனத் தலையாட்டினேன். அவள் தனக்கு மூன்று பாய் ஃப்ரெண்ட் இருப்பதாகச் சொன்னபடியே என் அருகில் வந்து சொன்னாள்.

“பியானோ எல்லாம் பயங்கர போர். டாடி திட்டுவார்னு தான் கத்துக்கிட்டேன். நீ கிடார் கத்துக்கோ. கிடாரைக் கையில் வச்சிக்கிட்டு சுத்தலாம். பியானோவை அசைக்கவே முடியாது.” என்றபடியே ஹாஹாவெனச் சிரித்தாள்.

எனக்குச் சிரிப்பு வரவில்லை. ஆனால், என்ன பெண் இவள்

என வியந்து பார்த்துக் கொண்டிருந்தேன். அன்றைக்கு அவள் என் விரலைப் பிடித்து ஒவ்வொரு கீயாகத் தொட்டு அறிமுகம் செய்து வைத்ததோடு வகுப்பு முடிந்துவிட்டது என்றாள்.

அன்றைக்கு நான் சாமுவேல் மாஸ்டர் வீட்டில்தான் சாப்பிட்டேன். சுவையான கறிக்குழம்பும் மீன்வறுவலும் செய்திருந்தார்கள். இரவு மாமா என்னிடம், "எப்படியிருந்தது ம்யூசிக் கிளாஸ்?" எனக் கேட்டார். ஸ்டெல்லா கற்றுத்தருவதாகச் சொல்லவில்லை. இது போன்ற விஷயங்களில் பெரியவர்களை நம்பக்கூடாது என்று அனுபவப்பட்டிருந்தேன்.

ஒருவார காலம் தினம் சாமுவேல் மாஸ்டர் வீட்டிற்கு மதியம் மூன்று மணிக்குச் செல்வேன். அவள் தனக்குப் பிடித்தமான பாடல்களை வாசிப்பாள். சில நேரம் தான் சமீபத்தில் பார்த்த இங்கிலீஷ் படத்தின் கதையைச் சொல்லிக் கொண்டிருப்பாள். சிலநேரம் அவளுடன் சீட்டுவிளையாடும்படி செய்தாள்.

பியானோவைத் தொட்டுத் பார்த்ததோடு சரி. எதையும் அவள் கற்றுத்தரவேயில்லை.

சாமுவேல் மாஸ்டர் ஒருநாள் மாடியேறி வந்து என்னை வாசித்துக் காட்டச் சொன்னார். பியானோ முன்பு உட்கார்ந்து தடுமாறினேன்.

"கருமம்... தெண்டக்கழுதை... உனக்கு ஃபிங்கரிங்கே வரலை. நீஎல்லாம் பியானோ கத்துக்கிடலைன்னு யாரு அழுதா... பொழுதுபோகலைன்னா எருமை மாட்டுக்கு செறச்சிவிட வேண்டியது தானே..." எனக் கண்டபடி திட்ட ஆரம்பித்தார். உள் அறையிலிருந்து ஸ்டெல்லா சிரிப்பது கேட்டது.

எனக்குக் கைகள் நடுங்க ஆரம்பித்தன. சாமுவேல் மாஸ்டர் கத்தினார்.

"கெட்அவுட்..."

நான் எழுந்து கொண்டு வேகமாகப் படியிறங்கினேன். அன்றிரவு என்னால் தூங்கமுடியவில்லை. எதற்காக பியானோ கற்றுக் கொள்ள ஆசைப்பட்டேன்..? ஏன் இப்படி அசிங்கப்பட்டு நிற்கிறேன் என யோசித்துக் கொண்டேயிருந்தேன். மாமாவிடம் நடந்த எதையும் சொல்லவில்லை. ஆனால், அடுத்த நாள் ஊருக்குக் கிளம்புவதாகச் சொன்னேன்.

ஏன் அவசரமாகக் கிளம்புகிறாய் எனக் கேட்டான் ராஜு. "18ம் தேதி டென்த் ரிசல்ட் வந்துரும்" என பொய் சொன்னேன்.

மாமா ஞாயிற்றுகிழமை தானே கொண்டுவந்து விடுவதாகச்

சொல்லி இரண்டு நாட்கள் தங்க வைத்தார். ஒருநாள் ராஜுவும் நானும் நியூ சினிமாவிற்குப் படம் பார்க்கப் போயிருந்தோம். அங்கே ஸ்டெல்லாவும் அவள் சிநேகிதிகளும் வந்திருந்தார்கள். அவள் என்னைப் பார்த்து கைகாட்டினாள். ராஜு, "யார் அவள்..?" எனக் கேட்டான். "அவளிடம்தான் பியானோ கற்றுக் கொண்டேன்" என்றேன். ஆச்சரியத்துடன் ராஜு கேட்டான்.

"அவ உன்னை டச் பண்ணுவாளா..?"

"என் கையைப் பிடிச்சுத்தான் சொல்லிக் குடுப்பா."

"யூ ஆர் லக்கி" என்றபடியே அவளையே திரும்பித் திரும்பிப் பார்த்துக் கொண்டிருந்தான். படம் விட்டு வெளியே வரும்போது அவர்களைப் பார்க்க முடியவில்லை. ஆனால், ராஜு வீட்டிற்கு வந்ததில் இருந்து தானும் பியானோ கற்றுக் கொள்ள ஆசைப்படுவதாகச் சொல்ல ஆரம்பித்தான். மாமா "அதெல்லாம் ஒன்றும் வேண்டாம்" எனத் தடுத்துவிட்டதோடு அவனைப் பதினைந்து நாட்கள் யோகா வகுப்பில் சேர்த்துவிட்டார்.

நான் ஊருக்குப் போவதற்கு முன்பாக ஒருநாள் ஸ்டெல்லாவைக் காணச் சென்றிருந்தேன். அன்றைக்கு சாமுவேல் மாஸ்டர் வீட்டில் இல்லை. அவளுக்காக என் கையால் வரைந்து வண்ணம் தீட்டிய இயற்கைக் காட்சி ஒன்றைப் பரிசாகத் தந்தேன். அதை வாங்கிப் பார்த்துவிட்டு அவள் வியப்போடு சொன்னாள்:

"நீ நல்லா படம் வரைஞ்சிருக்கே. என்னை ஒரு படம் வரைஞ்சி குடுப்பியா..?"

"அடுத்த தடவை வரும்போது வரைஞ்சி தர்றேன்" என்றேன்.

அவள் என்னை பியானோ அருகில் அழைத்துப்போய் உட்கார வைத்துவிட்டு தனது பாக்ஸ் கேமராவை எடுத்துவந்தபடியே சொன்னாள்.

"பியானோ வாசிக்கிற மாதிரி போஸ் கொடு."

மனதில் நான் பார்த்த திரைப்படங்களில் பியானோ வாசித்த காட்சிகள் நினைவில் வந்து போயின. பியானோ முன்பு அமர்ந்தபடியே இருந்தேன். "கழுத்தை மட்டும் லேசா திருப்பிப் பார்" எனச் சொன்னாள்.

அவள் சொன்னபடியே பார்த்தேன். ஸ்டெல்லா புகைப்படம் எடுத்தாள். பிறகு அதை டெவலப் செய்து பிரிண்ட் போட்டு அனுப்பி வைப்பதாக அட்ரஸ் கேட்டாள். நான் ஒரு பேப்பரில் அட்ரஸ் எழுதித் தந்தேன்.

எஸ்.ராமகிருஷ்ணன்

ஊருக்குப் போய் பல மாதங்களாக, நான் பியானோ கற்றுக் கொண்டதற்குச் சாட்சியாக இருந்த அந்தப் புகைப்படத்தை அவள் அனுப்பித் தருவாள் எனக் காத்துக் கொண்டேயிருந்தேன். ஆனால், அவள் அனுப்பித் தரவேயில்லை.

• • •

வெறும் சுவர்

"**வெ**றுமனே சுவரைப் பார்த்துக் கொண்டு இருக்கமுடியுமா?" என சங்கர் கேட்டான். அப்போது என் வயது எட்டு.

"இருந்தால் என்ன ஆகும்?" எனக் கேட்டேன்.

"இருந்து பார்க்கலாம்... வா" என அழைத்துக் கொண்டு போனான்.

கவர்மெண்ட் ஹாஸ்பிடலின் மேற்குச் சுவரை ஒட்டி ஒரு பாலமிருந்தது. அதில் உட்கார்ந்து கொண்டால் எதிரே பெரிய சுவர் இருப்பது தெரியும்.

இருவரும் அதில் ஏறி உட்கார்ந்து கொண்டோம்.

எதிரே காரை உதிர்ந்த பழுப்பான சுவர் ஒன்று தெரிந்தது. அதை வெறித்துப் பார்த்தபடியே உட்கார்ந்து கொண்டோம்.

சுவரில் என்ன பார்ப்பது..? யாரும் கரியால் வார்த்தைகளைக் கூட கிறுக்கியிருக்கவில்லை. ஒரு போஸ்டர் கூட ஒட்டப்படவில்லை. வெறும் சுவர். அதை வெறித்துப் பார்த்தபடியே உட்கார்ந்திருந்தோம்.

சங்கர் அங்கே ஏதோ சினிமா ஓடுவதைப்போல உற்சாகமாகப் பார்த்துக் கொண்டிருந்தான்.

என்ன பார்க்கிறான் என அவன் முகத்தை உற்று நோக்கினேன்.

அவன் எதையோ ரசிக்கிறான் என்பது புரிந்தது.

நானும் அந்தச் சுவரை வெறித்துப் பார்த்தபடியே இருந்தேன்.

வெயில் சுவரில் ஏறுவதும் இறங்குவதுமாக இருந்தது.

வெயிலைத்தான் வேடிக்கை பார்க்கிறானா?

'நானும் பார்ப்பேனே' என்றபடியே வெயிலின் நகர்வை உன்னிப்பாகப் பார்க்கத் துவங்கினேன். ஒரு புழு சுவரில் ஏற முயற்சிப்பதைப் போலவே வெயில் ஏறிக் கொண்டிருந்தது. மெல்ல வெயில் மங்குவதும் ஒளிர்வதுமாக இருந்தது. திடீரென ஒரு மரத்தின் நிழல் சுவரில் விழுந்து அசைந்தது.

வெற்றுச்சுவரைப் பார்த்துக் கொண்டிருந்த சங்கர் என்னிடம்,

எஸ்.ராமகிருஷ்ணன்

"தெரிகிறதா?" எனக் கேட்டான்.

என்ன தெரிகிறது எனக் கேட்கவில்லை. ஆமாம் எனத் தலையாட்டினேன்.

இருவரும் கண்களை இமைக்காமல் வெறும் சுவரைப் பார்த்தபடியே இருந்தோம். திடீரென அந்தச் சுவர் முன்னால் நகர்ந்து வருவது போலிருந்தது.

பிரமையா அல்லது நிஜமாக நகருகிறதா? சுவரை மீண்டும் வெறித்துப் பார்த்தேன்; நகரவில்லை.

கண்களை இடுக்கிக் கொண்டு பார்த்தேன்.

இப்போது சுவர் நீண்டு போய்க் கொண்டிருந்தது.

கண்களை வடதிசையை நோக்கி நகர்த்தினேன். காயப்போடப்பட்ட சேலையைப் போல, சுவர் நீண்டு தெரிந்தது. ஒரு கண்ணை மூடிக் கொண்டு மறுகண்ணால் சுவரை வெறித்துப் பார்த்தேன்.

இப்போது சுவர் தட்டையாகத் தெரிந்தது.

இப்படி மாறிமாறி விளையாடத் துவங்கியதும் சுவர் விருப்பத்திற்குரிய ஒன்றாக மாறியது.

ஒரு வெற்றுச் சுவரால் இவ்வளவு சந்தோஷத்தைத் தரமுடியுமா என்ன..?

மதியம்வரை அதை வெறித்துப் பார்த்தபடியே இருந்தோம்.

திடீரெனச் சுவர் முதுகைக் காட்டிக் கொண்டு திரும்பிக் கொண்டது போலாகியது.

சுவரைப் பார்க்கப் பிடிக்கவேயில்லை.

பல் இடைவெளி வழியாக எச்சிலை வேகமாகத் துப்பி, சுவரில் போய்ப் படுமாறு செய்தான் சங்கர்.

நானும் முயன்றேன்.

ஆனால், எச்சில் அவ்வளவு தூரம் போகவில்லை.

இடைவிடாமல் அவனைப் போலவே எச்சில் துப்பமுயன்று ஒருவழியாக ஒருமுறை சுவரில் குறிபார்த்துத் துப்பிவிட்டேன்.

மறுநிமிடம் சங்கர் என்னிடம், "போவமா?" எனக் கேட்டான்.

இருவரும் எழுந்து நடந்து போக ஆரம்பித்தோம்.

வெறும் சுவர் பழையபடி திரும்பி சாலையைப் பார்க்கத் துவங்கியது.

ஸ்பெல்லிங்

கல்யாண வீட்டின் பந்தலில் ஏழெட்டுச் சிறுவர்கள் விளையாடிக் கொண்டிருந்தார்கள். ராட்சச சைஸில் ஒரு மின்விசிறி சுற்றிக் கொண்டிருந்தது. அவ்வளவு பெரிய மின்விசிறியை அப்போதுதான் பார்க்கிறேன். அதன் முன்பு நின்றால் முகத்தில் படபடவெனக் காற்று அடிக்கிறது.

பந்தலில் கிடந்த நாற்காலி ஒன்றில் வெள்ளை பேன்ட் வெள்ளை சட்டை அணிந்த ஒரு ஆள் உட்கார்ந்திருந்தார். ஐம்பது வயதிருக்கக்கூடும். வழுக்கத் தலை. அதற்குப் பொருந்தாமல் நீண்ட கிருதா வைத்திருந்தார். மீசை சீராக வெட்டப்படவில்லை. அவர் விளையாடிக் கொண்டிருந்த பையன்கள் அத்தனை பேரையும் அழைத்தார்.

யாவரும் அவர் முன்பாகப் போய் நின்றோம். அவர் அலட்சியமான குரலில், “உங்கள்ள யாரு புத்திசாலி?” எனக் கேட்டார்.

யாரும் பதில் சொல்லவில்லை.

“நல்லா படிக்கிற பையன் யாரு?”

ஒரேயொரு பையன் கையைத் தூக்கினான்.

“மத்தவங்க எல்லாம் மக்கா..?” எனக் கேட்டுச் சிரித்தார்.

அந்தச் சிரிப்பு எரிச்சல் உண்டாக்கியது. எல்லாக் கல்யாண வீடுகளிலும் இப்படி சிறுவர்களை எரிச்சல்படுத்துகிற ஒரு ஆள் கட்டாயம் வந்துவிடுகிறார். அந்த ஆளை முறைத்தபடியே நின்றிருந்தோம்.

“சைக்காலஜி ஸ்பெல்லிங் சொல்லு” எனக் கேட்டார்.

நன்றாகப் படிக்கிற பையன் திருதிருவென முழித்தான்.

“எந்த ஸ்கூல்..?” எனக் கேட்டார்.

“கே.பி.எம்” என்றான் அந்தப் பையன்.

“அதான், அங்க ஒரு வாத்திக்கும் ஒழுங்கா இங்கிலீஷ் தெரியாது” என்றபடியே, “பெண் சிங்கத்துக்கு இங்கிலீஷ்ல பேரு என்ன”

என்றார்.

ஒரு பையன் மெல்லிய குரலில், “வழுக்கை மண்டை” என்றான்.

அதைக் கேட்டு இன்னொரு பையன் சிரித்தான்.

“என்னடா இளிப்பு..?” எனக் கேட்டார் அந்த ஆள்.

“அசிங்கம்” எனப் பதில் சொன்னான் ஒரு பையன்.

மற்ற பையன்கள் சப்தமாகச் சிரித்துவிட்டார்கள். அந்த ஆளின் முகம் கடுகடுவென மாறியது.

“உன் பேரு என்ன... சொல்லு”

அந்தப் பையன் முறைத்தபடியே பதில் சொல்லாமல் நின்றிருந்தான்.

“முட்டாப்பயலே உன் பேரைத்தான் கேட்குறேன்.”

“போடா புண்ணாக்கு” என்று கத்தியபடியே அந்தச் சிறுவன் மண்டபத்திற்குள் ஓட ஆரம்பித்தான். உடனே எல்லாச் சிறுவர்களும், “புண்ணாக்கு புண்ணாக்கு” என்றபடியே ஓடினார்கள்.

அந்த ஆள் ஆத்திரத்துடன் கத்துவது கேட்டது. நல்லவேளையாக மணப்பெண் காரில் வந்து இறங்கவே கூட்டம் பின்தொடர ஆரம்பித்தது. அந்த ஆளிடம் அகப்பட்டால் அடி விழும் எனப் பயந்து சிறுவர்கள் மணமேடையிலேயே நின்றிருந்தோம். சாப்பிடப் போவதற்குக் கூட, தாமதமாகவே சென்றோம். நல்லவேளை, அந்த ஆள் போயிருந்தான்.

வெளியே வந்தபோது ஒரு பையன் அந்த ஆள் போலவே, “சைக்காலஜி ஸ்பெல்லிங் சொல்லு” என்றான்.

பிறகு, “போ..டா.. வெ..ங்..கா..ய..ம்” என்று அவன் சொன்னதும் சிரிப்பை அடக்கமுடியாமல் வாயில் வைத்திருந்த ஐஸ்கிரீமைத் துப்பினேன்.

பையன்கள் அதைப் பொருட்படுத்தாமல் சிரித்துக் கொண்டேயிருந்தார்கள்.

●●●

வீடென்பது

வீட்டில் ஒரேயொரு மெத்தையிருந்தது. அது இலவம்பஞ்சு மெத்தை. மரக்கட்டிலில் கிடந்த அதில் அப்பா மட்டுமே படுப்பார். அந்த மெத்தையை வருஷத்திற்கு ஒருமுறை வெயிலில் காயப்போடுவார்கள். அந்த நாளுக்காக நான் காத்திருப்பேன். அக்காவும் நானும் அந்த மெத்தையைத் தூக்கிக்கொண்டு பக்கத்துவீட்டு மொட்டைமாடிக்குப் போவோம்.

மெத்தையைச் சுத்தம் செய்வதற்காக, அதன்மீது ஏறி மிதி மிதியென மிதிக்கச் சொல்லுவாள் அக்கா.

காலை நன்றாகத் துடைத்துக் கொண்டு மெத்தையின் மீது குதித்துக் குதித்து மிதிப்பேன்.

அக்காவும் மிதிப்பாள்.

அப்படி மிதிக்கும்போது அது அப்பாவின்மீதே ஏறிக் குதித்து மிதிப்பது போலிருக்கும்.

மெத்தை நசுங்கி பிசுங்கிப் போய்விடும். கறைபடிந்துபோன அந்த மெத்தை ஒரு பக்கம் நொய்ந்து போயும் ஒரு பக்கம் புடைத்துக் கொண்டுமிருந்தது. அப்பாவும் அப்படித்தானிருந்தார்.

மெத்தையிலிருந்த மூட்டைப் பூச்சிகள் வெயில் பட்டதும் வெளியேறி ஓடத்துவங்கும். அதை விரட்டிக் கொல்வது எனது வேலை. நாள் முழுவதும் அந்த மெத்தை வெயிலில் கிடக்கும். மாலையில் வீட்டுக்குத் தூக்கிவந்து புது உறை போடுவார்கள்.

அம்மா தனது பழைய சேலையை வைத்து உறை தைத்திருப்பாள். புது உறை மாட்டி கட்டிலில் போட்டதும் அது அப்பாவிற்கு உரியதாகிவிடும்.

வீடு என்பது அப்பாவின் வாய். அதற்குள் நாங்கள் எல்லோரும் சிறுசிறு பற்களைப் போல அடங்கியிருக்கிறோம். அப்பாவிற்காக வேலை செய்வதுதான் எங்கள் கடமை.

நினைக்கவே எரிச்சலாக இருக்கிறது.

● ● ●

எஸ்.ராமகிருஷ்ணன்

குகை

சைக்கிள்தான் ஊருக்கு வெளியேயும் உலகம் இருப்பதை அறிமுகம் செய்தது. நானும் சங்கரும் அவனது அப்பாவின் சைக்கிளை எடுத்துக்கொண்டு எங்கெங்கோ சுற்றத் தொடங்கினோம். புளியமரங்கள் அடர்ந்த சாலையில் பயணம் செய்தோம். மண்சாலைகளில் நிறுத்தி பதநீர் குடித்தோம். ரோட்டோர பம்ப்செட்டில் குளித்தோம். அறியாத கிராமங்களை நோக்கி சைக்கிள் விட்டோம். மயானத்தின் ஓரம் சைக்கிளை நிறுத்தி மண்டையோடுகளை எடுத்து விளையாடினோம். எதிர்க்காற்றில் மூச்சிரைக்க சைக்கிள் மிதித்தோம். பஞ்சரான சைக்கிளை உருட்டிக் கொண்டு இருட்டில் நடந்து திரும்பியிருக்கிறோம். ஆனாலும் ஊர் சுற்றுவது நிற்கவேயில்லை.

எங்கள் ஊரின் கிழக்கே சிறிய குன்றிருந்தது. அதன் உச்சியில் சிறிய மலைக்கோவில் இருந்தது. அந்தக் குன்றின் பின்பக்கம் ஒரு குகையிருந்தது. குகையினுள் குள்ளச்சாமியார் ஒருவர் குடியிருந்தார். அவர் குகையை விட்டு வெளியே வரவேமாட்டார். அந்தக் குகைக்குள் போனால் பிடித்துக் கொண்டுவிடுவார் என்றார்கள்.

ஒருநாள் நானும் சங்கரும் அந்தக் குகையை நோக்கி சைக்கிளை ஓட்டிக் கொண்டு சென்றோம். வெயில் மங்கிய நாளது. சைக்கிளை ஒரு மரத்தடியில் நிறுத்திவிட்டு, காய்ந்துபோன புற்களை மிதித்து நடந்து போனோம். குகைவாசலில் புதர் போல மண்டிக் கிடந்தது. உள்ளே நிஜமாகவே சாமியார் இருக்கிறாரா, இல்லை கட்டுக்கதையா புரியவில்லை.

சங்கர் புதர்ச்செடிகளை விலக்கி உள்ளே போக முயன்றான். நான் அவன் பின்னாடியே நுழைந்தேன். குகையினுள் செல்லும் 0பாதை மிகச்சிறியதாக இருந்தது. ஒரே வௌவால் எச்சம். அதற்குள் மண்டியிட்டு நகர்ந்தான் சங்கர். கெட்டவாடையைத் தாங்கிக் கொண்டு பின்னால் நகர்ந்தேன். குகையினுள் கோடுபோல வெளிச்சம் தெரிந்தது. அதை நோக்கி நகர்ந்தோம். திடீரென வழி பெரியதாகியது. தாவி உள்ளே போனபோது ஆள் நிற்குமளவு உயரமான இடம்.

சுத்தமாகத் துடைத்து வைக்கப்பட்டிருந்தது ஒரு சிறிய மேடை.

அதன்மீது காய்ந்து போன எலும்புத்துண்டுகள், முட்டை ஓடுகள். சிரட்டை, யாரோ குறட்டை விட்டுத் தூங்கிக் கொண்டிருக்கும் சப்தம் கேட்டது.

அந்தச் சப்தம் வரும் திசையை நோக்கி நகர்ந்தோம்.

நாலு அடி உயரத்தில் ஒரு சாமியார் உறங்கிக் கொண்டிருந்தார். பழைய காவி வேஷ்டி. அடர்ந்து விரிந்த தலைமுடி. தாடி. ஒடுங்கிப் போன முகம்.

சங்கர் அவன் முன்னாடி போய், "பேய்" எனக் கத்தினான்.

பாதித் தூக்கத்தில் பயந்து அலறி எழுந்தார்.

அவர் முன்னே நின்று கொண்டிருக்கும் எங்களைக் கண்டதும் கண்ணைக் கசக்கிக் கொண்டு, "யாருடா நீங்க?" என்றார்.

"நீங்கதான் குள்ளசாமியா?" எனக் கேட்டான் சங்கர்.

"ஆமாம்" என்றார் சாமி.

"ஆசீர்வாதம் வாங்க வந்துருக்கோம்" என்றான் சங்கர்.

"என்ன கொண்டுவந்திருக்கிறீர்கள்?" என்று கேட்டார் சாமி.

"ஒன்றுமில்லை" என்று கையை விரித்தான்.

வழக்கமாக அவரைக் காண வருகிறவர்கள் தேங்காய் பழம் அல்லது ஆப்பிள் கொண்டுவந்து குகை வாசலில் வைத்துப் போய்விடுவார்களாம். அதைச் சாப்பிட்டுக் காலத்தைக் கழிப்பதாகச் சாமியார் சொன்னார்.

"எவ்வளவு வருஷமா சாமி இங்கே இருக்கீங்க?" எனக் கேட்டான் சங்கர்.

"அது முப்பது வருஷமாச்சி" என்று சொல்லி சாமியார் சிரித்தபடியே, "உங்களுக்குப் பயமாயில்லையா..?" எனக் கேட்டார்.

நான் ஆமாம் என்றும் சங்கர் இல்லையென்றும் தலையாட்டினோம்.

அவர் நடந்து போய் ஒரு சுருக்குப் பையிலிருந்து திருநீற்றை எடுத்து வந்து எங்களுக்குப் பூசிவிட்டுச் சொன்னார்.

"என்னைப் பாத்ததை யார்கிட்டயும் சொல்லக்கூடாது. சொன்னா கண் அவிஞ்சி போயிடும்."

சரியெனத் தலையாட்டிக் கொண்டோம்.

"இனிமே இங்க வரக்கூடாது, நான் தவத்தில இருப்பேன். கோபம் வந்தா சபிச்சிருவேன்" என்றார்.

நாங்கள் குகையினுள் தவழ்ந்து போக முயன்றபோது சாமியார் சொன்னார்:

"இந்தப் பக்கம் ஒரு வழியிருக்கு."

அவர் காட்டிய திசையில் நாணல் அடர்ந்திருந்தது. அதைத் தாண்டினால் ஆள் போய்வருமளவு பெரிய வழியிருந்தது. அடிக்கடி வெளியே போய் வருவார் போலும்.

அவர் எங்களைப் பார்த்துச் சிரிப்பது தெரிந்தது.

வெளியே வந்தபோது சங்கர் சொன்னான், "ஃப்ராடுப்பய, உள்ளே நல்லி எலும்பா கடிச்சித் துப்பியிருக்கான்."

அவன் சொன்னவிதம் எனக்குச் சிரிப்பாக இருந்தது.

• • •

 ## முழுப்பரீட்சை

பள்ளிக்கூடம் போய் ஒரு மாதகாலமாகி விட்டது. வீட்டில் இதே பாயில்தான் படுத்துக்கிடக்கிறேன். மஞ்சக்காமாலை கண்டு என் உடல் வற்றிப்போய் உடம்பு முழுவதும் பச்சிலை வாசம் அடித்துக் கொண்டிருக்கிறது.

அம்மா என்னை உலுக்கியபடியே முழுப்பரீட்சை மட்டுமாவது எழுதிவிட்டு வந்துவிடலாம் என்று சொன்னாள்.

சுவரில் ஊர்ந்து கொண்டிருக்கும் பல்லியைப் பார்த்தபடியே படுத்துக்கிடந்தேன். அம்மா எதையோ சொல்லிக்கொண்டே யிருந்தாள். அவள் பேசுவது என் கவனத்திலேயே இல்லை. நான் பதில் பேசாமல் பாயில் சுருண்டு படுத்துக் கிடந்தேன்.

என் தலையைத் தடவிவிட்டு, "முழுப்பரீட்சை மட்டும் எழுதிட்டா போதும். பிறகு ஒரு மாசம் லீவு... வீட்லயே இருக்கலாம்" என்றாள். நான் பதில் பேசவேயில்லை. பல்லி கண்ணிலிருந்து மறைந்திருந்தது.

சோளத் தக்கையைப் போல உடல் எடையற்றுப் போய்விட்டது. மஞ்சள் படிந்த என் விரல்கள் எனக்கே அச்சம் தருவதாக இருந்தன.

இரண்டு நாட்களுக்கு முன்பாக ஒரு பகலில் விட்டத்திலிருந்து இறங்கி வந்த மரப்பல்லி ஒன்றைப் பார்த்துக் கொண்டேயிருந்தேன்.

அது சுவரில் பரபரப்பாக அங்குமிங்கும் ஓடிக் கொண்டிருந்தது. பிறகு 'தொப்' என்று அருகில் விழுந்தது. பல்லியின் வால் மட்டும் துண்டிக்கப்பட்டுப் படபடவெனத் துடித்துக் கொண்டிருக்க, பல்லி வேகமாகச் சுவரில் ஏறியது.

மரப்பட்டைகளை நினைவுபடுத்தும் நிறத்திலிருந்த அந்தப் பல்லியைக் காண்பதே பயமாக இருந்தது. கண்களை மூடிக் கொண்டபோது பல்லி கண்களுக்குள் ஊர்ந்து கொண்டிருப்பது போலிருந்தது.

பயத்தில் கண் திறந்து பார்த்தபோது அது சுவரில் இல்லை. ஆனால், அதன் பிறகு சில நேரம் அந்தப் பல்லி நிழல்போலச் சுவரில் ஊர்ந்து போய்க் கொண்டிருப்பதைக் கண்டேன். ஒரு

எஸ்.ராமகிருஷ்ணன்

வேளை அது நிஜமா அல்லது பிரமையா என்று கூட எனக்குத் தெரியவில்லை.

கண்களை மூடி என்னால் உறங்க முடியவில்லை. சில நேரம் ஏதோ ஒரு கிணற்றுத் தண்ணீருக்குள் சிக்கி மூச்சுத் திணறுவது போலிருந்தது. பகல் முழுவதும் அம்மா என் அருகில் உட்கார்ந்தபடியே இளநீரை டம்ளரில் வைத்துப் புகட்டிக் கொண்டேயிருந்தாள். இரவில் என்னை அறியாமலே நான் படுக்கையில் மூத்திரம் போயிருந்தேன்.

பாதி உறக்கத்தில் கண் விழிக்கும்போது வீட்டின் கதவு திடீரென மிகத் தொலைவில் இருப்பது போலத் தோன்றும். அம்மாவின் குரல் கூட ஏதோ ஆழத்திலிருந்து அழைப்பது போல இருக்கும். எப்போதும் உடலில் மஞ்சள் பிசுபிசுப்பு வழிந்தபடியே இருந்தது.

அம்மா சப்தம் இல்லாமல் அழுது கொண்டிருந்தாள். எப்போதாவது பள்ளிக்குப் போகும் வழியில் தேசிங்கு என் வீட்டிற்கு வருவான். அருகில் உட்கார்ந்தபடியே பள்ளியில் நடந்ததைப் பற்றி ஒவ்வொன்றாகச் சொல்லிக் கொண்டிருப்பான்.

அவன் உதடுகள் அசைவது மட்டும் தெரியுமேயன்றி, பேசுவது மனதில் பதியாது. என்னைத் தொட்டுவிடக்கூடாது என்று பயந்தவன் போல தேசிங்கு தள்ளியே உட்கார்ந்திருப்பான்.

நாட்கள் கடந்து போகப்போக, பகலில் படுத்தே கிடப்பது மிகவும் எரிச்சல் ஊட்டுவதாக இருந்தது. குளிப்பதைத் தவிர வேறு வேலையே இல்லை. வீட்டை விட்டும் வெளியேபோக முடியாது.

பகல் நேரத்தில் உறக்கம் பிடிக்காமல் புரண்டு கொண்டிருக்கும் போது, ஜன்னல் வழியாக வெயில் வீட்டிற்குள் இறங்கிக் கொண்டிருப்பதைப் பார்த்துக் கொண்டிருப்பேன். கை தவற விட்ட பாதரசத்தைப் போல, தரையில் அங்குமிங்கும் வெளிச்சம் ஊர்ந்து கொண்டிருக்கும்.

என் காலடி வரை வரும் வெயில் அப்படியே பின்னால் திரும்பிப் போய்விடும். அந்த நேரத்தில் அடுப்படியில் அம்மா வெண்ணெய் இல்லாதபடியே மோர் கடைந்து கொண்டிருப்பாள்.

இந்த ஒரு மாத காலமாக என் உடலை நானே உற்றுப் பார்த்துக் கொண்டே யிருக்கிறேன். கை, கால்கள், நாக்கு, விரல்கள், நகங்கள் என யாவும் வியப்பாக இருக்கிறது.

அதிலும் பாதித் தூக்கமும் விழிப்புமாக உலகம் கரைந்துபோன நிலையில் உடல் ஒரு காகிதத்தைப் போலாகியிருந்தது.

அதிலும் உடம்பில் ஆடையில்லாமல் ஈரத்துண்டை மட்டும் போர்த்திக்கொண்டு படுத்திருக்கும்போது, உடலைக் காண்பது திகைப் பூட்டுவதாயிருந்தது.

***

அன்றொரு நாள் பள்ளிக்கூடத்திலே வயிற்றைக் குமட்டிக் கொண்டு வாந்தியெடுத்தேன். எனக்குத் துணையாக சிவசுவை டீச்சர் கிணற்றடிக்கு அனுப்பி வைத்தாள்.

சிவசு ஓட்டை வாளியைக் கிணற்றில் விட்டுத் தண்ணீர் இறைத்தபடியே, "வயிறு வலிக்குதாடா?" என்று கேட்டான். என்னால் பதில் பேசமுடியவில்லை. கண்களில் பூச்சி பறந்து கொண்டிருந்தது.

அடிவயிற்றோடு சேர்ந்து ஒரு வலி இறுக்கிப் பிசைந்து கொண்டிருந்தது. சிவசு வாளியில் இருந்த தண்ணீரில் கொஞ்சம் அள்ளி தன் முகத்தைக் கழுவி கொண்டு என்னிடம் வாயைக் கொப்பளிக்கும்படியாகச் சொன்னான்.

என்னால் குனிந்து வாளியில் உள்ள தண்ணீரைக் கைகளால் அள்ள முடியவில்லை. சிவசு வாளித் தண்ணீரைத் தூக்கி என் கைகளில் ஊற்றினான். அது முழங்கை வழியாக வழிந்து யூனிபார்ம் சட்டையை நனைத்து கால் வழியாக இறங்கியது. தண்ணீரின் குளிர்ச்சி சற்றே வலியை அடக்கியது போலிருந்தது.

வகுப்பறைக்குத் திரும்பி வந்தபோது டீச்சர் கேட்காமலே சிவசு நான் மஞ்சள் கலரில் வாந்தி எடுத்ததாகச் சொன்னான்.

டீச்சர் போர்டில் எழுதிப் போட்டிருந்ததை அழித்துக் கொண்டிருந்தாள். அவளது கூந்தலில் இருந்த மல்லிகைப்பூ அவிழ்ந்து தொங்கிக் கொண்டிருந்தது. இப்போது வலி குறைந்திருக்கிறதா என்று டீச்சர் கேட்பாள் எனப் பார்த்துக் கொண்டிருந்தேன். ஆனால், அவள் என்னைத் திரும்பிப் பார்க்கவேயில்லை. தலைகவிழ்ந்தபடியே உட்கார்ந்து கொண்டேன். திரும்பவும் வயிற்றை வலிப்பது போலவே யிருந்தது. வலி தாங்க முடியாமல் அழுது விடுவேனோ என்று பயமாக இருந்தது. வகுப்பில் அழக்கூடாது என்று பல்லைக் கடித்துக் கொண்டிருந்தேன்.

டீச்சர் போர்டில் கேள்வி பதில்கள் எழுதிப் போட்டுக் கொண்டிருந்தாள். என்னால் பெஞ்ச்சில் உட்கார்ந்திருக்க முடியவில்லை. வலி கொஞ்சம் கொஞ்சமாக என்னை மீறி எழுந்து கொண்டிருந்தது. தலையைக் கவிழ்த்தபடியே காலடியில் வைத்திருந்த எனது ஊதா நிறப் பையைப் பார்த்துக்

கொண்டிருந்தேன். பையின் கைப்பிடி ஒன்று அறுந்து போயிருந்தது. அதை இன்னொரு கைப்பிடியோடு சேர்த்து முடிச்சுப் போட்டு வைத்திருந்தேன்.

என் அருகில் உட்கார்ந்திருந்த தேசிங்கும் குள்ளராமனும் போர்டைப் பார்த்துப் பார்த்து நோட்டில் எழுதிக் கொண்டிருந்தார்கள். நான் வாயில் கையை வைத்து அடைத்துக் கொண்டு அழத்துவங்கினேன். மாணவிகளில் யாராவது பார்க்கிறார்களா என்று கூச்சமாகவும் இருந்தது. டீச்சர் தன் கையில் அப்பியிருந்த சாக்பீஸ் தூசுகளைத் தட்டிவிட்டுக் கொண்டபடியே தனது நாற்காலியில் போய் உட்கார்ந்து கொண்டாள்.

திடீரென, 'நான் இப்போதே செத்துப் போய்விடுவேனோ?' என்ற பயம் ஏற்படத் துவங்கியது. இந்தப் பயம் வந்ததும் வகுப்பறையே கண்முன்பாகக் கரைந்து போவது போன்றும், உடலில் வலி அதிகமானது போன்றும் தோன்றியது. பல்லைக் கடித்தபடியே சப்தம் போடாமல் அழுதேன். என்னால் அழுகையைக் கட்டுப்படுத்த முடியவில்லை.

என் பின்னால் உட்கார்ந்திருந்த தாமரைக்கண்ணன் எழுந்து, "நந்து அழுகிறான் டீச்சர்" என்று கத்தியபோது, எழுதிக் கொண்டிருந்த மாணவிகளில் சிலர் வேகமாகத் திரும்பி பார்த்தார்கள். டீச்சர் தன் இருக்கையை விட்டு நகராமலே, "என்னடா செய்யுது?" என்று திரும்பவும் கேட்டாள். என்னால் பதில் பேச முடியவில்லை. விசும்பலும் அழுகையுமாக நின்று கொண்டிருந்தேன். மாணவிகள் என்னைப் பற்றி ஏதோ பேசிக் கொண்டிருந்தார்கள்.

டீச்சர் அருகில் வந்து என் நெற்றியில் கை வைத்துக் காய்ச்சல் அடிக்கிறதா என்று பார்க்க மாட்டாளா என்று ஆசையாக இருந்தது. ஆனால், டீச்சர் சாணியில் காலை வைத்தபோது ஏற்படும் முகச்சுளிப்பைப் போல என்னைப் பார்த்து முகம் கோணியபடியே, "நந்து வீடு யாருக்குடா தெரியும்?" என்று கேட்டாள். தேசிங்கு கையை உயர்த்தினான்.

தேசிங்கை என்னுடைய பையை எடுத்துக் கொள்ளும்படியாகச் சொல்லிவிட்டு வீட்டிற்குக் கிளம்பச் சொன்னாள். வகுப்பை விட்டு வெளியே வந்தபோது மாலை வெயில் வராந்தாவில் ஊர்ந்து கொண்டிருந்தது. நாலாம் வகுப்பில் படிக்கும் ஒரு சிறுமி கையில் ரிஜிஸ்தரை வைத்தபடியே ஹெட்மாஸ்டர் அறைக்குப் போய்க் கொண்டிருந்தாள். தேசிங்கு என் பையைத் தோளில் மாட்டியபடியே ஸ்கூல் கேட் வரை வந்தவன், அங்கிருந்த ஒரு

கல்லில் பையை வைத்து விட்டு அவசரமாக வகுப்பறையை நோக்கி ஓடினான்.

பள்ளிக்கூடத்தின் பெரிய கேட்டின் முன்பாக நின்று கொண்டிருந்தேன். இப்போது அழுகை அடங்கியிருந்தது. வலியும் காணாமல் போனது போலிருந்தது. பள்ளிக்கூடத்தைத் திரும்பிப் பார்த்தபோது ஏனோ வெட்கமாக இருந்தது. சுந்தரி நான் அழுததைப் பற்றி என்ன நினைத்திருப்பாள்..? கேலி செய்வாளா என்ன? சி.நிர்மலா வேண்டுமானால் கேலி செய்யக்கூடும்; ஆனால், சுந்தரி அப்படிச் செய்யமாட்டாள். கைகளை உயர்த்திச் சோம்பல் முறித்தபடியே தேசிங்கு வருகிறானா என்று பார்த்துக் கொண்டிருந்தேன். தேசிங்கு பஸ் ஓட்டுவதுபோல காற்றில் கைகளை அசைத்துத் திருப்பியபடியே என்னை நோக்கி வந்து கொண்டிருந்தான்.

“உங்க வீட்டுக்கு போயிட்டு வர்றதுக்குள்ளே மணியடிச்சிருச்சின்னா என் பையை நவநீதனை எடுத்துட்டு வரச் சொல்றதுக்குத்தான் போனேன்” என்றான். நாங்கள் இருவரும் பள்ளிக்கூடத்தை விட்டு நடந்து போகத் துவங்கியபோது குருவிகளின் படையொன்று கிழக்கிலிருந்து மேற்காகப் பறந்து போய்க் கொண்டிருந்தது. வழியில் டூரிங் தியேட்டரில் ‘வல்லவன் ஒருவன் இன்றே கடைசி’ என நோட்டீஸ் ஒட்டப்பட்டிருப்பதைக் கவனித்தபடியே நடந்து போனோம்.

வீட்டில் அம்மா உறங்கிக் கொண்டிருந்தாள். வாசலில் படுத்துக் கிடந்த நாய் என்னைக் கண்டதும் எழுந்து வாலாட்டியது. தேசிங்கு கதவைத் தள்ளியடிபயே, “பத்மாக்கா” என்று சப்தமாகக் கூப்பிட்டான். நான் அம்மாவை பெயரைச் சொல்லிக் கூப்பிட்டதே கிடையாது. யாராவது வெளியாட்கள் கூப்பிடும்போது எனக்கும் அப்படிக் கூப்பிட ஆசையாக இருக்கும். ஆனால், அதை அடக்கிக் கொண்டுவிடுவேன்.

தேசிங்கின் சப்தம் அம்மாவை விழிக்கச் செய்தது. அவள் பாதி திறந்து கிடந்த கதவு வழியாக, “யாரு..?” என்று கேட்டாள்.

“நாந்தான்மா” என்றேன்.

இதற்குள் தேசிங்கு, “யக்கா, நந்து பள்ளிக்கூடத்தில வாந்தியெடுத்துட்டான். டீச்சர் வீட்ல கொண்டுபோயி விட்டுட்டு வரச் சொன்னாங்க” என்று சப்தமாகச் சொன்னான்.

அம்மா பதறி எழுந்து கொள்வது தெரிந்தது. தேசிங்கின் காலை நாய் நக்கத் துவங்கியிருந்தது. அவன் கூச்சத்தில் நெளிந்து கொண்டிருந்தான். அம்மா அவிழ்ந்து கிடந்த தன் கூந்தலைக்

கூட முடிந்து கொள்ளாமல் என் அருகில் வந்து நின்று கழுத்தடியில் கையை வைத்துப் பார்த்தாள். பிறகு தலையைத் தடவிவிட்டபடியே, “என்னய்யா செய்யுது?” என்று கேட்டாள். என்னால் பதில் சொல்ல முடியவில்லை. அழுகை முட்டிக் கொண்டு வரத்துவங்கியது.

பள்ளிக்கூடத்தில் சேர்த்து வைத்த மொத்த அழுகையையும் கொட்டித் தீர்த்துவிட வேண்டும் என்பது போல சப்தமாக அழத்துவங்கினேன். அவளுக்கு என் அழுகையின் அர்த்தம் புரியாமல், “என்னய்யா .. எதுக்குய்யா அழுகுறே..? அம்மா இருக்கேன்ல” என்று முதுகைத் தடவி விட்டுக் கொண்டிருந்தாள். சமாதானமாக முதுகைத் தடவும் கைகளை மீறி வெடித்து அழுது கொண்டிருந்தேன்.

தேசிங்கு மௌனமாக அம்மாவைப் பார்த்துக் கொண்டிருந்தான். சுவரோரமாகச் சாத்தி வைக்கப்பட்டிருந்த பாயை எடுத்து விரித்து அதன்மீது அவளது இரண்டு சேலைகளை மடித்துப் போட்டு, என்னைப் படுத்துக் கொள்ளச் சொன்னாள் அம்மா. நான் சுருண்டு படுத்துக் கொண்டேன்.

தேசிங்கு பள்ளியில் நடந்ததை விரிவாகச் சொல்லிக் கொண்டிருந்தான். அம்மா வேதனை கவிந்த முகத்தோடு, “மதியம் சாப்பிட்டானா இல்லையா..?” என்று விசாரித்துக் கொண்டிருந்தாள்.

தேசிங்கு ஆதங்கத்துடன், “நான் வேணும்னா கடையில போயி பன்ரொட்டி வாங்கிட்டு வரட்டுமாக்கா?” என்று கேட்டான். அம்மா, “வேண்டாம்” என்று மறுத்தபடியே, தன் முந்தானையில் முடிந்து வைத்திருந்த சில்லறைகளில் இருந்து ஒரு பத்து பைசாவை மட்டும் எடுத்து அவனிடம் கொடுத்து, “நீ ஏதாச்சி வாங்கித் தின்னுக்கோ” என்றாள். தேசிங்கு சிரித்த முகத்தோடு வாங்கிக் கொண்டான்.

பிறகு அம்மா ஒரு தூக்குவாளியை எடுத்துக் கொண்டு காபி வாங்கக் கிளம்பிப் போனாள். அன்றிரவு பக்கத்து வீட்டிலிருந்த சிந்தாமணி அக்கா வந்து பார்த்துவிட்டு, “பிள்ளைக்கு மஞ்சக்காமாலை கண்டிருக்குக்கா. கையைப் பாருங்க, மஞ்ச... மஞ்சளா இருக்கு...” என்றாள்.

என் கைகளை விரித்துக் காட்டச் சொன்னாள் அம்மா. லேசாக ரேகை ஓடியது போல மஞ்சள் நிறம் படியத் துவங்கியிருந்தது.

“மூத்திரம் போகும்போது கடுக்குதாய்யா?” என்று கேட்டாள். ஆமாம் என்று தலையை அசைத்தேன். காமாலைக்கு மருந்து

அரைத்துத் தரும் பெத்தையா வீட்டுக்கு அழைத்துப் போகும்படியாக, சிந்தாமணியக்கா சொன்னாள். பார்த்துக் கொண்டிருக்கும்போதே அம்மாவிற்கு அழுகை பொங்கி வரத் துவங்கியது. அவள் தன்னை மீறி அழத்துவங்கினாள். சிந்தாமணியக்கா அம்மாவின் கைகளைப் பிடித்தபடியே, "எல்லாம் சரியா போயிரும்க்கா" என்று திரும்பத் திரும்பச் சொல்லிக் கொண்டிருந்தாள்.

சில நிமிடங்களுக்குப் பிறகு அம்மா தன் கண்களைத் துடைத்துக் கொண்டாள். அழுகை பாதியில் அடங்கிப் போயிருந்தது. சிம்னி விளக்கை பாதி குறைத்துவிட்டு வெள்ளைத் துண்டு ஒன்றை என்மீது போர்த்திவிட்டு, பெத்தையா வீடுவரை போய்வருவதாகச் சொன்னாள்.

அன்று துவங்கிய காமாலை அதன் பிறகு முற்றிக் கொண்டேயிருந்தது. அம்மா ரெண்டு நாளைக்கு ஒருமுறை கீழாநெல்லியை அரைத்துத் தந்தபடியிருந்தாள். ஆனாலும் காமாலை கட்டுப்படவில்லை. விரல்கள் மஞ்சளேறியிருந்தன. என் மீது போர்த்தியிருந்த வெள்ளைத் துண்டு முழுவதும் மஞ்சள் அப்பிப் போயிருந்தது. வெயிலில் வேப்பிலைகள் உலர்ந்து சருகாவது போல உடல் கொஞ்சம் கொஞ்சமாக வற்றிக் கொண்டு வந்தது.

***

பரீட்சை எழுதப் போவதற்கு முந்திய நாள் அம்மா தேசிங்கை வீட்டிற்கு வரச் சொல்லி ஒன்றிரண்டு கேள்வி பதிலை மட்டுமாவது படித்துக் காட்டச் சொன்னாள். பாடம் எதுவும் என் நினைவில் இல்லை. சுவர்ப் பல்லியும் பகல் வெளிச்சமும் ஒடிந்த வேப்பிலைகளும் தவிர வேறு யாவும் மறந்து போய்விட்டிருந்தது. கண்ணாடியில் என் முகத்தைப் பார்த்துக் கொள்வது எனக்கே பயமாக இருந்தது.

***

பரீட்சை துவங்கிய நாளில் அம்மாவின் விரல்களைப் பிடித்தபடியே தெருவில் நடந்து போகத் துவங்கினேன். அம்மா புதுப் பேனா வாங்கி வந்திருந்தாள். பையை அவளே தூக்கிக் கொண்டு வந்தாள். முதன் முதலாகப் பள்ளிக்குப் போவது போல நடுக்கமாயிருந்தது. என் பள்ளிக்குள் நுழைந்தபோது அது இதற்கு முன்பு நான் பார்த்தேயிராத கட்டிடம் போன்றிருந்தது. அங்கிருந்த மாணவர்கள், வகுப்பறை எதுவும் எனக்குப் பரிச்சயமற்றது போன்றேயிருந்தது.

ஹெட் மாஸ்டரைப் பார்த்து அனுமதி வாங்கிய பிறகுதான் பரீட்சை எழுத விட முடியும் என்று டீச்சர் சொன்னதால், நானும்

அம்மாவும் ஹெட்மாஸ்டர் அறையில் உட்கார்ந்து இருந்தோம். முழுப்பரீட்சைக்கான கேள்வித்தாள்கள் பாக்கெட் பாக்கெட்டாக ஒரு மேஜையில் அடுக்கி வைக்கப்பட்டிருந்தன.

டீச்சர்கள் வகுப்புவாரியாக கேள்வித்தாள்களை வாங்கிக் கொண்டு போனார்கள். ஹெட்மாஸ்டர் என்னிடம், "பரீட்சை எழுதிருவியாடா?" என்று கேட்டார். நான் தலையசைத்தேன். அம்மா பரீட்சை அட்டையையும் பேனாவையும் எடுத்துக் கையில் கொடுத்தாள். நான் வகுப்பிற்குப் போனபோது மாணவர்கள் பரீட்சை எழுதிக் கொண்டிருந்தார்கள். வழக்கமாக நான் உட்காரும் இடத்தில் திருஞானம் உட்கார்ந்திருந்தான்.

டீச்சர் என்னை, கடைசி பெஞ்சில் உட்காரச் சொன்னாள். மாணவிகளில் ஒருத்தி என்னை நிமிர்ந்து பார்த்தாள். கேள்வித்தாளைக் கையில் வாங்கியதும் நடுக்கம் வரத்துவங்கியது. பரீட்சை அட்டையில் இருந்த வெள்ளை பேப்பரைப் பார்த்தபடியே இருந்தேன். திடீரென காய்ச்சல் வருவது போலத் தோன்றியது. கேள்விகளுக்கான பதில் எதுவும் நினைவிற்கு வரவில்லை. 'அம்மா ஒரு ஓரமாக வந்து நின்றால்கூடப் போதும்; பரீட்சை எழுதி விடலாம்' என்பதுபோல ஏக்கமாக இருந்தது.

பதில் எழுதாமல் தலை கவிழ்ந்தபடியே உட்கார்ந்திருந்தேன். அதைக் கவனித்தவள் போல டீச்சர், "என்னடா எழுதலையா?" என்று கேட்டாள்.

நான் விக்கித்துப் போன குரலில், "எங்கம்மாவைப் பாக்கணும்" என்றேன்.

"ஏன் அவங்க வந்து உனக்குப் பதிலா பரீட்சை எழுதப் போறாங்களா?" என்று டீச்சர் கேலி செய்தாள். மாணவிகளில் யாரோ சிரித்தார்கள். என் கால்கள் நடுங்கிக் கொண்டிருந்தன. வகுப்பறை திடீரென மங்குவது போல இருந்தது. டீச்சர் பரீட்சையை ஒழுங்காக எழுதும்படியாக மிரட்டிவிட்டுப் போனாள்.

தேசிங்கு எங்கே உட்கார்ந்திருக்கிறான் என்று பார்த்தேன். அவன் முன்பெஞ்சில் அமர்ந்து வேகவேகமாக எழுதிக் கொண்டிருந்தான். அவன் அருகிலாவது என்னை உட்கார வைத்திருக்கக் கூடாதா என்று தோன்றியது. பரீட்சை பேப்பரில் என் பெயரும் முருகன் துணை என்றும் மட்டுமே எழுதியிருந்தேன். வேறு ஒரு வரி கூட எழுத முடியவில்லை. 'அம்மா வீட்டிற்குப் போயிருப்பாளா, இல்லை வெளியில் காத்துக் கொண்டிருப்பாளா? என்னால் தனியாக வீட்டிற்குப் போக முடியுமா இல்லை, வழியில் மயங்கி விழுந்துவிடுவேனா?' என்று குழப்பமாக இருந்தது.

பரீட்சை முடிந்து பேப்பர் வாங்கும்போது டீச்சர் என் அருகில் வந்து நின்று என் பேப்பரைப் பார்த்தாள். பிறகு அதைப் பிடுங்கிக் கொண்டு, "முருகன் துணைன்னு எழுதிட்டா பரீட்சையில பாஸ் பண்ணிருவியா?" என்று கேட்டாள். இதைக் கேட்டுப் பலரும் சிரித்தார்கள். டீச்சர் என்னை ஹெட்மாஸ்டர் அறைக்கு அழைத்துக் கொண்டுபோனாள்.

அவர்கள் பேசிக்கொண்டிருக்கும்போது நான் சப்தமில்லாமல் வெளியேறி வீட்டை நோக்கி ஓடத்துவங்கினேன். மரங்கள் தாவி வந்து என்மீது மோதுவது போலிருந்தது. தெரு மிகவும் நீண்டு போய்க் கொண்டேயிருந்தது. பரீட்சை அட்டையைக் கூட எடுக்காமல் வீட்டை நோக்கி ஓடிக் கொண்டிருந்தேன். வீட்டில் அம்மா திருகையில் எதையோ திரித்துக் கொண்டிருந்தாள். அவள்மீது போய் விழுந்தேன்.

"பரீட்சை எப்படி எழுதுனே?" என்று கேட்டாள். அழுதபடி அம்மாவின் சேலையை எடுத்துப் போட்டு படுத்துக் கொண்டு, "நான் செத்துபோகப் போறேன்மா" என்று சொன்னேன்.

"அய்யோ, என்னடா என்னமோ சொல்லுறே?" என்று அம்மா தானும் அரற்றத் துவங்கினாள்.

அன்றிரவு அம்மா சாமி கும்பிட்டு திருநீறு பூசிவிட்டாள். அத்தோடு இந்தப் பள்ளியை விட்டு வேறு பள்ளிக்கு மாறப் போவதைப்பற்றிப் பேசத்துவங்கினாள்.

அது மஞ்சள் காமாலையை விடவும் அச்சம் தருவதாக இருந்தது.

• • •

# நாரதரின் டோப்பா

பங்குனி பொங்கலுக்கு நாடகம் போடுகிறவர்கள் பதினோரு மணிக்குத்தான் துவங்குவார்கள். ஆனால், இடம்பிடிக்க வேண்டுமென ஆறுமணிக் கெல்லாம் கொட்டகையின் முன்பு பாயை விரித்துக் கொண்டு விடுவோம். ஒருவரும் விழித்திருந்து நாடகம் பார்க்க மாட்டார்கள். ஆனால், குடும்பத்துடன் நாடகம் பார்க்க வந்துவிடுவார்கள். ஒரு வருஷம் கூட நான் நாடகத்தை முழுமையாகப் பார்த்தது கிடையாது.

நாடகக் கொட்டகைக்குள் யாரையும் விட மாட்டார்கள். சங்கர் அதற்கு ஒரு யோசனை சொன்னான்.

"யாரிடமாவது கேட்டு வெற்றிலை பாக்கை ஓசியில் வாங்கிக் கொண்டால் உள்ளே போய்விடலாம்."

அதுபோல ஒரு கிழவியிடம் இரண்டு வெற்றிலையும், ஒரு கிழவரிடம் பாக்குத் துண்டு ஒன்றையும் வாங்கிக் கொண்டு, "வெற்றிலை வாங்கிட்டு வரச்சொன்னாங்க" என உள்ளே நுழைந்துவிட்டோம்.

நடிகர்கள் அப்போதுதான் அலங்காரம் செய்து கொண்டிருந்தார்கள். முருகனாக நடிக்கப்போகிறவர் சேரில் உட்கார்ந்து சிகரெட் பிடித்துக் கொண்டிருந்தார். நாரதராக நடிக்கும் முபாரக்கின் முன்னால்போய் நின்றபடியே சங்கர் வெற்றிலையை நீட்டினான். அவர் கையில் டோப்பாவை வைத்தபடியே நின்றிருந்தார்.

"யாரு குடுத்துவிட்டாக?" எனக் கேட்டார்.

"நீங்க சூப்பரா நடிக்குறீங்க" என்றான் சங்கர்.

"ரசிகரா..?" எனக் கேட்டுச் சிரித்தபடியே முருகனைப் பார்த்துச் சொன்னார்.

"அண்ணே... நம்ம ரசிகர்களைப் பாத்தீங்களா..?"

முருகன் எங்களை முறைத்தபடியே சொன்னார்.

"உனக்கு என்னப்பா, எதையாவது ஹாஸ்யமா சொல்லிடுவே. பிள்ளைகளும் சிரிப்பா சிரிக்கும். நம்ம பாடுதான் நாக்கு தள்ளிப் போகுது."

"நீங்கதானே வள்ளியைக் கட்டிக்கிடப்போறவரு..?"

"வள்ளி இன்னும் மதுரையில இருந்து வந்து சேரலை. நீலவேணிக்குத் தானே வள்ளிராணின்னு நினைப்பு. திமிரு ஜாஸ்திப்பா."

"அவளுக்குத்தானே கூட்டம் கூடுது, வசூல்ராணியில்லே."

"நீ விடிய விடிய வாதத்தை இழுத்து என்னைக் காக்க வைக்காத. சட்டுபுட்டுனு முடி" என்றார் முருகன்.

நாரதர் சிரித்தபடியே சங்கரிடம், "தம்பி, சில்லறை வச்சிருந்தா ஒரு பனாமா வாங்கிட்டு வா" என்றார்.

அவர் டோப்பாவைத் தொட்டுப் பார்க்கலாமா என ஆசையாக இருந்தது.

சங்கர் இதற்குள் கொட்டகையினுள் யார் என்ன வேஷம் போடுகிறார்கள் என்று பார்த்துவிட்டுத் திரும்பியிருந்தான்.

நாங்கள் வெளியே வந்தபோது, "சிகரெட் வாங்க ஏது காசு?" எனக் கேட்டேன்.

"யாரு வாங்கிக் குடுக்கப்போறது..? சும்மா பேச்சுக்குச் சொன்னேன். நீ வா" என அழைத்துக் கொண்டு கூட்டத்தில் போனான்.

இரவு நாடகம் துவங்கி பபூன் மேடையில் தோன்றி வேடிக்கை செய்ய ஆரம்பித்தபோது கண்ணைச் சுழற்றத் துவங்கியது. உரத்த குரலில் பாட்டுச் சப்தம் கேட்டது. நாடக மேடையின் முன்பு மட்டும் ஏன் இப்படி தூக்கம் அப்புகிறது..? கண்விழித்துப் பார்த்த போது வீட்டில் தூங்கிக் கொண்டிருந்தேன். எப்போது யார் தூக்கிக் கொண்டு வந்து வீட்டில் போட்டார்கள் எனத் தெரியாது. ஒவ்வொரு வருஷமும் இதே கதைதான் நாடகம் பார்க்கும் போது நடந்தது. ஒருமுறை கூட வள்ளிதிருமண நாடகத்தை முழுவதும் பார்க்க முடிந்ததேயில்லை.

● ● ●

தீட்டுகழித்த நாணயம்

ஒரு மதியம் நடுத்தெரு எனப்படும் நெசவாளர்கள் வீதி வழியாக நடந்து வரும்போது எட்டணா ஒன்றைக் கண்டெடுத்தேன். ஆச்சரியமாக இருந்தது. யார் அதைக் கீழே போட்டிருப்பார்கள்..? வெற்றிலை எச்சில் பட்டது போன்று சிவப்பான கறையோடு இருந்தது. யாரும் பார்க்கிறார்களா என்று அவசரமாகப் பார்த்துவிட்டு அதைக் குனிந்து எடுத்து டவுசரில் துடைத்துக் கொண்டு வேகமாக ஐஸ் விற்கின்றவனிடம் ஓடினேன். அவன் மரத்தடியில் நின்று கொண்டிருந்தான்.

ஐம்பது பைசாவிற்கு இரண்டு பால் ஐஸ்கள் கிடைக்கும். இரண்டு ஐஸ்களை வாங்கி ஒரே நேரத்தில் தின்று கொண்டிருந்தேன். என்னோடு படித்த செல்வராஜ் சேமியா ஐஸ்வாங்கித் தின்றபடியே, தனக்கொரு பால் ஐஸ் தரும்படியாகக் கேட்டான். நான் வேண்டும் என்றே அவனைப் பார்க்க வைத்துக் கொண்டு இரண்டையும் தின்றேன்.

உடனே ஆத்திரத்தில், "காசை வீட்டில் இருந்து திருடிட்டு வந்துட்டயா?" என்று கேட்டான். அநேகமாக அன்று பெரும்பான்மை சிறுவர்கள் காசைத் திருடுவதில் எத்தர்களாகத் தான் இருந்தார்கள்.

நான், "இல்லை, கீழே கிடந்தது" என்றேன்.

"எங்கே?" என்று கேட்டான். நெசவாளர்கள் வீதியில் என்றதும், "அய்யய்யோ அது கழிப்பு கழிச்ச காசு. அதையா எடுத்தே...?" என்று கேட்டான். அப்படி என்றால் என்னவென்று கேட்டேன்.

திருஷ்டிக்காகக் கழிப்பு கழித்து சுற்றிப் போடுவார்கள். அதைத் தொடவே கூடாது. மீறி எடுத்துச் செலவழித்துவிட்டால் ரத்தம் கக்கி உடனே செத்துவிடுவார்கள் என்று சொன்னான். அவன் சொல்லிக் கொண்டிருந்தபோதே லேசாக மயக்கம் வருவது போலிருந்தது.

வேண்டும் என்றே அவன், "இப்பவே உன் வீட்ல போய்ச் சொல்லிடுறேன்" என்று வேகமாக ஓடினான். எனக்கு ஒரு பக்கம் பயம். மறுபக்கம் வீட்டில் வாங்கப் போகின்ற அடி இரண்டுமாகச்

சேர்ந்து மனது தவிக்கத் துவங்கியது.

சில நிமிடங்களில் அவனே வந்து, “உன் வீட்டில உன்னை இழுத்துக்கிட்டு வரச்சொல்லி சொன்னாங்க. உடனே வா” என்று என் கையைப் பிடித்து இழுத்தான்.

ஒரு பக்கம் வீட்டுக்கு போக வேண்டும் என்று தோன்றுகிறது. மறுபக்கம் வீட்டிற்குப் போகக் கூடாது என்று தோன்றுகிறது. பயத்தில் வீட்டிற்குப் போய்ச்சேர்ந்தேன். ஆளுக்கு ஆள் திட்டு.. வசவு. அதன்பிறகு இதற்குப் பரிகாரமாக என்ன சடங்குகள் செய்வது என்பதைப் பற்றிய ஆலோசனைகள் வந்தன. அதன்படியே அன்றிரவு என்னை உட்கார வைத்து மிளகாய் சுற்றிப் போட்டு கோவிலில் சூடம் கொளுத்தி தலையைச் சுற்றி ஐம்பது பைசாவை விட்டெறிந்தார்கள்.

அன்று இரவு முழுவதும் எனக்கு ஒரு யோசனை வந்து கொண்டேயிருந்தது. ‘என்னிடம் ஐம்பது பைசாவை வாங்கிய ஐஸ்காரன் என்னஆவான்..? அவனிடம் இந்த விஷயத்தைச் சொல்வதா வேண்டாமா..? ஒருவேளை அவனும் ரத்தம் கக்கிச் சாவானா..?’ என்று தோன்றிக் கொண்டேயிருந்தது. மறுநாள் செல்வராஜ் ஐஸ்காரனிடமும் உண்மையைச் சொல்லிவிட்டான். அவன் பயத்தில் என் வீடுதேடி வந்து முறையிட, மறுநாளும் இந்தப் பிரச்சினை கிளம்பியது. அதன்பிறகு ஐஸ்காரன் எங்கள் ஊர்ப் பக்கம் வரவேயில்லை. நாங்கள் திருஷ்டிக்கு வீசி எறிந்த காசை நிச்சயம் இன்னொரு சிறுவன் கண்டு எடுத்து செலவழித்திருப்பான் என்று மட்டும் இன்றும் எனக்குத் தோன்றிக் கொண்டேயிருக்கிறது. அந்தச் சிறுவன் யாராக இருப்பான் என்றுதான் தெரியவில்லை.

• • •

யானையுடன் குளிப்பது

கோவில்யானையைக் குளிப்பதற்காகக் கல்கிடங்கிற்கு அழைத்துக் கொண்டு போவார்கள். அந்த நாட்களில் அதன் கூடவே போவது சிறுவர்களின் வழக்கம். சங்கருக்கு யானையை ரொம்பவும் பிடிக்கும். ஆனால், எனக்கோ யானை என்றால் பயம்.

அதன் கால்களைப் பார்த்தவுடனே அடிவயிற்றைக் கலக்கிவிடும். எவ்வளவு பெரிய காதுகள்..? "யானைக்கு ரெண்டு வயிறு இருக்கிறது" என்றான் சங்கர்.

"நிஜமா?" என்று கேட்டேன்.

"ஆமா. அதான் இவ்வளவு பெரிசா இருக்கு. நமக்கு எல்லாம் ஒரு வயிறு. யானைக்கு மட்டும் இரண்டு வயிறு. அதான் எவ்வளவு போட்டாலும் திங்குது."

நான் அவனிடம் கூச்சத்துடன் கேட்டேன்.

"யானை குசு போடுமா?"

அவன் அதைக் கேட்டதும் சப்தமாகச் சிரித்தபடியே சொன்னான்.

"யானை குசு போட்டா ஊரே நாறிப்போயிடும்."

யானையை வீதியில் எங்கே பார்த்தாலும் ஒளிந்து கொண்டு விடுவேன். எதற்காக யானைகள் பிச்சை எடுக்கின்றன..? எதற்காக யானைப்பாகன் ஒல்லியாக இருக்கிறான்..? குண்டாக இருக்கிற பாகன் ஒருவன்கூடக் கிடையாதா..? எல்லா யானைப்பாகன்களும் ஏன் பீடி பிடிக்கிறார்கள்..?

யானை குளிக்கப் போகும்போது அதன் கூடவே நிறைய சிறுவர்கள் நடந்து வருவார்கள். சிலர் யானை போலவே இடுப்பை ஆட்டி ஆட்டி நடப்பதும் உண்டு. வழியில் யானை லத்தி போட்டால் இவர்களும் காலைத் தூக்கி லத்தி போடுவது போல நடிப்பார்கள்.

யானைக் கொட்டாரம் பக்கம் போனால் விரட்டுகிற பாகன் குளிக்கப் போகும்போது சிறார்களை விரட்டமாட்டான். யானை மிக மெதுவாக நடந்து போகும். யானையின்மீது வெயில் ஊர்ந்து போவதைக் காண அழகாக இருக்கும்.

யானையின் ரோமங்களில் வெயில் மினுங்குவதைக் கண்டு

ரசித்திருக்கிறேன்.

யானை கல்கிடங்கின் ஒருபக்கம் குளிக்க இறங்கும்போது, சிறுவர்கள் மறுபக்கம் இறங்கிக் குளிப்பார்கள்.

அன்றும் அப்படியே நடந்தது.

யானையுடன் குளிப்பது சந்தோஷமானது. யானை துதிக்கையால் தண்ணீரை உறிஞ்சி மேலே தெளித்துக் குளித்தது.

சங்கர் யானையைப் பார்த்துச் சொன்னான்.

"நமக்கெல்லாம் வீடு இருக்கு. இந்த யானைக்கு வீடு கிடையாது."

"கோவில் இருக்கில்லே?"

"அது சாமியோட வீடு. யானைக்கு வீடு கிடையாது. கொட்டடி தான் வீடு..."

"அது வீடுதானே..?"

"அது ஒண்ணும் வீடு இல்ல. வீட்ல யாராவது சங்கிலி போட்டு கட்டி வச்சிருப்பாங்களா?" எனக் கேட்டான்.

'இல்லை' எனத் தலையாட்டினேன்.

"யானை என்ன பெரிய யானை... அது சோப்பு போட்டுக் குளிக்க முடியுமா?" எனக் கேட்டான்.

'ஆமாம். யானைகள் ஏன் சோப் போடுவதில்லை..?' எனக்குச் சிரிப்பாக வந்தது.

சங்கர் சொன்னான்.

"அங்கே பாரு ஒரு ஆச்சி குளிக்கா. அது மாதிரிதான் யானையும் குளிக்குது. யானை ஏன்டா பொம்பளை மாதிரி குளிக்கு..?"

"அது பொட்டை யானையா இருக்கும்."

நாங்கள் இப்படி பேசுவதைக் கேட்ட பாகன் கோபித்துக் கொண்டான். எங்களை யானையைப் பின்தொடர்ந்து வர அவன் அனுமதிக்கவில்லை.

ஆனால், யானை குளிப்பதைப் பார்த்த நாளில் அதன்மீதான பயம் போய்விட்டது.

ஆச்சி குளிப்பதுபோலக் குளிக்கும் யானைமீது எப்படிப் பயம் வரும்..?

ஆமாம்... யானைக்கு நீச்சல் தெரியுமா..? ஏன் இப்படி உட்கார்ந்து கொண்டு குளிக்கிறது? அதன்பிறகு யானையை எங்கே பார்த்தாலும் மனதில் ஏதோ வருத்தமே ஏற்பட்டது.

'பாவம் யானை' என்று தோன்றியது.

● ● ●

எஸ்.ராமகிருஷ்ணன்

வேர் இல்லாத பல்

"டேய் நந்து சாப்பிடும்போது பல் விழுந்துட்டா வயிற்றுக்குள்ள போய்டும்" என்று சங்கர் சொன்னதில் இருந்து எனக்கு சாப்பிடுவதற்கே பயமாக இருந்தது. ஒரு வேளை உறங்கும் போது பல் விழுந்து விட்டால் என்ன நடக்கும்..? வயிற்றுக்குள் போய்விடுமா? நானே பிடுங்கி எடுத்துவிடலாம் என்று அவ்வப்போது ஆட்டிப் பார்த்துக் கொண்டேயிருந்தேன். பல்லைச் சுற்றிலும் ரத்தம் கன்றிப்போனது போலிருந்தது.

எப்போது பல் விழுந்துவிடும் என்று தெரியாத பயமாக இருந்தது. இரண்டு நாட்களாகவே கடைவாய்ப் பல்லில் ஒன்று ஆடிக் கொண்டேயிருந்ததால் ஒரு பக்கக் கன்னமே வீங்கிப் போய் வலி கடுகடுப்பாக இருந்தது.

பற்களின் மீது ஆத்திரமாக வந்தது. எதற்காக இந்தச் சனியன் விழுந்து தொலைக்கிறது..? காது, கண்கள், மூக்கு எல்லாம் விழுகின்றதா என்ன? பல் மட்டும் ஏன் விழுந்து முளைக்க வேண்டும்? பல் வலி கண்ட நாளில் இருந்து பல்லைப் பற்றிய வெறுப்பு வளர்ந்து கொண்டேயிருந்தது.

பல்லுக்கு வேர் இருக்கிறது என்கிறார்களே, அப்படி என்றால் அது ஒரு செடியா என்ன? பல்லை ஒரு செடி என்று நினைத்ததுமே சிரிப்பாக வந்தது. 'பல் பூ பூக்குமா? பல் விதையுள்ள செடியா? விதையில்லாத செடியா? பல்லுக்குத் தான் சாப்பிட்ட பொருட்களைப் பற்றி நினைவிருக்குமா?' என மனம்போன போக்கில் யோசித்துக் கொண்டிருந்தேன்.

மறுநாள் காலை டீ குடிக்கும்போது, பல்தானே விழுந்துவிட்டது.

அக்கா மட்டும் வீட்டில் இருந்தாள். அவள், பல்லை அப்படியே ஒரு சாணி உருண்டைக்குள் வைத்து யார் கண்ணிலும் படாத ஒரு இடத்தில் கொண்டு போய்ப் போட்டுவிட்டு வரும்படியாகவும், யாராவது ஒரு ஆள் கண்ணில் பட்டுவிட்டால் கூட அந்தப் பல் திரும்பவும் முளைக்காது என்று சொன்னாள். எனக்குக் கொஞ்சம் பயமாக இருந்தது.

பல்லைக் கையில் வைத்துக் கொண்டு பார்த்தபோது அது ஒரு

விதை போலவே இருந்தது. அக்கா பல்லை அமுக்கிப் பார்த்தாள். அது உறுதியாகஇருந்தது. பல்லைக் கையால் பொத்திக்கொண்டு நடந்து பால்காரரர் வீட்டிற்குப் போனேன்.

அவரது பின்வாசலில் கிடந்த சாணம் உலர்ந்து போயிருந்தது. ஒரு கையில் பல்லை வைத்துக் கொண்டு மறுகையால் சாணியைச் சிறியதாக எடுத்தேன். அதற்குள் பல்லை வைத்து உருட்டிக் கொண்டபோது, யார் கண்ணிலும் படாத இடம் என்றால் எங்கே என்று குழப்பமாக இருந்தது.

வீட்டின் அருகில் எப்போதும் யாராவது நடமாடிக்கொண்டு தானிருப்பார்கள். வேறு எங்காவது கொண்டு போய்ப் போட்டுவிடலாம் என நினைத்து அங்கிருந்து நடக்கத் துவங்கினேன்.

வீட்டைச் சுற்றிய தெருக்கள், ரயில்வே லைன் ஒட்டிய பகுதி, கார் மெக்கானிக் ஷெட்டின் பின்புறத்தில், சினிமா தியேட்டரை ஒட்டிய மூத்திரச் சந்தில், காய்கறி மார்க்கெட்டின் குப்பைமேட்டிற்குப் பின்னால், பஸ் டிப்போவின் எதிரில் இருந்த புளியந்தோப்பில் என, கையில் பல்லை ஒளித்து வைத்த சாணி உருண்டையோடு சுற்றியலைந்து கொண்டிருந்தேன். எல்லா இடத்திலும் யாராவது ஒரு ஆளோ, ஒரு நாயோ, ஒரு ஆடோ, அணிலோ ஏதோவொன்று அலைந்து கொண்டிருந்தது.

யார் கண்ணிலும் படாத இடம் எங்கேயிருக்கும் என்று குழப்பமாக இருந்தது.

எதற்காக எல்லா இடங்களிலும் மனிதர்கள் அலைந்து கொண்டே யிருக்கிறார்கள் என்று எரிச்சலாகவும் வந்தது. நான் அறியாமலே கையில் இருந்த சாணி உருண்டை தொலைந்து விடுமோ என்று கூடப் பயமாக இருந்தது.

திடீரென உலகம் ரொம்பவும் சின்னதாகிப் போய்விட்டது போலிருந்தது.

வீடுகள், கடைகள், தள்ளுவண்டிகள், கோவில்கள், பள்ளிக்கூடங்கள், மருத்துவ மனைகள், சாலையோரக் கடைகள், வாகன நிறுத்துமிடங்கள், மரங்கள், தண்ணீர்த் தொட்டிகள், சைக்கிள்கள், கார்கள், ரயில், பசுக்கள், காய்கறிக் கடைகள், பேக்கரி, குப்பைத் தொட்டிகள், சிலைகள், தெருநாய்கள், லாரிகள், கோவில்கள், தேவாலயங்கள், வங்கிகள், ஐவுளிக்கடைகள், நகரப் பேருந்துகள், புகைப்பட ஸ்டுடியோக்கள், பூங்காக்கள், விளையாட்டு மைதானங்கள், பூக்கடைகள் என எங்கும் யாராவது நடமாடிக் கொண்டுதானிருந்தார்கள்.

எவர் கண்ணிலும் படாத இடம் என்று ஒரு கை அகல இடம் கூட இல்லையா?

எல்லா ஊரும் இப்படித் தான் இருக்குமா? சோர்ந்து போய் ரயில்வே கேட் அருகே உள்ள பாலத்தின்மீது சாய்ந்து நின்று கொண்டேன்.

பற்களின் மீது ஆத்திரமாக வந்தது. மாலை வெயில் சாலையில் வடிந்து கொண்டிருந்தது. பைபாஸ் ரோட்டில் உள்ள ரைஸ்மில் பின்னால் யாரும் இருக்க மாட்டார்கள் என்று நினைத்து மேடேறி ரைஸ் மில் செல்லும் பாதையில் நடந்தேன். ரைஸ் மில் முன்பாக வந்தபோது ஐந்து மணி சங்கு ஊதியது.

தும்பைச் செடிகள் பூத்துக் கிடக்கும் ரைஸ் மில்லின் பின்பக்கமாக நடந்து போனபோது எக்கச்சக்க காலி அட்டைப் பெட்டிகள், ஈரத்தில் நனைந்து இற்றுப்போன சாக்குகள் கிடந்தன. கிழித்துப் போடப்பட்டிருந்த காலண்டர் காகிதங்களில் ஒன்று பறந்து கொண்டிருந்தது.

கையில் இருந்த பல்லை வீசி எறியலாமா என்பதற்காகச் சுற்றிலும் பார்த்தேன். தொலைவில் ஒரு சிறுவன் எருமைகளை மேயவிட்டுக் கொண்டு என்னையே பார்த்துக் கொண்டிருந்தான். அவன் பார்த்துக் கொண்டிருக்கிறானே என்ன செய்வது என்று குழப்பமாக வந்தது. அவன் போகும்வரை காத்திருந்தேன்.

நிமிஷ நேரம் யாருமில்லை.

சட்டெனப் பல்லை வீசி எறிந்தேன்.

வீடு திரும்பி ஈயவாளியில் இருந்த தண்ணீரை அள்ளி முகம் கழுவினேன். வாயைக் கொப்பளிக்கும்போது ஓட்டைப் பல் வழியாகத் தண்ணீர் வெளியேறுவது சிரிப்பாக வந்தது. அந்த ஓட்டைப் பல் ஏற்படுத்திய இடைவெளியை நாவால் தடவி விட்டேன்; சுகமாக இருந்தது.

திரும்பவும் கையில் தண்ணீர் அள்ளி வாய் முழுவதும் நிரப்பி ஓட்டைப் பல் வழியாக ஒழுகவிட்டபோது என்னை அறியாமல் சிரிப்பு பொங்கிக் கொண்டு வந்தது.

•••

 ## தோசை அப்பா

உடுப்பி ஹோட்டலில் கூட்டம் நிரம்பி வழிந்தது. சங்கர் என்னை அழைத்துக் கொண்டு உள்ளே போகும்போது சொன்னான்:

"யாராவது ஆள் உட்கார்ந்து சாப்பிட்டுக்கிட்டு இருக்கிற டேபிள்ல, பக்கத்துல போய் உட்கார்ந்து சாப்பிடு."

"எதுக்கு?"

"நான் சொல்றதை மட்டும் செய்"

"சரி"

"பூரி கிழங்கு வாங்கி வேகமா சாப்பிட்டுட்டு இலையைத் தொட்டியில போட்டுட்டு வெளியே நடந்து போயிடு."

"காசு கேட்பாங்களே..?"

"கேட்டா... எங்கப்பா குடுப்பாருனு எதிரே இருக்கிற ஆளைக் காட்டு"

"நம்பிடுவாங்களா?"

"நான் அப்படி நிறைய தடவை சாப்பிட்டு இருக்கேன். தைரியமா பூரியைத் தின்னுட்டுக் கிளம்பி வந்துக்கிட்டே இருக்கணும்."

"மாட்டிக்கிட்டா..?"

"வயிற்றுக்குள்ளே போன பூரியை வெளியே எடுத்துருவாங்களா..? சும்மா திட்டுவாங்க. அழுதா போதும், அடிக்காம விட்டுருவாங்க."

"நிஜமாவா..?"

"ஆமா, நான் சொன்னபடி செய்" என சங்கர் தைரியமாக ஹோட்டலின் உள்ளே அழைத்துக் கொண்டு போனான். எங்கே உட்காருவது எனக் கண்களால் தேடினோம். சங்கர் ஒரு இடத்திலும் நான் ஒரு இடத்திலும் உட்கார்ந்து கொண்டோம். என் எதிரில் உட்கார்ந்து தோசை சாப்பிட்டுக் கொண்டிருந்த ஆளுக்கு நாற்பது வயதிருக்கும். சப்பையான முகம். மீசையில்லை. அவரைப் பார்த்துச் சிரித்தேன். அவர் பதிலுக்குச் சிரிக்கவில்லை.

நான் பூரிகிழங்கு கொண்டுவரச்சொல்லி வேகவேகமாகச் சாப்பிட்டேன். சங்கரும் அதையே வாங்கிச் சாப்பிட்டுக்

கொண்டிருந்தான். அவன் வேகத்தைக் கண்டதும் நானும் வேகவேகமாகப் பூரியைப் பிய்த்து வாயில் போட்டேன்.

திடீரெனத் திரும்பிப் பார்த்தபோது சங்கர் வாசலை நோக்கிப் போய்க் கொண்டிருந்தான்.

யாரும் அவனை எதுவும் கேட்கவில்லை.

நான் இலையை எடுத்துக் கொண்டு போய்ப் போட்டுவிட்டு கல்லாவை நோக்கி நடக்கும் போது, சர்வர் என்னிடம் பில்லை நீட்டினான்.

"அப்பாகிட்ட குடு" என அவரைக் காட்டினேன். எனது துரதிருஷ்டம், அந்த ஆள் இலையைப் போடுவதற்காக எழுந்து போயிருந்தான்.

இப்போது என்ன செய்வது எனத் தெரியவில்லை. அந்த ஆளும் கல்லாவை நோக்கி நடந்துவர ஆரம்பித்தார்.

சர்வர் அவரிடம் பில்லை நீட்டியதும், அவர் மறுத்துத் தலையாட்டிய படியே ஏதோ சொல்வது கேட்டது.

என்ன செய்வது, மாட்டிக் கொண்டோமே எனப் பயமாக வந்தது.

திடீரென சர்வர் சப்தமான குரலில், "முதலாளி காசில்லாமல் பூரி சாப்பிட்டு ஒரு பையன் மாட்டிக்கிட்டான்" என்று கத்தினார்.

மறுநிமிடம் கடையே என்னைத் திரும்பிப் பார்த்தது. நான் மௌனமாகத் தலைகவிழ்ந்து நின்றிருந்தேன்.

கல்லாவில் இருந்த போத்தி இறங்கி வந்து, "காசு இல்லையா?" எனக் கேட்டார்.

"எங்கப்பாவைக் காணோம்" என நடிக்க ஆரம்பித்தேன்.

"சாப்பிட்டுக் கொண்டிருந்த உன்னை அப்பா விட்டுட்டுப் போயிட்டாரா?" என போத்தி கேட்டார்.

"ஆமாம்" எனத் தலையசைத்தேன்.

கூட்ட நெரிசல் என்பதால் மேற்கொண்டு விசாரிக்காமல் ஒரு ஸ்டூலில் என்னை உட்காரச் சொல்லிவிட்டு போத்தி கல்லாவிற்குப் போனார்.

என்ன செய்வது எனத் தெரியவில்லை. சாப்பிட வருபவர்களை வேடிக்கை பார்த்துக் கொண்டிருந்தேன். யாரும் பையன்களை அழைத்துக்கொண்டு சாப்பிட வரவேயில்லை. ஒரு பெண்கூட ஹோட்டலுக்குத் தனியே வந்து சாப்பிட வரவில்லை. ஒரு ஆள்

அல்வா, பூரி, தோசை, சப்பாத்தி என இலை நிறைய வாங்கிச் சாப்பிட்டுக்கொண்டிருந்தார். இன்னொரு ஆள் இட்லியை சீனி தொட்டுச் சாப்பிட்டார். சர்வர் வேஷ்டிக்குள் கைவிட்டுச் சொறிந்தபடியே வந்து தோசையை இலையில் எடுத்து போட்டான். காபி மாஸ்டர் ஒரு ஸ்பூன் சீனியை வெறுமனே வாயில் போட்டுக் கொண்டார். சுவரில் மாட்டப்பட்ட நேரு படத்தின் முன்பு ஒரு உளுந்தவடை இலையில் வைக்கப்பட்டிருந்தது. நேருவிற்கு உளுந்தவடை பிடிக்குமா..? ஆறு ஈக்கள் ஒரு ஆள் தலையைச் சுற்றிக் கொண்டிருந்தன. அதில் ஒரு ஈ அவரது காதின் நுனியில் அமர்ந்தது.

அரைமணி நேரத்தின் பின்பு போத்தி அருகில் வந்து கேட்டார்.

"உன் வீடு எங்க இருக்கு?"

"தெப்பக்குளம் கிட்ட."

"வீட்டுக்குப் போக வழி தெரியுமா?"

'தெரியும்' எனத் தலையாட்டினேன்.

"சரி போ. நாளைக்கு உங்க அப்பாவைக் கூட்டிக்கிட்டு வரணும். புரிஞ்சதா?"

'சரி' எனத் தலையசைத்தேன்.

போத்தி என்னை ஹோட்டலை விட்டுப் போகச்சொன்னதும் தயங்கித் தயங்கி மெதுவாகப் படியிறங்கி வெளியே வந்தேன். பஜார் ஒரே பரபரப்பாக இருந்தது. கூட்டத்திற்குள் முண்டியடித்துக்கொண்டு ஓடினேன்.

தெப்பம் அருகில் சங்கர் நின்று கொண்டிருந்தான்.

என்னைப் பார்த்தவுடன் சிரித்தபடியே கேட்டான்.

"அடிச்சாங்களா?"

"இல்லை. விட்டுட்டாங்க."

"பூரி எப்படியிருந்துச்சி..?"

"சாப்பிட்டதே தெரியலை."

"ஏமாத்துறது ஈஸிடா. நாளைக்கு வேற ஹோட்டலுக்குப் போவம்."

நாங்கள் பேசிக் கொண்டிருந்த போது எதிரில் உட்கார்ந்து சாப்பிட்ட தோசை அப்பா சைக்கிளில் போய்க் கொண்டிருந்தார்.

அவரைப் பார்த்து, "அப்பா" எனக் கத்தினேன்.

எஸ்.ராமகிருஷ்ணன்

அவர் தலையைத் திருப்பிப் பார்த்து முறைத்தார்.

சங்கரும் சேர்ந்து, "அப்பா... சொட்டையப்பா." எனக் கத்தினான்.

அந்த ஆள் சைக்கிளை நிறுத்திவிட்டு, கெட்ட வசை ஒன்றுடன் எங்களை நோக்கி வந்தான்.

சங்கர் அவரைப் பார்த்து கெட்டவார்த்தை சொன்னபடியே ஓடத்துவங்கினான். நானும் பின்னால் ஓட ஆரம்பித்தேன்.

● ● ●

கணிதப்புதிர்

அம்புலி மாமாவில் வெளியாகியிருந்த இந்தக் கணிதப் புதிரைப் பூர்த்திசெய்து அனுப்பி வைத்தால் சரியான பதிலுக்கு ரேடியோ பரிசாக அனுப்பி வைப்பார்கள் என்று அறிவித்திருந்தார்கள்.

எப்படிக் கூட்டினாலும் 34 வர வேண்டும் என்பதே புதிர்.

16	3	2	13
5	10	11	8
9	6	7	12
4	15	14	1

எஸ்.ராமகிருஷ்ணன்

இந்தப் புதிர்க்கட்டத்தை சங்கர் ஐந்து நிமிடத்தில் போட்டு விட்டான். நானும் அவனுமாக இதைத் தபாலில் சேர்க்க கவர் வாங்குவதற்காகச் சென்றோம். என்னிடமிருந்த சில்லறைக் காசுகளை வாங்கிக்கொண்டு சங்கர் உள்ளே சென்றான். திரும்பி வரும்போது, அவன் கையில் கவர் இருந்தது. அதற்குள் இந்தக் கணிதப்புதிரை மடக்கி வைத்து முகவரி எழுதி அனுப்பிவைத்தோம். பரிசு கிடைத்தால் எங்கே அனுப்பிவைக்க வேண்டும் என்பதற்காக மூன்லைட் சலூன் முகவரியை எழுதினான் சங்கர்.

இரண்டு மாதங்களுக்குப்பிறகு ஒருநாள் மூன்லைட் சலூனுக்கு ஒரு பார்சல் வந்திருந்தது. அதன் உள்ளே ஒரு பாக்கெட் ரேடியோ. ஆச்சரியமாக இருந்தது. நிஜமாகவே சங்கர் அறிவாளி. எளிதாக விடையை எழுதியிருக்கிறான். அவன் அந்த ரேடியோவைத் திருகிப் பார்த்தான். பிறகு பேட்டரி போட வேண்டும் எனச் சொல்லி சலூன்காரரிடம் காசு வாங்கிக் கொண்டு சென்றான். பேட்டரி போட்டு ரேடியோவை இயக்கினால் ஒரே கரகரசப்தம்.

"ரேடியோவைக் கொண்டு போய் வீட்டில் காட்டி வா" என்றான் சங்கர்.

எனக்குப் பயமாக இருந்தது. வீட்டிற்குப் பாக்கெட் ரேடியோவைக் கொண்டு போனேன். "யாருடையது?" எனக் கேட்டாள் அக்கா.

"சங்கரோடது" எனச் சொன்னேன்.

அவள் ஏதோ ஒரு ஸ்டேஷனை வைக்க முயன்று தோற்றுப் போய்ச் சொன்னாள்.

"ஓட்டை ரேடியோ."

"இல்லை. ஃபாரீன் ரேடியோ" என்றேன்.

"இது ஒண்ணும் ஃபாரீன் இல்லே. இங்க பாரு டெல்லினு போட்டு இருக்கு" எனக் காட்டினாள்.

இந்தப் பெண்களுக்கு, கண்கள் ஏன் இவ்வளவு கூர்மையாக இருக்கின்றன?

நான் அவளிடமிருந்து ரேடியோவைப் பிடுங்கிக் கொண்டேன். ரேடியோவில் ஹிந்தி செய்தி ஒலிபரப்பாகிக் கொண்டிருந்தது. அப்பா வருகிற சப்தம் கேட்டதும் அதை அணைத்துவிட்டேன்.

மறுநாள் சங்கரிடம், "எனக்கு வேண்டாம்" எனத் தந்துவிட்டேன். இரண்டு நாளைக்குப் பிறகு சங்கர் சொன்னான்.

"அந்த ரேடியோவை பத்து ரூபாய்க்கு விற்றுவிட்டேன். வீட்டுச்

செலவுக்கு அந்த ரூபாயை அம்மாவுக்குக் குடுத்துட்டேன்."

"மொத்த ரூபாயுமா" எனச் சந்தேகத்துடன் கேட்டேன்.

"இல்லை. ரெண்டு ரூபா வச்சிருக்கேன். படத்துக்குப் போவமா?"

சந்தோஷத்துடன் தலையசைத்தேன்.

பாதிப் படம் நடந்து கொண்டிருந்தபோது சங்கரிடம் கேட்டேன்.

"நீ ஏன் ஸ்கூலுக்குப் போகலை?"

அவன் விருப்பமில்லாதவன் போலச் சொன்னான்.

"வாத்திக்கு என்னைப் பிடிக்கலை. அடிச்சிக்கிட்டே இருந்தான். அதான் நின்னுட்டேன்."

அதைக் கேட்டபோது வருத்தமாகவே இருந்தது. அதன்பிறகு படத்தைப் பார்க்கப் பிடிக்கவேயில்லை.

திரையில் வெறும் பொம்மைகள் அசைந்து கொண்டிருந்தன.

• • •

எஸ்.ராமகிருஷ்ணன்

கல்லறைக் கடவுள்

மாதா கோவிலின் பின்னால் பழைய கல்லறைத் தோட்டம் ஒன்றிருந்தது. இப்போது அது பயன்பாட்டில் இல்லை. இடிந்து போன கட்டைச் சுவரும், துருவேறிய இரும்பு கேட்டுகளும் கொண்ட அக்கல்லறைத் தோட்டத்தில் யாரோ ஒரு வெள்ளைக் காரனைப் புதைத்திருந்தார்கள். அந்தக் கல்லறைக்கு மட்டும் சில நாட்கள் பூக்களை வைத்துப் பூஜை செய்வார்கள். அந்தக் கல்லறைத் தோட்டத்தினுள் வாதாமரம் ஒன்றிருந்தது. வாதாம்பழம் பறிப்பதற்காக அங்கே போவது வழக்கம். அந்தக் கல்லறைத் தோட்டத்தில் நாலைந்து பாம்புச் சட்டைகளைக் கண்டிருக்கிறேன். ஒரு கல்லறை மீது பருத்து கண்கள் பிதுங்கிய ஓணான் ஒன்று படுத்துக் கிடந்தது.

அந்தக் கல்லறைக்குச் சொந்தக்காரர்தான், அந்த ஊரின் தேவாலயத்தை உருவாக்கிய பெர்னாந்தோ பாதிரியார். ஒரு வேளை, பெர்னாந்தோதான் ஓணானாக உருக்கொண்டு தங்களை அவதானித்துக் கொண்டிருக்கிறாரோ..?

வெள்ளைக்காரனின் கல்லறை மட்டும் சலவைக் கற்கள் போடப்பட்டிருந்தன. அதில் ஒருவன் எப்போதும் படுத்து உறங்கிக் கொண்டிருப்பான்; கோரையான தாடி கொண்ட கிழவன்.

அருகே அவன் புகைத்த பீடித்துண்டுகள் அணைந்து கிடந்தன. அங்கே யாரும் பொதுவில் படுத்துக் கிடப்பதில்லை. கல்லறைத் தோட்டத்தைப் பராமரிக்கிற பெண் ஒருத்தியிருந்தாள். கிணற்றிலிருந்து தண்ணீர் இறைத்து ஊற்றிக் கொண்டேயிருப்பாள். எதற்காக இவ்வளவு தண்ணீர் என்று யாரும் கேட்பதேயில்லை.

அவள் நிறைய தண்ணீரைச் சேகரித்து வைத்துக் கொண்டுவிட வேண்டும் என்று பேராசைப்பட்டவளைப் போல, கிடைத்த பாத்திரங்களில் எல்லாம் தண்ணீரை நிரப்பி வைத்துக் கொள்வாள். ஆனால், குளிப்பதற்கு அவளுக்குப் பிடிக்கவில்லை. அலங்காரம் செய்யவும் விரும்புவதில்லை. அவளை, 'செவிட்டு பிலோமினா' என்று அழைத்தார்கள். போர்வைகள், தலையணைகள் எதுவும் அவளிடம் கிடையாது. அவளது வீட்டின் அடுப்புகூட மிகச் சிறியது. மூன்று மண்பாத்திரங்கள் மட்டுமே வைத்திருந்தாள்.

அவளிடம் முகம் பார்க்கும் கண்ணாடி, சீப்புகள், பவுடர், தேங்காய் எண்ணெய் என எதுவும் கிடையாது. அவை தேவை யிருக்கவுமில்லை. அவளும் புறக்கணிக்கப்பட்ட ஒரு கல்லறை போலவே இருந்தாள்.

கல்லறையில் உறங்கக் கூடிய மனிதன், ஒருநாள் நான் வாதாம்பழம் பொறுக்கிக் கொண்டிருப்பதைக் கண்டு அருகில் அழைத்தான்.

அவன் குரல் வெண்கல மணிபோல ஒலித்தது.

அருகில் போனதும் அவன் என் கையிலிருந்த வாதாம் பழத்தைத் தரும்படி கேட்டான்.

அதை நீட்டியதும் வாங்கிக் கடித்து அதன் துவர்ப்பை உணர்ந்தவன் போலச் சொன்னான்.

"நான் ஒரு ரகசியம் சொல்லட்டுமா?"

சரியெனத் தலையசைத்தேன்.

"நீ கடவுளுக்குப் பயப்படுவியா?"

"ஆமா."

"கடவுளைப் பாத்து இருக்கியா?"

"இல்லை."

"நான்தான் கடவுள். நல்லா பாத்துக்கோ."

"நீதான் கடவுளா?"

"ஆமா. நான்தான் கடவுள். பகல்ல வானத்துல தூங்கமுடியாது. அதான் கீழே வந்து படுத்துக்கிடக்கேன்."

"சூரியன் இருக்கிறதாலே தூங்க முடியாதா?"

"நீ புத்திசாலி."

"கடவுளுக்கு ஏன் தாடியிருக்கிறது?"

"நான் தாடி வச்ச கடவுள்."

"சலூனுக்குப் போய் முடிவெட்டிக் கொள்ளப் பிடிக்காதா?"

"உனக்குப் பிடிக்காதா?"

"ஆமா."

"எனக்கும் பிடிக்காது..." என்றான் அந்தக் கிழவன்.

"கடவுள் ஏன் பீடி குடிக்கிறார்?" எனக் கேட்டேன்.

எஸ்.ராமகிருஷ்ணன்

"கடவுளுக்கு யார் என்ன குடுத்தாலும் பிடிக்கும்."

"நீ கடவுள் இல்லை."

"எப்படிச் சொல்லுறே?"

"கடவுள்னா இப்படிப் பேசமாட்டார்."

"வேற எப்படிப் பேசுவார்?"

"நான் சினிமாவுல சாமி பாத்துருக்கேன். அழகா ஷேவ் பண்ணிக்கிட்டு டான்ஸ் ஆடுவாரு"

"அவரு வேற சாமி. நான் வேற சாமி."

"நீங்க என்ன சாமி?"

"மனுச சாமி" எனச் சொல்லி சப்தமாகச் சிரித்தான்.

பிறகு பயமுறுத்தும் குரலில் சொன்னான்:

"நாந்தான் கடவுள்னு யார்கிட்டயும் சொல்லாதே. உனக்கு ஏதாவது உதவி தேவைன்னா என்கிட்ட கேளு."

"நிஜமா நீங்க கடவுளா?"

"இப்படிக் கேட்டால் எனக்குக் கோபம் வந்துரும். அப்புறம் உன்னை ஒரு தவளையா மாத்திடுவேன்."

"தவளையாகிட்டா வீட்டுக்கு எப்படி போறது?"

"போகவே முடியாது. இங்கேயே கிடந்து சாக வேண்டியது தான்"

"வேண்டாம். நீங்க கடவுள்தான்."

"நீ பீடி குடிச்சிருக்கிறயா..?"

"இல்லை."

"இன்னைக்குக் குடிச்சிப் பாரு" என ஒரு பீடியைப் பற்றவைத்து இழுத்தான் கிழவன். அதை என்னிடம் நீட்டி, "இழுத்து உறி" என்றான்.

பீடியை இழுத்து உறிஞ்சியபோது புகை தலைக்கு ஏறி இருமல் வந்தது. கிழவன் சிரித்தபடியே பீடியை வாங்கி உறிஞ்சியபடியே சொன்னான்.

"இந்தப் புகை மாதிரி நானும் கரைந்து போயிருவேன். உன் ஒரு ஆளுக்கு மட்டும்தான் நான் கடவுள்னு தெரியும்." சரியெனத் தலையாட்டினேன்.

"திரும்பிப் பார்க்காமல் போயிடு" என விரட்டி அடித்தான்.

கல்லறைத் தோட்டத்தை விட்டு வெளியே வரும்வரை திரும்பிப் பார்க்கவில்லை.

ஒருவேளை அவன் கடவுள்தானா? சந்தேகமாக இருந்தது. திரும்பக் கல்லறைத் தோட்டம் பக்கம் போகவேயில்லை.

• • •

# முதலிரவு

சங்கருக்கு எந்தெந்தப் படத்தில் முதலிரவுக் காட்சி வருகிறது என நன்றாகத் தெரியும். ஒரு படத்தில் முதலிரவுக் காட்சி இல்லை என்றால் அவன் மனம் வாடிப் போய்விடுவான். முதலிரவுக் காட்சிகளில் எப்போதுமே கதாநாயகன்தான் பாட்டைத் துவங்குகிறான். எதற்கு முதலிரவில் பாடுகிறார்கள்..? மணப்பெண் வெட்கத்துடன் ஹம்மிங் மட்டுமே செய்வாள். பெரிய பெரிய பட்டுத் தலையணைகள். கழுத்து வலிக்காதா..? முதலிரவு மெத்தையில் எதற்காக இவ்வளவு பூக்களைத் தூவி வைத்திருக்கிறார்கள் என்று எங்கள் இருவருக்கும் புரியாது. சங்கர் சொன்னதற்காக ஒரு நாள் இரவு பாயில் செவ்வரளிப்பூக்களைப் பறித்துக் கொண்டு வந்து போட்டுப் படுத்துப் பார்த்தேன். நிறைய எறும்புகள் கடித்தது மட்டும்தான் பாக்கி.

இங்கிலீஷ் படங்கள் எதிலும் முதலிரவுக் காட்சிகள் கிடையாது. அதனால்தானோ என்னவோ அடிக்கடி உதட்டைக் கடித்துக் கொள்கிறார்கள். 'கன்மேன்' என்ற ஆங்கிலப்படம் ஒன்றை சென்ட்ரல் தியேட்டரில் மார்னிங் ஷோ பார்த்துவிட்டு வெளியே வந்த நாங்கள், வெறும் கையால் பஸ் ஸ்டாண்டில் நின்றிருந்தவர்களில் நூறு பேரைக் கொன்று குவித்தோம். பிறகு துப்பாக்கியை இடுப்பில் சொருகிக் கொண்டு அமைதியாக வீடு திரும்பினோம்.

• • •

கண்ணாடி அணிந்த புலி

அய்யாவுவைப் போலப் புலிவேஷம் போடக்கூடிய ஆள் ஒருவருமில்லை. அவர் ஒருவர் மட்டுமே இரண்டு வால் கொண்ட புலியாக ஆடிவருவார். இரட்டைவால் கட்டிக் கொண்டால் தனக்கு நிகராக யாருமில்லை என்று புலி சவால் விடுவதாக அர்த்தம்.

எதிர்த்து வரும் புலி மல்லுக்கு நிற்கும். விடிய விடிய ஆடி ஜெயித்தாக வேண்டும்.

மகரநோன்பு அன்று மதியம் ஊரில் புலி வேஷம் கட்டியவர்கள் உலவ ஆரம்பிப்பார்கள்.

எத்தனை புலிகள் என்று கணக்கிடவே முடியாது.

சில நேரம் ஒரே வீதியில் நாலைந்து புலிகள் வருவதும் உண்டு.

வேறு எந்த மிருகத்தை விடவும் புலியாக மாறுவதற்கே மனிதர்கள் விரும்புகிறார்கள்.

சிங்கம் காட்டிற்கே அரசனாக இருந்தாலும் ஒருவனும் சிங்க வேஷம் போடுவதில்லை.

சர்க்கஸைத் தவிர வேறு எங்கும் புலியைக் கண்டிராத இவர்கள் ஏன் புலிவேஷம் கட்டி இப்படி ஆடுகிறார்கள்..? புலியின் வேகம் இவர்களின் உடம்பில் எப்படி வந்து இறங்குகிறது..?

அய்யாவு புலிவேஷம் கட்டும்போது சிறுவர்களான நாங்கள் வேடிக்கை பார்ப்பது வழக்கம். சிரட்டையில் வைத்திருக்கும் மஞ்சள், கறுப்பு வண்ணங்களை உடலிலும் முகத்திலும் பூசிக் கொள்வார். புலியின் வால் மட்டும் தனியே கிடக்கும். அதை இடுப்போடு சேர்த்துக் கட்டிக் கொள்வார்.

அய்யாவு ரேஷன் கடையில் பணியாளராக வேலை செய்கிறவர். நாள் முழுவதும் வேலையிருக்கும். ஆளுக்கு ஆள் வேலை வாங்குவார்கள். பரமசாது. ஆனால், புலியாக வேஷமிட்டு விட்டால் அவர் உறுமுவார். பத்தடி உயரம் தாவுவார். புலியின் முன்னால் ஆட்டுக்குட்டி ஒன்றை இழுத்துக்கொண்டு நடப்பார்கள். அதைத் தின்பதை போலப் புலிவேஷமிட்டவர்

பாவனை காட்டுவார். அந்த ஆடு, அதை நிஜப்புலி என நினைத்து நடுங்கிக் கொண்டிருக்கும். பாவம் அந்த ஆடு. திடீரென ஒருநாள் புலியை இவ்வளவு அருகில் கண்டால் என்னதான் செய்யும்..!

அய்யாவு ரெட்டைவால் கட்டிவிட்டார் என்றால் திருவிழாவில் ஒரே பேச்சாக இருக்கும். எந்தத் தெருவில் யார் குறுக்கே வரப்போகிறார்கள் என்று காத்துக்கிடப்பார்கள். மேலத்தெருவை விட்டு அய்யாவு வெளியே வந்து கொண்டிருக்கும்போது, திடீரென சந்து ஒன்றிலிருந்து எதிர்புலி ஒன்று பாய்ந்தது. அவ்வளவுதான்..! இரண்டு புலிவேஷக்காரர்களுக்கும் போட்டி துவங்கிவிட்டது.

சங்கர் என்னிடம் சொன்னான், "இன்னைக்கு விடிய விடிய புலி ஆடப்போகுது பாரு."

அவன் சொன்னது போலவே இரண்டு புலிகளும் மாறி மாறி வரிசை வைத்தன.

திடீரென அய்யாவு வாழை மட்டை ஒன்றைக் கடித்துத் துப்பினார். எதிர்புலி அதற்கு ஈடு கொடுப்பது போல, கோழி ஒன்றை வாயில் கவ்வித் துப்பியது. வேடிக்கை பார்த்தவர்களில் எவரோ புலிமீது சில்லறையை வீசினார்கள். பெட்ரோமாக்ஸ் விளக்கு கொண்டு வருபவர்கள் அடுத்த தெருவில் இருந்து வந்தபோது திடீரென அவர்கள் மீது 'அய்யாவு புலி' பாய்ந்தார். அவர்கள் பெட்ரோமாக்ஸைப் போட்டுவிட்டு ஓடினார்கள்.

கண்ணாடியில் எரியும் நெருப்பை முகர்ந்தபடியே புலியைப் போலவே உடலை ஆட்டினார் அய்யாவு. கூட்டம் ஆரவாரம் செய்தது. மறுநிமிடம் எதிர்புலி பாய்ந்து பெட்ரோமாக்ஸ் லைட்டை எகிறி அடித்தது. கண்ணாடி உடைந்து சிதறியது. இரண்டு புலிகளும் உருண்டு சண்டையிட்டன. திடீரென அய்யாவு அலறும் சப்தம் கேட்டது.

"என் கண்ணு, என் கண்ணு" என அய்யாவு அலறிக் கொண்டிருந்தார்.

எதிர்புலியின் ஆவேசம் அடங்கவில்லை.

ஒரு ஆள் பாய்ந்து அய்யாவு கட்டிய இரட்டை வாலை அறுத்து எறித்தார். எதிர்புலி ஜெயித்துவிட்டதாக ஆட்கள் தூக்கிக் கொண்டு போனார்கள்.

அய்யாவு கத்திக் கொண்டேயிருந்தார். அவரை நாலைந்து பேர் சேர்ந்து தூக்கிக் கொண்டு போனார்கள். மறுநாள் அய்யாவுவிற்கு ஒரு கண் போய்விட்டது என்றார்கள். இன்னொரு கண்ணிலும் கண்ணாடி அணிந்திருந்தார். இனி அவர் புலிவேஷம்

கட்டமாட்டார் என்று சொல்லிக் கொண்டார்கள். ஆனால், திடீரென மாரியம்மன் கோவில் பண்டிகைக்கு எப்போதும் இல்லாத விஷயமாக அய்யாவு புலி வேஷம் கட்டி வந்தார். ஒரே குறை. கண்ணாடி அணிந்த புலி. அதே வேகம், சீற்றம் எல்லாமும் இருந்தது. ஆனால், கண்ணாடி அணிந்த புலியை ஒருவரும் மதிக்கவேயில்லை. அய்யாவு பாய்ந்து பாய்ந்து குதித்தார். ஆட்டுக் குட்டியைக் கடித்துப் பார்த்தார். சிறுவர்களைத் தவிர யாரும் அவரைக் கண்டுகொள்ளவில்லை. திடீரென கூட்டத்தின் நடுவே அய்யாவு அழத்துவங்கினார்.

புலி அழுவது என்னவோ போலிருந்தது.

அய்யாவு ஒரு சிறுவனைப் போலத் தேம்பி தேம்பி அழுதபடியே, “என் கண்ணு போச்சுடா... கண்ணு போச்சுடா” எனச் சொல்லிக் கொண்டேயிருந்தார். யாரோ சில்லறைக் காசுகளை அவரை நோக்கி தூக்கி எறிந்தார்கள்.

மறுநாள் காலை அய்யாவு அதே புலிவேஷத்துடன் தெப்பக்குளத்தில் விழுந்து செத்துக்கிடந்தார். தண்ணீரில் ஒரு புலியின் உடல் மிதந்து கொண்டிருப்பதை ஊரே கூடி வேடிக்கை பார்த்தது.

அதன் பிறகு ஊரில் ஒருவரும் ரெட்டைவால் கட்டவேயில்லை.

• • •

ஓணான் வேட்டை

ஓணானை எங்கே கண்டாலும் ஏன் அடிக்க வேண்டும் என்று தோன்றுகிறது..? சிறுவர்கள் ஒன்று சேர்ந்தால் நிச்சயம் ஓணான் வேட்டை துவங்கிவிடும். ஓணான்களைப் பிடித்து மூக்குப் பொடி போட்டு ஆட வைப்பான் சங்கர். களைத்துப் போகும்வரை அது ஆட வேண்டும். முடிவில் பையன்கள் ஓணானைச் சுற்றி நின்று கொண்டு மூத்திரம் பெய்வார்கள்.

அப்போது சங்கர், "ஸ்ரீராமனுக்கு மூத்திரத்தைக் குடுத்தேல்ல. இப்போ நீ குடி" என்று சொல்லி அதன் மீது மூத்திரத்தை அடிப்பான்.

'அது என்ன ஸ்ரீராமன் கதை?'

என்னால் ஓணானைக் குறிபார்த்து மூத்திரம் பெய்ய முடியாது; சிதறித் தெறிக்கும்.

ஸ்ரீராமனிடம் ஓணான் அப்படி நடந்து கொண்டதா எனத் தெரியாது. ஆனால், நூற்றாண்டுகளாக, சிறுவர்கள் அதைச் சொல்லிச் சொல்லி மூத்திரம் பெய்கிறார்கள். ஓணானைத் தண்டிப்பதற்கு ஒரு காரணம் வேண்டும்தானே..!

மூத்திரத்தில் குளித்த ஓணானைத் தூக்கிலேற்றுவதுபோல, சுருக்கிட்டுக் கொன்று தொங்க விடுவார்கள். வெயிலில் காய்ந்து ஒடுங்கி உதிரும்வரை கயிற்றில் ஓணான் தொங்கிக் கொண்டேயிருக்கும்.

உயிருள்ள ஓணானை விடவும் செத்த ஓணான் பார்க்க பயமாக இருப்பது எனக்கு மட்டும்தானா?

•••

வீடு திரும்புதல்

என் வீட்டில் நான் மட்டும் குடியிருக்கவில்லை. பல்லி, கரப்பான்பூச்சி, எலி, பூனை, மூட்டைப்பூச்சி, எறும்பு, குளவி, சிலந்தி என அத்தனையும் குடியிருக்கின்றன. அதற்கும் என் வீடுதான் முகவரி. நான் வெளியே போய்ச் சுற்றிவிட்டு வீடு திரும்புவது போலவே ஒரு எலி வெளியே போய்த் தின்றுவிட்டு வீடு திரும்பிக் கொண்டிருந்தது.

திடீரென, 'என்னைக் கேட்காமல் இந்த எலி என் வீட்டில் குடியிருக்கிறதே' என்று ஆத்திரமாக வந்தது.

அந்த எலி அலட்சியமான முகபாவத்துடன் தன் வீட்டிற்குத் திரும்பிக் கொண்டிருந்தது.

அது என் வீடா அல்லது எலியின் வீடா என்பதை முடிவு செய்யவேண்டும் என்று நினைத்துக் கொண்டேன். ஆனால், எலி வேகமாக ஓடி ஒரு வளைக்குள் நுழைந்து மறைந்துவிட்டது.

என் வீடு தரைக்குக் கீழேயும் இருக்கிறது போலும். அதுதான் எலியின் வீடு.

அந்த வீட்டிற்கு நான் போகவே முடியாது. ஆனால், என் வீட்டிற்கு மட்டும் எலி வந்து போகும்.

என்ன நியாயமிது..?

விளக்குமாற்றுக்குச்சி ஒன்றை எடுத்து எலிவளைக்குள் நுழைத்து ஆட்டினேன். எலி வெளியே வரவேயில்லை. எலியின் வீட்டில் என்னென்ன சாமான்கள் இருக்கும்..? அதுவும் நாற்காலி, படுக்கை, ரேடியோ எல்லாம் வைத்திருக்குமா..? அதன் வீட்டில் எத்தனை பேர் வசிக்கிறார்கள்..? எதுவும் தெரியாது.

ஒரு தீக்குச்சியை உரசி எலிவளைக்குள் வீசி எறிந்தேன். கதவை ஒட்டிய இன்னொரு புடவிலிருந்து எலி வெளியேறி ஓடியது.

நான் நடக்கும் பாதைகள் வேறு. எலி, பூனைகள் நடக்கும் பாதைகள் வேறு.

அவை ஓட்டில் நடக்கின்றன; கம்பியில் நடந்து போகின்றன; எந்த உயரத்தைக் கண்டும் பயப்படுவதில்லை.

எஸ்.ராமகிருஷ்ணன்

என்னால் அப்படி நடக்கமுடியாது.

திடீரென எனக்கு எலியின்மீது பொறாமை ஏற்பட்டது.

வீட்டில் வசிக்கும் சிறுஉயிர்கள் எதுவும் நம்மை மதிப்பதில்லை. அவற்றின் வீட்டில் நாம் வசிப்பதாக எண்ணுகின்றன. அதைத் தான் என்னால் தாங்கவே முடியவில்லை.

● ● ●

மணலின் ஆட்டம்

இரண்டு விளையாட்டுகளை எப்போது விளையாடினாலும் எனக்குப் பிடிக்கும். ஒன்று லென்ஸை வைத்து பேப்பர் ஓரத்தை எரிப்பது. இதற்காகச் சோணன் கடையில் போய், சிறிய லென்ஸ் ஒன்றை வாங்கி வைத்திருந்தேன். அதைச் சூரியனுக்கு நேராகக் காட்ட வேண்டும்.

லென்ஸ் வழியாகச் சூரியனைப் பார்க்கும் போது, அறுத்து வைத்த பாதி எலுமிச்சம்பழம் போலவே தெரியும்.

லென்ஸ் வழியாகச் சூரிய ஒளியைக் குவிய வைத்து பேப்பரை எரிக்க வேண்டும். லென்ஸைப் பிடித்துக் கொண்டேயிருக்க வேண்டும். அசைந்தால் ஒளி நகர்ந்துவிடும்.

திடீரென பேப்பரின் நுனி கருக ஆரம்பித்து, சட்டென தீ பிடிக்க ஆரம்பிக்கும். ஏதோ மாபெரும் அறிவியல் சாதனை ஒன்றைச் செய்து முடித்துவிட்டது போலச் சந்தோஷத்துடன் பாதி எரிந்த பேப்பரை வெளியே தூக்கி எறிவேன். ஒருநாள் என் தங்கை படுத்துக் கிடந்தபோது அவள் காலில் லென்ஸை வைத்து இதுபோலச் சூடு வைக்க முயற்சித்தேன். திடீரென அவள் அலறியபடியே துள்ளி எழுந்தாள். அவள் காலில் தீப்பிடித்துவிட்டதா என்ன?

அம்மா அந்த லென்ஸைப் பிடுங்கி, சாக்கடையில் வீசி எறிந்தாள்.

"நான் ஒண்ணும் செய்யலம்மா" என்று எவ்வளவோ சொன்னபோதும் கேட்காமல் அம்மா அடி கொடுத்தாள்.

***

இன்னொரு விளையாட்டு, காந்தத்தைக் கொண்டு மண்ணை ஒட்டவைப்பது. என்னிடம் காந்தம் கிடையாது. வட்டமான காந்தக்கல் ஒன்றை முரளி வைத்திருந்தான். இதற்காக அவனுடன் நட்பு கொண்டிருந்தேன். இருவரும் மண்ணில் உட்கார்ந்து கொண்டு காந்தத்தை வைத்து மணலை மேலே எழுந்து வரச் சொல்வோம்.

"ஆடப்போகுது பாரு" என்று முரளி காந்தக்கல்லை

அசைப்பான். மணல்துகள்கள் ஒன்றோடு ஒன்று ஒட்டிக் கொண்டு எறும்புகள் மேலேறுவது போல அசையும். சில நேரம் காந்தத்தைக் கொண்டு ஆணிகள், கலர்பாட்டில் மூடிகளைத் தூக்க முயற்சிப்போம்.

"உன் பல்லைக் காட்டு, காந்தத்தை வச்சி வெளியே இழுத்துப் பார்ப்போம்" என்றான் முரளி.

ஒருவேளை காந்தம் பல்லைப் பிடுங்கிவிட்டால் என்ன செய்வது..? நான், "முடியாது" என்றேன்.

"அப்போ விளையாட முடியாது. வீட்டுக்குப் போ" என்று துரத்திவிட்டான்.

எப்படியாவது ஒரு காந்தத்தை விலைக்கு வாங்க வேண்டும் என்று காசு சேர்க்க ஆரம்பித்தேன்.

மோட்டார் சித்தப்பா திருநெல்வேலியிலிருந்து வந்திருந்தார். அவர் ஊருக்குப் போகும்போது எனக்கு ஒரு ரூபாய் கொடுத்தார்.

அன்று அடைந்த சந்தோஷத்திற்கு அளவேயில்லை. என் தங்கைக்கு அவர் ஐந்து ரூபாய் கொடுத்ததைக் கூடக் கண்டுகொள்ளவில்லை.

உடனே போய், காளியம்மன் கோவிலை ஒட்டிய கடையில் காந்தம் ஒன்றை விலைக்கு வாங்கினேன்.

வரும்வழியிலேயே விளையாடத் துவங்கியிருந்தேன். இரவெல்லாம் அதை வைத்து டம்ளர், தட்டு, கரண்டி எனத் தூக்கிவிளையாட முயன்றேன்.

காலையில் எழுந்து பார்த்தபோது, காந்தம் காணாமல் போயிருந்தது.

• • •

நாயின் கண்கள்

நாய் ஒன்றைச் சங்கிலியால் கட்டிப் போட்டுவிட்டு டாக்டர் குடும்பம் ஊருக்குப் போய்விட்டார்கள். மறந்து போய் அப்படி செய்தார்களா அல்லது வேண்டுமென்றே நாயைத் தண்டிக்க அப்படி கட்டி வைத்திருக்கிறார்களா எனத்தெரியவில்லை. அந்த நாய் பகலிரவாகக் குரைத்துக் கொண்டேயிருந்தது. போராடி சங்கிலியை இழுத்து அறுப்பதற்கு முயற்சி செய்து கொண்டிருந்தது. இரும்புச் சங்கிலியை அறுப்பது எளிதா என்ன..? பசி தாங்கமுடியாத நிலையில் அந்த நாய் அழுவது போன்ற குரலில் ஓலமிடத்துவங்கியது.

நாய் அப்படிச் சப்தமிடும்போது பயமாக இருந்தது. சாலையில் போகிறவர்கள் பலரும் அதை நின்று பார்த்துப் போனார்கள். ஆனால், யாரும் இரும்பு கேட்டைத் தாண்டிக்குதித்து அந்த நாயின் பசியைப் போக்க முயற்சிக்கவில்லை. ஒரேயொரு ஆள் பிஸ்கட் ஒன்றை வாங்கி கேட்டின் உள்ளே கூடி தூக்கி எறிந்தான். அது நாயை விட்டு விலகிப் போய் விழுந்தது.

பசிக்கான உணவை அதன் கண்கள் கண்டபோதும் எட்டிப்போய் எடுக்கமுடியவில்லை. நாயின் வாயிலிருந்து எச்சில் ஒழுகிக் கொண்டேயிருந்தது. அது பயங்கரமாகச் சப்தமிட்டது. அதன் குரல் ஓநாயின் ஊளையைப் போலிருந்தது. திடீரென இனி சப்தமிட்டு பயனில்லை என்று முடிவு செய்தது போல, சுருண்டு படுத்துக் கொண்டது.

நாய் சுருண்டுகிடந்த விதம் பார்க்க மனதை என்னவோ செய்தது. ஏன் இப்படி நாயை சித்ரவதை செய்கிறார்கள்..? அந்த நாய் அதன்பிறகு கத்தவேயில்லை. செத்துப் போய்விட்டதோ என்று கூட நினைத்தார்கள்.

ஐந்தாம் நாள் டாக்டர் குடும்பம் காரில் வந்திறங்கி வாசற்கதவைத் தள்ளித் திறந்தபோது அந்த நாய் தலையைத் தூக்கிப் பார்த்தது. டாக்டரின் மகள் செல்லமாக, "டாமி" என்றபடியே அருகில் போகவும், நாய் அவளின் தொடையைக் கவ்வியது. அவள் அலறினாள்.

நாயை அடிப்பதற்காக ஒரு கட்டையை எடுத்துக் கொண்டு

எஸ்.ராமகிருஷ்ணன்

டாக்டர் பாய்ந்தார். நாய் அவரது முகத்தில் பாய்ந்து கடித்தது. நாயின் கோபம் எப்படியிருக்கும் என்பதற்கு அன்று நடந்தது சாட்சியம் போலிருந்தது.

டாக்டர் வீட்டில் நாயிடம் கடிவாங்காதவர்களேயில்லை. அப்படியும் நாயின் வெறி அடங்கவில்லை. அது தெருவில் போகிறவர்களைத் துரத்திக் கடிக்க ஆரம்பித்தது. பத்துப் பேருக்கும் மேலாகக் கடிபட்டிருக்கக் கூடும். நாயை அடித்துக் கொல்வதற்காக, சிலர் கையில் கட்டையோடு விரட்டினார்கள். நாய் தலைதெறிக்க ஓடியது. அதை இரவெல்லாம் துரத்திக் கொண்டேயிருந்தார்கள். மறுநாள் அந்த நாயின் செத்த உடல் ரைஸ்மில்லை ஒட்டிய கிணற்றில் மிதந்து கொண்டிருந்தது. நிறையத் தண்ணீரைக் குடித்துவிட்டது போல அதன் உடல் ஊதிப் பெருத்திருந்தது.

நாயின் கண்களில் அப்போதும் கோபம் அடங்கியிருக்கவில்லை. டாக்டர் வீட்டைக் கடந்து போகையில் அந்தச் சங்கிலி தூணில் அறுபட்டுக் கிடப்பதை பார்த்துக் கொண்டேயிருப்பேன்.

நாய்தான் கொல்லப்பட்டுவிட்டதே, இனி எதற்காக அந்த இரும்புச் சங்கிலியை வைத்திருக்கிறார்கள்..? ஒவ்வொரு முறை அந்த வீட்டைக் கடக்கும்போதும் நாய் ஊளையிட்ட சப்தம் எனக்குக் கேட்டுக் கொண்டுதானிருந்தது.

● ● ●

பிரிவும் கேலியும்

வீட்டுக்கு வந்த உறவினர்கள் ஊருக்குப் போகிற நாளில் நீங்கள் அழுதிருக்கிறீர்களா..? என்னால் அழுகையைக் கட்டுப்படுத்தவே முடியாது.

கரூரிலிருந்து அத்தை வந்துவிட்டு ஊருக்குக் கிளம்பும் நாளில் வீட்டுவாசலில் புரண்டு புரண்டு அழுதிருக்கிறேன்.

என்னைச் சமாதானப்படுத்தும் விதமாக, பஸ் ஸ்டாப் வரை கூட்டிப் போனாள் அத்தை.

"நானும் கூட வருவேன்" என்று அழுதேன்.

அத்தை பொங்கல் லீவுக்கு, தானே வந்து கூட்டிப் போவதாகச் சொன்னாள்.

ஆனால், நான் சமாதானம் அடையவில்லை. நிறைய சில்லறைக் காசுகளைக் கொடுத்தாள். அப்படியும் அவள் கையை விடவில்லை.

பஸ் வந்து நின்று அத்தை ஏறுவதைப் பார்க்கும்போது பெருங்குரல் எடுத்து அழுதேன்.

பேருந்திலிருந்தவர்கள் என்னை வேடிக்கை பார்த்தார்கள்.

நான் தேம்பித்தேம்பி அழுது கொண்டிருந்தேன்.

அத்தை டாட்டா காட்டிக் கொண்டேயிருந்தாள். மாமா கண்டுகொள்ளவேயில்லை.

அன்றிரவு நான் சாப்பிடக்கூட இல்லை.

மறுநாள் அம்மாவிடம் அத்தை ஊருக்குப் போயே ஆகவேண்டும் என்று பிடிவாதம் பிடித்தேன்.

"அத்தை மகளையே கட்டிவச்சிர்றேன். அவ வீட்டிலேயே போயி கிட" என்று அம்மா கேலி செய்தாள்.

அதைச் சொன்னதும் என் அழுகை நின்று போனது.

அக்காவும் தங்கையும் சேர்ந்துகொண்டு என்னைக் கேலி செய்தார்கள்.

அந்தக் கேலியை சந்தோஷமாக அனுபவித்துக் கொண்டிருந்தேன்.

எஸ்.ராமகிருஷ்ணன்

அம்மா மட்டும், "யார் வீட்டுக்கும்போயி அவமானப்படக் கூடாதுடா நந்து" என்று கடிந்து சொன்னாள்.

அத்தை வீட்டுக்குமா என ஆதங்கமாக இருந்தது.

● ● ●

திருக்கார்த்திகை

ஊர் முழுவதும் விளக்கு வைத்திருந்தார்கள். கார்த்திகை ஒரு நாள் மட்டும் தெப்பத்தில் குளிக்க விடுவார்கள். ஊரிலுள்ள எல்லாச் சிறுவர்களும் தெப்பத்தில் தானிருந்தார்கள். நானும் சங்கரும் தெப்பத்திற்குப் போவதற்கு முன்பு டயர் கொளுத்த முடிவு செய்தோம்.

கார்த்திகை அன்று சைக்கிள் டயரைக் கொளுத்திச் சுற்றுவது வழக்கம்.

சங்கர் டயரைப் பற்றவைத்துக் கொண்டிருந்தான்.

உருகி வழியும் ரப்பர் துளிகள். அழுத்தமான ரப்பர் வாடை.

நெருப்பு டயரில் பற்றிக் கொண்டு எரிந்தது.

டயரைத் தலைக்கு மேலே சுழற்ற ஆரம்பித்தான்.

அவன் டயரில் எனது டயரைப் பற்றவைத்துக் கொண்டேன். இதற்காகவே பழைய சைக்கிள் டயர்களை வாங்கி வைத்திருந்தோம்.

ஊர் முழுவதும் இது போல ரப்பரை எரிக்கும் வாசனை. ஆளுக்கு ஒரு எரியும் டயருடன் வீதி வீதியாகச் சுற்ற ஆரம்பித்தோம்.

'ஆஹாஹோ பைபராக்' என்ற சப்தத்துடன் உடலில் கரும்புள்ளி செம்புள்ளி குத்திக் கொண்டு வேப்பிலையோடு ஆடி வரும் சிறுவர்கள்.

புகை நிரம்பி, எதிர்வரும் முகம் தெரியாத வீதிகள்.

கோவில் வாசலில் ஆள் உயர சொக்கப்பனை எரிந்து கொண்டிருந்தது. அதில் பழைய பொருட்களை வீசி எறிந்து கொண்டிருந்தார்கள்.

என் கையிலிருந்த டயர் வெடித்துச் சிதறியது. உதறி எறிந்தேன்.

சங்கர் தனது டயரைச் சுழற்றியபடியே நடந்து கொண்டிருந்தான். வானத்திலிருந்து பூமிக்கு இறங்கி வந்திருப்பவன் போலிருந்தது அவனது நடை.

தெப்பத்திற்கு வருவதற்குள் டயர் எரிந்து போயிருந்தது. அதைத் தூக்கி எறிந்துவிட்டு இருவரும் தெப்பத்திற்குள் டவுசருடன் தாவிக்

எஸ்.ராமகிருஷ்ணன்

குதித்தோம். நூறு இருநூறு சிறுவர்கள் நீந்திக் கொண்டிருந்தார்கள். தெப்பத்தின் நான்கு புறப் படிக்கட்டுகளிலும் தீப அலங்காரங்கள். தண்ணீரில் மிதக்க விடப்பட்டுள்ள விளக்குகள். ஏதோ மாயஉலகிற்குள் நீந்திக் கொண்டிருப்பது போலிருந்தது. எவ்வளவு நேரம் நீந்திதோம் என்று தெரியவில்லை. கைவிரல்கள் விறைத்துப் போகும்வரை நீந்திவிட்டு வீடு திரும்பினோம்.

மறுநாள் காலை தெப்பத்தின் அருகில் போனபோது இரண்டு சிறுவர்கள் காணாமல் போய்விட்டதாகத் தேடிக் கொண்டிருந்தார்கள். ஒரு உடல் அகப்பட்டது. தெப்பத்தைச் சுற்றிலும் கூட்டம். ஒரு பெண் பெருங்குரல் எடுத்து அழுது கொண்டிருந்தாள்.

முந்தைய இரவின் சுவடேயில்லாமல், தெப்பத்தில் வெயில் நெளிந்து கொண்டிருந்தது.

●●●

# கனவின் படிக்கட்டுகள்

"ஒருவன் கனவிற்குள் போய் அவன் ஒளித்து வைத்திருந்த சிகரெட் அட்டைகளைத் திருடி வந்துவிட முடியும்" என்று சங்கர் சொன்னான்.

எப்படி என்றுதான் புரியவில்லை.

"நேற்று என் கனவில் நீ வந்திருந்தாய். அது உனக்குத் தெரியுமா?" எனக் கேட்டான்.

"தெரியாது" என்று சொன்னேன்.

"ஒருவன் கனவில் இன்னொருவன் வருவதற்கு யாரையும் கேட்கத் தேவையில்லை. யார் வேண்டுமானாலும் யார் கனவிலும் வரலாம்" என்றான் சங்கர்.

"ஆமாம். என் கனவில் பெரிய டைனோசர் கூட வந்திருக்கிறது. ஆனால், நான் இதுவரை டைனோசரை நேரில் பார்த்ததே யில்லை" என்றேன்.

எவரது கனவிலோ நாம் நுழைகிறோம் அல்லது யாரோ நம்மைக் கனவில் சந்திக்கிறார்கள். அது நமக்குத் தெரிவதேயில்லை என்பது எவ்வளவு பெரிய புதிர். நாம் எவரெவர் கனவுகளில் வந்திருக்கிறோம் என்று கணக்கிட முடியுமா என்ன? ஒரு ஆள் எதற்காக நம் கனவில் வருகிறான்..? சிலரை எப்படியாவது கனவில் பார்த்துவிட வேண்டும் என்று முயற்சித்திருக்கிறேன். ஒரு முறை கூடச் சாத்தியமானதில்லை.

பள்ளி வயதில் எம்.ஜி.ஆர். தன் கனவில் வந்து தனக்குக் கத்திச்சண்டை போடக் கற்றுத் தந்ததாக முருகேசன் சொன்னதை ஒருவரும் நம்பவில்லை. ஆனால், நான் நம்பினேன். "எம்.ஜி.ஆர். என்ன பேசினார் என்று நினைவில்லை" என்று முருகேசன் சொன்னான்.

உண்மை.

கனவில் நாம் பேசியது பெரும்பாலும் மறந்து போய்விடுகிறது.

எனக்கு அதிகமான கனவுகள் வருவது வழக்கம். தினசரி வந்த கனவைப் பற்றி, சங்கருடன் பேசிக் கொள்வேன். கனவு

வராத என் தங்கச்சி தானாக ஒரு கனவு கண்டதாகப் பொய் சொல்லுவாள். அதை மற்றவர்களை நம்பவைப்பது பெரிய கஷ்டம்.

ஒருநாள் கனவில் மழை பெய்துகொண்டிருந்தது. அதில் சிக்கிக் கொண்டு ஓடியோடி வீடு கண்டுபிடிக்க முடியாமல் அலைந்து திரிந்து திடுக்கிட்டுக் கண்விழித்தபோது, வெளியே மழை பெய்து கொண்டிருந்தது. ஒரு நிமிடம் என் கனவு நிஜம்தானோ என்று உடல் நடுக்கம் கொள்ள ஆரம்பித்துவிட்டது. எழுந்து உட்கார்ந்து அருகாமையில் உறங்கிக் கொண்டிருப்பவர்களைக் கண்டேன். 'அது என் வீடு, என் பாயில் படுத்துக்கிடக்கிறேன்' என்றதும் ஆறுதல் உருவானது. சற்று ஆசுவாசமாக இருந்தது.

"நல்லவேளை" என எனக்கு நானே சொல்லிக் கொண்டேன்.

• • •

துளி ரத்தம்

ஒருநாள் என்னை சங்கர் ஆள் அரவமற்ற வண்டிப்பேட்டையினுள் அழைத்துப் போனான். தன் டவுசர் பாக்கெட்டிலிருந்து ஒரு பிளேடை வெளியே எடுத்தான். பாதியாக உடைத்து என்னிடம் ஒரு துண்டு கொடுத்தான்.

“உன் ஆள்காட்டி விரல்ல ஒரு சொட்டு ரத்தம் எடு” என்றான்.

எதற்காக எனக் கேட்க பயமாக இருந்தது.

அவன் தன் வலக்கை ஆள்காட்டி விரலை பிளேடால் வெட்டி ரத்தம் வரச்செய்தான்.

எனக்குத் தைரியம் வரவில்லை.

பிளேடால் கைவிரலை வெட்டி ரத்தம் குபுகுபுவெனக் கொட்ட ஆரம்பித்துவிட்டால் என்ன செய்வது எனப் பயமாக இருந்தது.

“வெட்டுடா” எனச் சப்தமிட்டான்.

நான் தயங்கியபோது, பிளேடைப் பிடுங்கி வேகமாக ஒரு கீறுகீறினான். எனது ஆள்காட்டி விரலில் ரத்தம் சொட்டியது.

அவன் ஆள்காட்டி விரலையும் என் ஆள்காட்டி விரலையும் ஒட்டவைத்தான். இரண்டு ரத்தமும் ஒன்றாகின.

“எப்பவும் நாம ஃப்ரெண்ட்ஸா இருப்போம்” என்றான்.

ரத்தம் ஒன்று கலந்துவிட்டால்தான் பிரியாத நண்பர்களாக இருக்கமுடியுமா?

சங்கரே சொன்னான்:

“நேத்து ஒரு சினிமாவுல இப்படி பண்ணுறதைப் பாத்தேன். அதான் நாமளும் பண்ணிக்கிடலாம்னு தோணிச்சி.”

“பெரிய ஆள் ஆனாலும் நாம ஃப்ரெண்டா இருப்பமா?” எனக் கேட்டேன்.

“கல்யாணம் பண்ணிக்கிட்டாலும் நாம ஃப்ரெண்டா இருக்கணும்” என்றான் சங்கர்.

“நீ யாரைக் கல்யாணம் பண்ணிக்கிடுவே?” என்று கேட்டேன்.

"பொண்ணு யாருனு தெரியும். ஆனா இப்போ சொல்ல மாட்டேன்."

"அழகா இருப்பாளா?"

"ரொம்ப அழகா இருப்பா, நீ யாரைக் கட்டிக்கிடுவே?"

"தெரியலை" என்றேன்.

"நான் செத்துட்டா நீயும் செத்துடுவியா?" எனக் கேட்டான்.

'ஆமாம்' எனத் தலையாட்டினேன்.

திடீரென என் தலைமயிரைக் கோதியபடியே சொன்னான், "நானும்தான்."

எனக்கு அழுகை பீறிட்டு வந்தது. ஆனால், சங்கர் சிரித்துக் கொண்டிருந்தான்.

● ● ●

 ஆடுகளின் நடனம்

ரயில்வே கேட் மூடப்பட்டிருக்கிறது என்று பேருந்தில் அப்பா அம்மாவுடன் உட்கார்ந்திருந்தேன். சற்றுத் தொலைவில் சிறிய குன்று. அதன் நிறம் பச்சை கலந்த சாம்பல். எல்லையற்ற பரந்த வெளி. உருண்டுகிடக்கும் பாறைகள். ஆங்காங்கே ஆடுகள் மேய்ந்து கொண்டிருந்தன. பாறை ஒன்றின் மீது ஒரு ஆடுமேய்க்கும் சிறுவன் உட்கார்ந்து மேகங்களைப் பார்த்துக் கொண்டிருந்தான்.

தற்செயலாக இரண்டு ஆடுகள் நடனமாடத் துவங்கின. ஒரு ஆடு காலை முன்னால் தூக்கி மற்றொரு ஆட்டினை வாவாவென அழைத்தது. எதிர் ஆடு தன் நிழலைத் தானே பார்த்தபடியே கால் தூக்கி ஆடுகிறது. இரண்டும் ஒன்றாகக் குதித்தன. இந்த ஆட்டத்தை இன்னொரு ஆடு திரும்பிப் பார்த்தது. ஆனால், அது நடனமாட விரும்பவில்லை. எல்லா ஆடுகளும் ஆடுவதில்லை தானே..?

காய்ந்த புற்களை மேய்ந்து கொண்டிருந்த மற்ற ஆடுகள் தலைதூக்கவே யில்லை. ஆனால், இந்த இரண்டு ஆடுகள் மட்டும் துள்ளுகின்றன. கொம்பை அசைத்துத் தலையாட்டுகின்றன. என்ன குதூகலம்... எதற்காக இந்த நடனம்..? காற்று ஆடுகளை உற்சாகப்படுத்துகிறது. ஆடுகளின் காதுகள் சரிந்து தொங்குகின்றன. அது ஒரு இலை காற்றில் அசைந்து கொண்டிருப்பதைப் போலத்தானிருக்கிறது.

ஆடுகளின் நடனம் ஒரு சண்டை போலவே இருக்கிறது. ஒன்றையொன்று உரசிக் கொள்கின்றன. தலையை மண்ணில் தேய்த்துச் சிலும்புகின்றன. அதன் உற்சாகம் பீறிட்டுக் கொண்டே யிருக்கிறது.

யாரோ தாளமிடுவது போன்றும் அதைக் கேட்டு ஆடுவது போலவும் அவை குதிக்கின்றன. மேய்ச்சலில் இருந்த ஒரு ஆடு செருமுகிறது. எதிர் ஆடு ஆட்டத்தை நிறுத்திவிட்டு அதை நோக்கிச் செல்கிறது. இன்னொரு ஆடு தன் ஆட்டத்தை நிறுத்தவில்லை. அது தனியே துள்ளுகிறது. ரயில் வருவதற்காகக் காத்திருப்பவர்களின் கண்களில் எரிச்சல் கொப்பளிக்கிறது.

ரயில் வருகிறது. கடந்து செல்லும் ரயிலில் இருந்து யாராவது

எஸ்.ராமகிருஷ்ணன்

கையாட்டுவார்களா என்று ஆவலாக எட்டிப் பார்த்தேன். ஒரு கைகூட வெளியே காணவில்லை. ஆடுகள் ரயிலைத் திரும்பிப் பார்க்கவில்லை.

ரயில்வே கேட் திறக்கபட்டது.

ஆடுகளைக் கடந்து செல்லத் துவங்குகிறேன்.

ஒரு ஆடு இன்னமும் ஆடிக்கொண்டே தானிருக்கிறது. அந்தச் சந்தோஷத்தில் நானும் ஆட்டைப் போலவே தலையை ஆட்டத் துவங்கியிருந்தேன். தன்னை அறியாமல் ஆடுவதைவிட வேறு மகிழ்ச்சி என்ன இருக்கிறது..?

● ● ●

அம்மாவின் புகைப்படம்

அம்மா புகைப்படமே எடுத்துக் கொண்டதில்லை. உங்கள் திருமணத்தில் புகைப்படம் எடுத்துக் கொள்ள வில்லையா எனக் கேட்டேன்.

"கல்யாணமே பிள்ளையார் கோவில்லதான் நடந்துச்சி. அதுல எங்க போயி போட்டோ எடுக்குறது?" என்று கேட்டாள்.

"அப்பா மட்டும் டை கட்டிக்கிட்டு போட்டோ எடுத்துருக்காரு?" என்று பதிலுக்குக் கேட்டேன்.

"அது ஆபீஸ் மீட்டிங்கில எடுத்தது. எங்க வீட்ல பொம்பளைப் புள்ளைங்க போட்டோ எடுக்குறது தப்புனு விடமாட்டாங்க. கல்யாணத்துக்குப் பிறகு உங்க அப்பாகிட்ட போட்டோ எடுத்துக்கிடுவமானு கேட்டேன். உன் முகரக்கட்டைய நான் ஒருத்தன் பாத்தா போதும். போட்டோ எடுத்து மாட்டி வர்றவன் போறவன் முறைச்சிப் பாக்கணுமாக்கும்னு அப்பா மறுத்துட்டார்" என்றாள்.

அப்பா ஏன் ஒரு போட்டோ எடுத்துக் கொள்வதைக் கூட அனுமதிக்கவில்லை..? அம்மா ஏன் எதற்கும் ஆசைப்படுவதே யில்லை..? எதற்காகவும் அடம்பிடிப்பதுமில்லை.

அம்மாவை போட்டோ எடுக்க வேண்டும் என்பதற்காக, பேப்பரை மடித்து கேமரா போலச் செய்து அவள் முகத்திற்கு நேராகக் கொண்டு போய், "கிளிக் கிளிக்" என்று சப்தமிட்டேன்.

அம்மா சிரித்தாள்.

அடுப்படியில் அம்மா சமைத்துக் கொண்டிருப்பதை விதவிதமாக பேப்பர் கேமராவால் பொய்யாக ஃபோட்டோ எடுத்தேன். அம்மா சேலை முந்தானையால் முகத்தைத் துடைத்தபடியே சொன்னாள்.

"உன் கல்யாணத்துல போட்டோ எடுத்துக்கிடுறேன்."

அதற்கு இன்னும் எவ்வளவு காலமிருக்கிறது..? பெண்கள் ஏன் எப்போதுமே எப்போதோ நடக்கப் போகிற ஒன்றைப் பற்றியே நினைத்துக் கொண்டிருக்கிறார்கள்..? அம்மாவின்மீது கோபமாகவும் வந்தது;

எஸ்.ராமகிருஷ்ணன்

வருத்தமாகவும் வந்தது.

மறுநாள் உள்அறையில் மாட்டப்பட்டிருந்த டைகட்டிய அப்பாவின் புகைப்படத்தை யாரும் அறியாமல் கழட்டிக் கொண்டு போய், கோவில் பின்பக்கமுள்ள கிணற்றில் போட்டுவிட்டு வந்தேன். இரண்டு நாட்களுக்குப் பிறகு அந்தக் கிணற்றுக்குள் எட்டிப் பார்த்தபோது ஊறிப்போன போட்டோ ஃப்ரேம்மீது தவளை ஒன்று உட்கார்ந்திருந்தது.

அது கண்களை உருட்டி என்னைப் புகைப்படம் எடுப்பது போலத் தோன்றியது.

நானும் விரலைச் சொடுக்கி அதை போட்டோ எடுப்பது போல நடித்தேன்.

தவளை கூச்சத்துடன் தண்ணீருக்குள் பாய்ந்தோடியது.

• • •

போலீஸ் அடி

பாட்டி வீட்டிற்கு விடுமுறைக்குப் போயிருந்தேன். தீயணைக்கும் படை அலுவலகத்தை ஒட்டிய சந்திற்குள் இருந்தது பாட்டி வீடு. வாகைமரத்தை ஒட்டிய வீடு. அதன் மேற்குப் பக்கம் ஒரு ஸ்டீல் கம்பெனி இருந்தது. பீரோ செய்வார்கள். வீட்டின் பக்கத்தில் இருந்தது காந்தி பார்க். அங்கிருந்த சறுக்கில் சறுக்கி விளையாடுவேன். சில நேரம் தீயணைக்கும் படை அலுவலகத்தில் சென்று அங்கு நிறுத்தப்பட்டிருந்த என்ஜினை வேடிக்கை பார்த்துக் கொண்டிருப்பேன்.

ஒருநாள் காலை எங்கிருந்து இவ்வளவு விவசாயிகள் வந்து சேர்ந்தார்கள் என்று தெரியவில்லை. காந்தி பார்க்கைச் சுற்றிலும் பச்சைத் துண்டு அணிந்த விவசாய முகங்கள். அத்தனை பேர் கையிலும் பசுமாடுகள். ஆயிரக்கணக்கான பசுமாடுகள் ஒன்று திரண்டு நிற்பதை அன்றுதான் கண்டேன். மடி பருத்த பசுமாடுகளை ஓட்டிக்கொண்டு எதற்காக விவசாயிகள் திரண்டிருக்கிறார்கள் என்று தெரியவில்லை.

சாலை தெரியவில்லை. காந்தி பார்க்கின் மேற்கில் ஒரு மேடை அமைத்திருந்தார்கள். வாகை மரத்தின் மீதேறி நின்றுகொண்டு அங்கே என்ன நடக்கிறது எனப் பார்த்துக் கொண்டிருந்தேன். மேடை மீது பச்சைத் துண்டு அணிந்த ஒரு வயதான விவசாயி நின்று மைக்கில் ஆவேசமாகப் பேசிக் கொண்டிருந்தார். விவசாயிகள் சாலையில் போக்குவரத்தையே தடுத்து நிறுத்திவிட்டார்கள் என்றார்கள். எங்கும் கிராமத்து முகங்கள். தந்திக் கம்பங்களில் பசுமாடுகளைக் கட்டியிருந்தார்கள். திடீரென மேடையில் ஒரு பால்கேன் கொண்டுவந்து வைக்கப்பட்டது. விவசாயிகளின் தலைவர் மைக்கில் அறிவித்தார்.

"பால் விலையை உயர்த்தித் தரக் கேட்டு அரசு சம்மதிக்கவில்லை. ஆகவே, இந்தப் பாலை நாங்கள் வீதியில் கொட்டப்போகிறோம்."

உடனே அவர் தலைமையில் கூட்டமே சாலைக்கு இறங்கி வந்தது. அவர்கள் அவ்வளவு பாலையும் சாலையில் கொட்டுவதைக் கண்டேன். வரிசை வரிசையாகப் பால் கேன்களைத் திறந்து கீழே கொட்டிக் கொண்டிருந்தார்கள். தார்ச் சாலையில் பால்

எஸ்.ராமகிருஷ்ணன்

வடிந்தோடிக் கொண்டிருந்தது. எங்கிருந்து வந்தது ரிசர்வ் போலீஸ் வேன் எனத் தெரியவில்லை. அதன் சைரன் சப்தம் உரத்துக் கேட்டது. திடீரென ரிசர்வ் போலீஸார் இறங்கி லத்தியால் அடிக்கத் துவங்கினர். விவசாயிகள் தெறித்து ஓடினார்கள். மாடுகளை யாரோ அவிழ்த்துவிட்டதில் எந்தப் பக்கம் ஓடுவது எனத் தெரியாமல் மாடுகள் திமிறிக் கொண்டு ஓடின. யாரோ ஒருவர்மீது மாடு மோதித் தள்ளியது. விரட்டி விரட்டி விவசாயிகளை அடிப்பது கண்ணில் பட்டது. எங்கள் வீட்டை நோக்கி ஒரு கூட்டமே ஓடிவந்தது. பாட்டி என்னைக் காணவில்லை என்று பதறிக் கூப்பாடு போட்டாள்.

மரத்தின் மேல் நிற்கிறேன் என்று சப்தமிட்டேன்.

“வீட்டுக்குள்ளே வந்துரு... வந்துரு” எனக் கத்தினாள்.

இறங்கி நான் வீட்டை நோக்கி ஓடியபோது நான்கு போலீஸ் காரர்கள் லத்தியோடு துரத்தி வந்து கொண்டிருந்தார்கள். ஒரு ரிசர்வ் போலீஸ்காரனின் லத்தி என் இடதுகாலை நோக்கி ஓங்கி அடித்தது. கால் எலும்பு உடைந்துவிட்டது என்றுதான் நினைத்தேன். வலி தாங்க முடியவில்லை. காலை இழுத்தபடியே வீட்டை நோக்கி ஓடினேன். என் முன்னால் ஓடிய விவசாயியை போலீஸ்காரர்கள் சுற்றிவளைத்து அடித்துக் கொண்டிருந்தார்கள். ஒரு ஆளை போலீஸ்காரர்கள் எப்படி அடிப்பார்கள் என்பதை அன்றுதான் உணர்ந்தேன்.

பாட்டி என்னை உள்ளே இழுத்துப் போட்டு வீட்டுக்கதவை மூடிவிட்டாள். வெளியே யாரோ ஓடிக் கொண்டிருக்கும் சப்தம் கேட்டது. கெண்டைக்கால் சதை வீங்கி வலித்தது. பாட்டி தவிட்டு ஒத்தடம் கொடுத்தாள்.

மறுநாள் காலை வரை கதவைத் திறக்கவேயில்லை. காலையில் கதவைத் திறந்து அடிபட்டு வீங்கிய காலுடன் காந்தி பார்க் பக்கம் வந்தபோது சாலையே ஒரே பிசுபிசுப்பாக இருந்தது. எங்கும் பச்சைத் துண்டுகள் சிதறிக்கிடந்தன. பாலைக் கொட்டியதால் ஒரே ஈக்கூட்டமாக இருந்தது. அறுந்துபோன செருப்புகள். தவறி விழுந்து உடைபட்ட மூக்குக் கண்ணாடிகள். சில்லறைக் காசுகள். அடிபட்டு சிந்திய ரத்தம். கைவிட்டுப்போன பசு மாடு ஒன்று சாக்கடை ஓரம் நின்று கொண்டிருந்தது. போலீஸ் துப்பாக்கிச் சூடு நடத்தியது என்று பேசிக் கொண்டார்கள்.

எதிரேயிருந்த டீக்கடைக்காரர் சொன்னார், “குருவி சுடுற மாதிரி சுட்டுக் கொன்னு பூட்டாங்க. விவசாயிகளுக்கு நாதியில்லை.”

பார்க்கில் சிதறிக்கிடந்த சில்லறைகளைப் பொறுக்கிக் கொண்டு

வந்து பாட்டியிடம் காட்டினேன். "இதைப் போயி எதுக்கு எடுத்துக்கொண்டு வந்தே..?" என்று திட்டியபடியே, "பிள்ளையார் கோவில் உண்டியல்ல போட்டுட்டு வா" என்றாள்.

ரத்தக்கறை படிந்த நாணயங்களை எடுத்துக் கொண்டு காந்திபார்க்கை ஒட்டிய பிள்ளையார் கோவிலுக்குப் போனபோது தெரிந்தது.

பிள்ளையார் சிலையின் தும்பிக்கை உடைந்து சிதறியிருந்தது. ரிசர்வ் போலீஸ்தான் அடித்து உடைத்திருந்தார்கள்.

●●●

ஆசை முத்தங்கள்

அக்கா ஒரு நாள் ஒரு கடிதத்தைச் சுக்குநூறாகக் கிழித்து என் கையில் கொடுத்து யாருக்கும் தெரியாமல் குப்பையில் போய்ப் போட்டுவரச் சொன்னாள்.

யார் கடிதம்..? என்ன எழுதியிருப்பார்கள்..? எதற்காகக் கிழிக்கச் சொல்கிறாள்..?

அவள் கையில்கொடுத்த கடிதக் கிழிசல்களைப் பொத்திக் கொண்டு குப்பைமேடு வரை நடந்தேன்.

அவள் சொன்னதுபோல குப்பையில் போடவில்லை.

குப்பைமேட்டிலே உட்கார்ந்து அத்தனையும் என் முன்னால் கொட்டி, கிழிந்த துண்டுகளில் என்ன எழுதப்பட்டிருக்கிறது என்று வாசிக்க முயன்றேன். படிக்க முடியாதபடி கிழித்திருந்தாள்.

அப்படி என்ன கோபம்?

அப்படி என்ன பயம்?

ஆனாலும் ஒரு வார்த்தை கிழிபடவில்லை.

'ஆசை முத்தங்கள்' என்ற அந்த வார்த்தையைக் கையில் வைத்துப் பார்த்துக் கொண்டிருந்தேன். யார் அதை எழுதியது..? அக்கா யாரையாவது காதலிக்கிறாளா..? யாராக இருக்கும்..? அக்காதான் வீட்டைவிட்டு வெளியிலே போவதேயில்லை. பிறகு அவளை யார் காதலிக்கமுடியும்..?

அம்மாவுடன் சில நாட்கள் கோவிலுக்குச் செல்லுவாள். மாலை ஒருமணி நேரம் டைப்ரைட்டிங் ஹையர் போய்க் கொண்டிருந்தாள். அதைத் தவிர வீட்டில் ரேடியோவில் பாட்டு கேட்பாள். கூடவே பாடுவாள்.

மற்ற துண்டுகளில் இது போல முழுவார்த்தை எதுவும் கிடைக்கவில்லை. ஆனால், அதை எழுதியவன் கையெழுத்து அழகாயிருக்கிறது. காகிதத் துண்டுகளைக் குப்பைமேட்டில் பறக்கவிட்டேன். ஆசைமுத்தங்களும் பறந்து போயின.

வீட்டுக்குப் போனதும் அக்கா சந்தேகத்துடன்,

"குப்பையைப் போட்டுட்டு வர்றதுக்கு இவ்வளவு நேரமா?"

"வழியில சங்கரைப் பார்த்தேன்" என்று பொய் சொன்னேன்.

அக்காவை அன்றைக்குப் பார்க்க யாரோ போலத் தெரிந்தாள். அம்மாவிடம் இதைப் பற்றிச் சொல்லிவிடலாமா என நினைத்தேன். தெரிந்தால் கத்துவாள்.

ரேடியோவில், 'மாலைப்பொழுதின் மயக்கத்திலே நான் கனவு கண்டேன் தோழி' பாடல் ஒலிபரப்பாகிக் கொண்டிருந்தது.

அக்கா கூடவே பாடிக்கொண்டிருந்தாள்.

ஆனால், அவள் கண்ணில் கண்ணீர் எதற்காக வடிந்து கொண்டிருக்கிறது என்றுதான் புரியவில்லை.

• • •

மைமூன் சலூன்

பொம்பளைப் பிள்ளையாகப் பிறந்திருந்தால் முடிவெட்டிக் கொள்ளவேண்டிய துயரமே ஏற்பட்டிருக்காது. பையனாக இருப்பது துரதிருஷ்டம். அதுவும் இரண்டு மாதத்திற்கு ஒருமுறை முடிவெட்டிக் கொள்ள வேண்டும். வீட்டின் பக்கத்தில் இருந்த மைமூன் சலூனுக்குப் போவது என்றால் வெறுப்பாக இருக்கும். அங்கே முடிவெட்டும் இயந்திரம் ஒன்றிருந்தது. அது பின்னந் தலையில் நகரும்போது ஏற்படும் கூச்சத்தைச் சொல்லமுடியாது.

மைமூன் சலூனை நடத்தும் கருப்பையா சிறுவர்கள் வந்தால் சுழலும் நாற்காலிமீது பலகையைப் போட்டு உட்காரச் சொல்லுவார். பெரிய கண்ணாடியில் முகத்தைக் காண்பது பிடிக்கும்.

எதற்காக சலூன்களில் குளிக்கும் பெண்களின் படமாக வைத்திருக்கிறார்கள் எனப் புரியாது.

கருப்பையா வெள்ளைத் துணியை உதறி, என் கழுத்தைச் சுற்றிக் கட்டும்போதே, “கழுத்தை அசைக்காமல் இருக்கணும்” என்று எச்சரிக்கை விடுவார். முடிவெட்டிக் கொள்வதற்குள் ஆயிரம் தடவை அவரிடம் திட்டுவாங்க வேண்டியது இருக்கும்.

கருப்பையா பொடி போடுகிறவர். ஆகவே அவர் முகம் முன்னால்வரும்போது பொடிவாசனை அடிக்கும். எப்போதும் அவர் சம்மர் கட்தான் வெட்டிவிடுவார். முடிவெட்டிக் கொள்வதற்குக் காசு அப்பாவிடம்தான் வாங்கிக் கொள்வார். முடிவெட்டிய நாளில் திடீரெனத் தலையே இல்லாதது போலத் தோன்றும். அதுவும் குளிக்கும்போது கூச்சமாக இருக்கும்.

ஒருவாரத்திற்குத் தலைசீவ வேண்டிய அவசியமிருக்காது. முடிவெட்டிக் கொள்கிற சலூனில் உட்கார்ந்து அண்ணன் என்ன பேசிக்கொண்டிருப்பான் எனத் தெரியாது. ஆனால், எப்போதும் அங்கேயேதான் கிடப்பான்.

சில நாட்கள் அவன் சட்டையில் கூடத் தலைமயிராகக் கிடக்கும். சண்டை வரும் நாளில் அப்பா, “நீயும் செரைக்கப் போகவேண்டியது தான்” என்பார். அண்ணன் பதிலுக்குத்

திட்டுவான்.

ஒருவேளை அண்ணன் சலூன் வைத்துவிட்டால் ஓசியில் முடிவெட்டிக் கொள்ளலாமே என்று தோன்றும். ஒருமுறை இதைப்பற்றி அவனிடம் சொன்னேன்.

"அறை வாங்காமல் போயிடு" என்று திட்டினான்.

'உண்மையைத்தானே சொல்கிறேன், எதற்குத் திட்டுகிறான்?' என்று குழப்பமாக இருந்தது.

● ● ●

ஆறாவடு

தீப்பெட்டி லேபிள்கள் சேர்ப்பதில் பையன்களுக்குள் பெரிய போட்டியிருந்தது. எந்தப் பையன் அதிக லேபிள் வைத்திருக்கிறானோ அவனே பேங்க்கர். அவனிடமிருந்து மற்ற பையன்கள் லேபிள்களைக் கடன்வாங்கிக் கொள்வார்கள். பத்து லேபிள் கடன்வாங்கினால் இருபது லேபிள் திருப்பித் தரவேண்டும். அப்படித் தராமல் போனால் வீட்டுக்கு ஆள் அனுப்பிவிடுவார்கள்.

தந்திமரத் தெருவில் ரவி என்றொரு பேங்க்கர் இருந்தான். அவன் அப்பா தீப்பெட்டி ஆபீஸ் வைத்திருந்தார். ஆகவே, அதிக விதமான லேபிள்கள் அவனிடம் மட்டுமேயிருந்தன. அது போதாதென்று அவனது மாமா சிவகாசியில் அச்சகம் வைத்திருந்தார். அங்கேதான் லேபிள்கள் அச்சிட்டார்கள். ஆகவே கட்டுக்கட்டாக லேபிள் வைத்திருப்பான். ஒரு நாள் அவனிடம் நூறு லேபிள் கடன்வாங்கிச் செதுக்குக் கல் விளையாடி தோற்றுப் போனேன். மறுநாள் ரவி ஒரு பையனை அனுப்பி, கடன்வாங்கிய லேபிளைத் திருப்பிக் கேட்டான். எனக்குக் காய்ச்சல் என்று பொய் சொல்லி அனுப்பிவைத்தேன்.

இரண்டு நாளைக்குப் பிறகு மூன்று பையன்கள் வீட்டுவாசலில் வந்து நின்று லேபிளை வசூல் செய்து போக வந்திருந்தார்கள். “என்னுடைய லேபிள்கள் யாவும் சங்கர் வீட்டில் இருக்கிறது, நாளைக்கு எடுத்துத் தருகிறேன்” என்று பொய் சொன்னேன். அவர்கள் நம்பவில்லை.

“இப்போதே என்னுடன் வா” என்று கையைப் பிடித்து இழுத்தார்கள். வரமுடியாது என்று வீட்டிற்குள் ஓடி ஒளிந்துகொண்டு விட்டேன். வாசலில் நின்று அவர்கள் கத்திக் கொண்டிருந்தார்கள். அக்கா வெளியே போய் அவர்களைச் சமாதானப்படுத்தி அனுப்பி வைத்தாள்.

அடுத்த நாள் பள்ளிக்கூடம் போகும்போது ரவியும் அவனது எடுபிடிகளான மூன்று பையன்களும் என்னைச் சுற்றிவளைத்தார்கள். ரவி திடீரென பெல்ட்டை எடுத்து அடிக்க ஆரம்பித்தான். ரவி அப்படி அடிப்பான் என எதிர் பார்க்கவேயில்லை. பெல்ட் அடிப் ரொம்பவும் வலித்தது. அதற்குள் இன்னொருவன் கீழே

தள்ளி என் பல்லோடு சேர்த்துக் குத்தினான். நான் வலியில் கத்திக் கூப்பாடு போட்டேன். பள்ளிக்குப் போய்க் கொண்டிருந்த மாணவிகள் அவசரமாக ஓடினார்கள்.

சைக்கிளில் வந்த மரைக்காயர் சார், "என்னடா செய்யுறீங்க?" எனச் சப்தமிட்டவுடனே ரவியும் எடுபிடிகளும் ஓடிப் போய்விட்டார்கள்.

மரைக்காயர் சார் என்னை எழுப்பிவிட்டு, "யார்ரா அந்தப் பசங்கள்?" என்று கேட்டார்.

"தெரியாது சார்" என்றேன்.

அன்று முழுவதும் ரவியை எப்படியாவது திரும்ப அடிக்க வேண்டும் என்று மட்டுமே தோன்றிக் கொண்டிருந்தது. மாலை பள்ளிவிட்டதும் சங்கரைத் தேடிப்போனேன். அவன் விஷயத்தைக் கேள்விப் பட்டவுடனே சொன்னான்.

"அடிச்சாமட்டும் போதாது. அவன் லேபிள் எல்லாத்தையும் பிடுங்கணும்"

அது இன்னும் என்னை உற்சாகப்படுத்தியது.

ரவி வீட்டைக் காட்டுவதற்காக சங்கரை அழைத்துக் கொண்டு போனேன். வாசலில் பெரிய நாய் கட்டியிருந்தார்கள். அம்பாசிடர் கார் ஒன்று நின்று கொண்டிருந்தது.

"ரவி பாட்டி ஊருக்குப் போயிருக்கிறான்" என்றார்கள்.

அவன் திரும்பிவரும்போது அடிக்கலாம் எனக் காத்திருந்தேன். ரவி வரவேயில்லை. அவனை ஊட்டியில் உள்ள போர்டிங் ஸ்கூலில் சேர்த்துவிட்டார்கள். இனிமேல் எப்போதாவது லீவிற்குத் தான் வருவான் என்றார்கள்.

ரவியை அதன்பிறகு பார்க்கமுடியவேயில்லை. ஐந்து வருஷத்தின் பிறகு ரவி பங்குனிப் பொங்கலுக்காக வந்திருந்தான். திருவிழாக் கூட்டத்தில் அவனைப் பார்த்தபோது கண்ணாடி அணிந்து மெலிந்து போனவனாக உயரமாக இருந்தான். கையில் ஒரு டொரினோ பாட்டிலை வைத்தபடியே அவனுடன் அழைத்து வந்திருந்த போர்டிங் ஸ்கூல் பையன்களுடன் ஆங்கிலத்தில் பேசிக் கொண்டிருந்தான்.

ரவியை நெருங்கிப் போகக் கூச்சமாக இருந்தது. தொலைவில் இருந்த என்னைப் பார்த்து ரவி நட்புடன் கையை ஆட்டினான். பதிலுக்கு நானும் கையை ஆட்டினேன்.

என்னால் முடிந்தது அவ்வளவுதான்.

• • •

தூயவள்

எனது தெருவின் கடைசியில் உள்ளது ஃப்ளோரா சாம்சன் வீடு. கூட்டுறவு வங்கியில் கேஷியராக வேலை செய்தாள்.

ஃப்ளோரா சாம்சன் என்றால் யாருக்கும் தெரியாது. சுண்ணாம்புக்காரி வீடு என்றுதான் சொல்வார்கள். காரணம், ஃப்ளோரா எப்போதும் சுண்ணாம்பு வாளியோடுதான் திரிவாள். அவர் வீட்டுச் சுவரில் சிறிய கறைபடிந்தால் கூட உடனே சுண்ணாம்பு வாளியோடு வந்துவிடுவாள். வீடு முட்டை ஓடு போல வெண்மையாக இருக்க வேண்டும். வீடு மட்டுமில்லை, வாசலில் உள்ள மரத்திலிருந்து கூட ஒரு இலை கீழே உதிர்ந்து கிடக்கக்கூடாது. கவனமாக எடுத்துக் கொண்டு போய்க் குப்பையில் போட்டுவிடுவாள்.

தெருநாய் சுவரில் மூத்திரம் பெய்வதைக் கண்டாலோ.. கோவில்மாடு வாசலில் சாணி போட்டுவிட்டாலோ ஆத்திரப்பட்டுக் கத்துவாள்.

அவள் வீட்டிற்கு வருபவர்கள் செருப்பைக் கழட்டிவிடுவதற்காக, தனியே சிமெண்ட் பலகை ஒன்றைச் செய்து வைத்திருந்தாள். வீட்டிற்குள் வரும்போது காலைத் துடைத்துக் கொண்டுவர ஒரு விரிப்பும் விரிக்கப்பட்டிருந்தது. முன்வாசல் கேட்டில் பேப்பர் சொருகியிருந்தால் அவளுக்குப் பிடிக்காது. இவ்வளவு ஏன்..? தொட்டிச்செடிகளில் ஏதாவது ஒரு இலையோ, பூவோ நிறம் மங்கியிருந்தால் கூட, கத்திரியால் வெட்டித் துண்டித்துவிடுவாள்.

அவள் கடிதங்களைக் கிழித்துப் பிரிப்பதில்லை. அதற்கெனத் தனியாக ஒரு பிளேடு வைத்திருந்தாள். கடித உறைகளைத் தனியே அடுக்கி வைத்திருப்பாள். பொட்டலம் கட்டிவரும் காகிதங்களைக் கூட விரித்துச் சீராக்கி அடுக்கி வைத்துக் கொள்வாள். அவள் வீட்டு மரத்தில் ஒரு காகம் கூட வந்து அமர்வதில்லை. எங்கள் ஊரில் கை உறைகள் அணிந்து கொள்கிற ஒரே பெண் அவள் மட்டுமே.

அவள் வீட்டில் நான்கு சோப்பு வாங்கி வைத்திருக்கிறாள் என்றார்கள். ஒரு சோப் கைகளை மட்டும் கழுவிக் கொள்வதற்கு. இன்னொரு சோப் உடம்பிற்குப் போட்டுக் கொள்வதற்கு.

மூன்றாவது சோப் கால்களைச் சுத்தம் செய்வதற்கு. நான்காவது சோப் வீட்டிற்கு வருபவர்கள் கைகழுவுவதற்கு. அவள் வீட்டுத் திரைச்சீலையில் ஒரு ஈ உட்கார்ந்தால் கூட உடனே பூச்சிமருந்து ஸ்ப்ரேயரை எடுத்துக் கொண்டு வந்துவிடுவாள்.

சாப்பிடும்போது தட்டிலிருந்து ஒரு பருக்கை தவறி விழுந்துவிட்டாலோ, சாம்பாரில் ஒரு துளி தரையில் கொட்டி விட்டாலோ பதறிப்போய்க் கத்துவாள். உடைகளைத்தானே துவைத்துக் கொள்வதுடன் அவற்றை வெந்நீரில் அலசிக் காயப்போடுவது வழக்கம்.

ஜன்னல் வழியாகத் தூசி வந்துவிடுகிறது என்று ஜன்னலுக்கு மெல்லிய வலை அடித்து, திரையொன்றும் போட்டிருப்பாள். தீக்குச்சிகளை அவள் பாதியில் அணைப்பதில்லை. விரல்நுனி பிடிக்கும் அளவு எரியவிடுவாள். எரிந்த தீக்குச்சிகளைக் கவனமாக, தனிக்குப்பைக் கூடையில் போட்டுவைப்பாள். காலண்டர் தாளைக் கிழித்து நான்கு துண்டுகளாக்கி அதில்தான் பற்பொடியத் தட்டி பல்தேய்ப்பாள். உள்ளங்கையில் ஒருபோதும் பற்பொடியைக் கொட்டிக் கொண்டதில்லை. சுத்தம். சுத்தம். சுத்தம். அது மட்டுமே அவள் வாழ்க்கை.

தூய உடை; தூய வீடு; தூய படுக்கை; தூய கனவுகள் என தூய்மையின் அடையாளச் சின்னமாக இருந்தாள் ஃப்ளோரா.

எதற்காக இவ்வளவு சுத்தம் பார்க்கிறாள் என்று பக்கத்துவீட்டுப் பெண்கள் சலித்துக் கொண்டார்கள். சிலர் அவளைப் போலத் தூய்மையைப் பேண முயன்று தோற்றுப்போனார்கள்.

அன்றாடம் தனது வெண்ணிறமான செருப்புகளை அணிந்து கொண்டு பூப்போட்ட குடையை விரித்துப் பிடித்தபடியே சாலையில் கிடக்கும் குப்பை எதையும் பார்த்துவிடாமல் கவனமாக நடந்து போவாள். நடப்பதுகூட வேகமாக இருக்காது. பூவேலை செய்த கைக்குட்டைகளில் செண்ட் தெளித்து வைத்திருப்பாள். இவ்வளவு சுத்தமாக, கவனமாக, தூய்மையாக வாழ்ந்த ஃப்ளோரா சாம்சன் வங்கிப் பணத்தைக் கையாடிவிட்டாள் என்று ஒருநாள் போலீஸ் அவளைப் பிடித்துக் கொண்டு போனபோது, தெருவி லிருந்த சிறுவர்கள் அவள்மீது சாணி அடித்தார்கள். கையாடலில் மாட்டி போலீஸ் கைது செய்ததை விடவும் தன்மீது ஒரு துளி சாணி பட்டுவிட்டதற்காகவே அப்போதும் ஃப்ளோரா மிகவும் வருத்தப்பட்டாள்.

• • •

கேலிச்சித்திரம்

பள்ளியில் நடைபெறும் போட்டிகள் எதிலும் நான் கலந்து கொள்ளவே மாட்டேன். ஏதாவது ஒரு போட்டியில் கட்டாயம் பெயர் கொடுக்க வேண்டும் என்பார்கள். பெயர் கொடுத்துவிட்டு எப்படியாவது தப்பியோடி விடுவேன் அல்லது லீவு போட்டுவிடுவேன். ஆனால், அன்று அப்படித் தப்பிக்க முடியவில்லை. வகுப்பில் இருந்தவர்களை எழுந்திருக்கச் சொல்லி யார் எந்தப் போட்டியில் கலந்து கொள்ளப்போகிறார்கள் எனக் கேட்டார்கள்.

எனக்கு எந்தத் திறமையும் இல்லை. என்னால் விளையாடவும் முடியாது. பாடவும் முடியாது. எதில் பெயர் கொடுப்பது என்று தெரியாமல் விழித்துக் கொண்டிருந்தேன்.

படம் வரைகிற போட்டிதான் இருப்பதிலே எளிதாகத் தெரிந்தது. அதில் கலந்து கொள்வதாகக் கைதூக்கினேன்.

டீச்சர் என்னிடம், "கலர் பென்சில் வைத்திருக்கிறாயா?" எனக் கேட்டாள்.

"இல்லை" என்று சொன்னேன். "தனசேகரிடம் வாங்கிக் கொள்" என்றாள்.

தனசேகரும் தருவதாகச் சொன்னான்.

என்ன கலரை வாங்குவது... என்ன வரைவது எதுவும் தெரியவில்லை.

அடுத்த அரைமணி நேரத்தில் போட்டி துவங்கியது.

ஒரு சார்ட் பேப்பரையும் கலர்பென்சிலையும் தந்தார்கள். அதுவரை நான் படம் வரைந்ததே கிடையாது. சில நேரம் பேப்பரில் வரும் தலைவர்களின் படங்களுக்குக் கண்ணாடியும் கிருதா மீசையும் வரைந்திருக்கிறேன். மற்றபடி ஓவியம் எதையும் வரைந்தவனில்லை. எளிதாக எதை வரையலாம் என்று யோசித்துக் கொண்டிருந்தேன்.

தனசேகரும் மற்றவர்களும் வரைய ஆரம்பித்திருந்தார்கள். இஷ்டம் போல எதையாவது வரைய வேண்டியதுதான் என

நினைத்து ஒரு மனித உடலும் பூனைத்தலையும் வரைந்தேன். அரசியல்வாதி போலத் தோளில் துண்டு ஒன்றைக் கோடு கிழித்துவிட்டேன். இன்னொரு ஆளின் வயிற்றைப் பெரிய குகை போல வரைந்தேன். அரைமணி நேரத்தின் பிறகு நாங்கள் வரைந்த படங்களை டீச்சர் வாங்கிக் கொண்டு போனாள்.

மாலை பள்ளி முடிந்தவுடன் பரிசுகள் அறிவிக்கப்படும் என்றார்கள். நிச்சயம் நமக்குப் பரிசு கிடைக்காது என்ற முடிவுடன் பையைத் தூக்கிக் கொண்டு வீட்டுக்கு ஓடத் தயாராக இருந்தேன். ஆனால், ஆசிரியர் மூன்று பெயர்களைப் பரிசுக்குத் தேர்வு செய்துள்ளதாக அறிவித்தார். அதில் மூன்றாவது என்னுடைய பெயர்.

என்னால் நம்பவே முடியவில்லை. நான் வரைந்த ஓவியம் அவ்வளவு நன்றாக இருக்கிறதா..?

நாங்கள் மூவரும் உள் அறைக்கு அழைத்துப் போகப்பட்டோம். வெண்ணிற ஜிப்பா அணிந்த ஒருவர் நாங்கள் வரைந்த ஓவியங்களைக் கையில் வைத்துக் கொண்டிருந்தார். என்னுடைய படத்தை எடுத்துக்காட்டி, "எதுக்கு மனுஷனுக்கு பூனைத் தலை வரைஞ்சிருக்கே?" என்று கேட்டார்.

"சில ஆட்களோட மூஞ்சியைப் பாத்தா பூனை மாதிரிதான் இருக்கு" எனத் தயங்கித் தயங்கிச் சொன்னேன்.

என்னோட வந்த மாணவிகள் இருவரும் அதைக்கேட்டுச் சிரித்தார்கள். ஆனால், அந்த ஓவியர் என் முதுகில் தட்டி, "குட்" என்றபடியே ஒரு சில்வர் டம்ளரைப் பரிசாகத் தந்தார். அதை வாங்கும்போது கை நடுங்கியது.

வீட்டுக்கு வரும்வரை அதைக் கையில் வைத்து வியந்து வியந்து பார்த்துக் கொண்டேயிருந்தேன்.

அம்மாவால் நம்பமுடியவில்லை.

"உனக்கா பரிசு கொடுத்தார்கள்?" என்று கேட்டுக் கொண்டே யிருந்தாள். பிறகு அதைப் பெருமையாகப் பக்கத்து வீடுகளில் கொண்டு போய்க் காட்டினாள்.

திடீரென எனக்குப் புதுத்திறமை ஒன்று இருப்பது போல நம்பத் துவங்கினேன். மறுநாளில் இருந்து கிடைக்கிற காகிதத்தில் எல்லாம் படம் வரைந்து கிறுக்க ஆரம்பித்தேன். அம்மாவோ, அப்பாவோ கோபித்துக் கொள்ளவேயில்லை. ஆறு மாதங்களுக்குப் பிறகு எனக்குப் படம் வரைய வராது என்பதைப் புரிந்துகொண்டு கைவிட்டுவிட்டேன்.

எஸ்.ராமகிருஷ்ணன்

அம்மா நீண்ட பல வருஷங்கள் அந்த டம்ளரை யாரும் எடுத்துப் புழங்கிவிடாமல் பாதுகாத்து வைத்திருந்தாள்.

அது ஒன்றுதான் பள்ளி நாட்களில் நான் வாங்கிய பரிசு.

● ● ●

 # தெருப்பெண்கள்

ராமன் வீட்டு வாசற்படியில் நான்கு பெண்கள் கூடி உட்கார்ந்திருந்தார்கள். பின்மதிய நேரங்களில் இப்படி அவர்கள் ஒன்றுகூடி உட்கார்ந்து ஊர்க்கதை பேசிக் கொண்டிருப்பதைக் கண்டிருக்கிறேன். அந்தப் பெண்களில் ஒருத்தி கைநிறைய கண்ணாடி வளையல்கள் அணிந்திருப்பாள். அவள் கையை ஆட்டிப் பேசும்போதெல்லாம் வளையல்கள் சப்தமிடும். அவள்தான் டீத்தூள் வாங்குவதற்காகக் கடைக்குப் போய்க் கொண்டிருந்த என்னைக் கூப்பிட்டாள்.

அவர்கள் அருகில் போய் நின்றதும், "இப்படி உட்காரு" எனப் படியின் ஓரத்தைக் காட்டினாள் ஒருத்தி.

ஒடுங்கி உட்கார்ந்து கொண்டேன்.

"உங்கம்மாகிட்ட எத்தனை சேலை இருக்கு?" எனக் கேட்டாள் ஒருத்தி.

"தெரியாது" என்றேன்.

"கம்மலு" எனக் கேட்டாள் மற்றொருத்தி.

பேசாமல் இருந்தேன். "உங்கம்மா தினமும் குளிப்பாளா?" எனக் கேட்டாள் மூன்றாவது பெண்.

'குளிப்பாள்' என்று தலையாட்டினேன்.

"உங்க வீட்ல நேத்து ராத்திரி சண்டையா?" எனக் கேட்டாள் குண்டுப்பெண்.

"ஆமாம்" என்றேன்.

"உங்கப்பா உங்கம்மாவை அடிச்சாரா?"

"அடிக்கலை. திட்டுனாரு."

"உங்கம்மா தினம் எத்தனை இட்லி சாப்பிடுவா?" எனக் கேட்டாள் ஒருத்தி.

"நாலு" என்றேன்.

"பொய் சொல்லாதே" என முறைத்தாள் அவள்.

எஸ்.ராமகிருஷ்ணன்

“உங்க அம்மா அக்காவை அடிப்பாளா?” எனக் கேட்டாள் ஒரு பெண். நான் பதில்சொல்லவேயில்லை.

அரைமணி நேரம் என்னிடம் கேள்விகேட்டுக் கொண்டே யிருந்தார்கள். முடிவில் அவர்களுக்குள்ளாகச் சிரித்தபடியே, “கடைக்குப் போறயா... போ... போ” என விரட்டி அடித்தார்கள்.

வீட்டிற்கு வந்தவுடன் அம்மாவிடம் நடந்தவற்றைச் சொன்னேன். அம்மா ஆவேசம் அடைந்தவள் போல என் கையைப் பிடித்துத் தரதரவென இழுத்துக் கொண்டு குண்டுப்பெண் வீட்டுவாசலில் போய்க் கத்தினாள்.

“எவடீ என்கிட்ட எத்தனை சேலை இருக்குனு மோப்பம் பிடிச்சிகிட்டு இருக்கறவ. என்னடி பாக்கணும்... எதுக்குடி நாயே இப்படி அலையுறீக..?” எனத் தாறுமாறாகத் திட்டினாள்.

அந்தப் பெண்களில் ஒருத்திகூட வெளியே வரவேயில்லை.

அம்மாவிற்கு இவ்வளவு கெட்டவார்த்தைகள் தெரியும் என்பது வியப்பாக இருந்தது. கத்திக் கூச்சலிட்டு மண்ணை வாரித்தூற்றிய போதும் ஆத்திரம் அடங்கவில்லை.

“எவ வாயைக் கிண்டினாலும் சொல்லிடுவியா?” என எனக்கு அடி விழுந்தது.

பிறகு அம்மா வீட்டிற்கு வந்து அழுதாள்.

அதன் இரண்டு நாட்களுக்குப் பிறகு அதே பெண்கள் படிக்கட்டில் உட்கார்ந்துகொண்டு என்னை முறைத்துக் கொண்டிருந்தார்கள். ஒரு பெண் என் கழுத்தை அறுத்துவிடுவேன் என்று சைகை செய்தாள்.

பயத்தில் ஓடத்துவங்கினேன். வீட்டிற்குத் திரும்பியபோது அதைப்பற்றி அம்மாவிடம் சொல்லவேயில்லை.

●●●

எச்சில்

சங்கர் தனது இரண்டு டவுசர் பைகளிலும் சிறிய கற்களைப் பொறுக்கி நிரப்பிக் கொள்வான். என்னையும் நிரப்பிக் கொள்ளச் சொல்வான். இருவரும் உயரமான வாட்டர் டேங்க்கின் படிகளில் ஏறி உச்சியில் உட்கார்ந்து கொள்வோம். வாட்ச்மேன் பார்த்தால் திட்டுவான். ஆனால், மாலை நேரங்களில் வாட்ச்மேன் அங்கிருப்பதில்லை. மேற்குவானில் மறைந்து கொண்டிருக்கும் சூரியனின் வெளிச்சம் எங்கள் காலடியில் ஓடிக் கொண்டிருக்கும். உயரத்திலிருந்து சாலையைப் பார்ப்பது சந்தோஷமாக இருக்கும். தன் டவுசர் பையிலிருந்த கற்களை எடுத்து வெளியே வைப்பான் சங்கர். நானும் அவனைப் போலவே செய்வேன். ஒவ்வொரு கல்லாக எடுத்து நிதானமாகக் கீழே போடுவான். ஒரு கல் அந்தரத்தில் மிதந்து தரையை நோக்கிப் போவதை வியப்போடு பார்த்துக் கொண்டிருப்பான். நானும் அவனைப் போலவே செய்வேன். ஆனால், எதற்காக சங்கர் சந்தோஷப்படுகிறான் என்று எனக்குப் புரியாது. ஆனால், எந்த இரு கல்லும் ஒன்று போலப் பயணிப்பதில்லை என்பதைக் கண்டு கொண்டேன்.

இருவரும் ஒரு வார்த்தை கூடப் பேசிக்கொள்ள மாட்டோம். ஆனால், ஒவ்வொரு கல்லாக நிதானமாக மேலிருந்து கீழே வீசி எறிவோம். எல்லாக் கற்களும் வீசி முடிக்கப்பட்டதும் எச்சிலைக் கீழே நோக்கித் துப்புவான் சங்கர். அது ஒருபோதும் தரையைத் தொடுவதில்லை. அதைக்கண்டு சிரித்தபடியே “போவமா..?” எனக் கேட்பான். தலையசைத்தபடியே படியில் இறங்கத் துவங்குவேன். சங்கர் தாவித் தாவி இறங்குவான்.

• • •

குருவியைக் கொல்வது

குருவிகளைக் கொல்வது பாவமில்லை என்று சொல்வான் சங்கர். எனக்கோ அது பாவமாகத் தோன்றும். ஒவ்வொரு ஞாயிற்றுக் கிழமை காலையிலும் நாங்கள் ஊரை விட்டு விலகியிருந்த நந்தவனம் ஒன்றுக்குப் போவோம். அங்கே திலாக்கிணறு இருக்கும். நாவல் மரமிருக்கும். அந்த நந்தவனத்திற்குள் பத்துப் பதினைந்து தென்னை மரங்கள் இருந்தன. வலது ஓரம் வெள்ளையடிக்கப்பட்ட ஒரு சமாதி. சங்கர் கவண்கல்லை டவுசரில் சொருகிக் கொண்டு வந்திருப்பான். நந்தவனத்திற்கு வரும் குருவிகளில் ஒன்றை எளிதாகக் கல்லால் அடித்து வீழ்த்திவிடுவான். அடிபட்டு விழுந்த குருவிகள் உடனே செத்துப் போய்விடுவதில்லை. அதன் கண்கள் வேகவேகமாகச் சிமிட்டிக் கொண்டிருக்கும். வாயை வாயைத் திறந்து அது தண்ணீருக்குத் தவிப்பது போலிருக்கும். அடிபட்ட குருவியின் தலையை ஒரு கல்லால் அடித்துக் கொல்வான் சங்கர். பிறகு சுள்ளிகளைப் பொறுக்கி கொண்டு வந்து தீமூட்டி குருவியை வாட்டத் துவங்குவான். வீட்டிலிருந்து கொண்டு வந்த உப்பைத் தடவி மிளகாய்ப் பொடியைத் தூவி குருவிக்கறியைத் தின்னத்தருவான். எனக்கு அதன்வாசனையே பிடிக்காது. ஆனால், காரச்சேவு தின்பது போல அவன் ருசித்துச் சாப்பிடுவான். பிறகு எரிந்து அடங்கிய சுள்ளிகளின் மீது மூத்திரம் பெய்வான். குருவிக்கறி தின்பதால்தான் அவன் உடம்பு ஒல்லியாக இருக்கிறது என்பான். நிஜமா தெரியாது. ஆனால், வீட்டின் பின்பக்கம் குருவியைப் பார்த்தால் பழிவாங்குவதற்காக என்னைத் தேடி வந்திருக்கிறதோ எனப் பயமாக இருக்கும். அதை வெளியே காட்டிக் கொள்ளவே மாட்டேன்.

• • •

தேள்பாட்டில்

கண்ணாடி பாட்டிலுக்குள் போட்டு ஒரு தேளைக் கொண்டு வந்திருந்தான் சங்கர்.

வியப்போடு பார்த்துக் கொண்டிருந்தேன். தேள் சுருண்டு படுத்துக்கிடந்தது.

எப்படிக் கிடைத்தது?" என்று கேட்டேன்.

"தேளைப் பிடித்தேன்" என்றான் சங்கர்.

"கொட்டவில்லையா..?" எனக் கேட்டேன்.

"அதுக்கு ஒரு ட்ரிக் இருக்கு" என்றபடியே, "இதை விற்கப்போறேன்" என்றான்.

தேளை யார் வாங்குவார்கள் எனக் குழப்பமாக இருந்தது. "காசுக்கா?" எனக் கேட்டேன்.

"ஆமாம். இது கருந்தேள். விலைக்கு வாங்கிக்கிடுவாங்க" என்றான்.

"யாரு?" எனக் கேட்டேன். "வைத்தியர்" என்றான்.

'இதெல்லாம் அவனுக்கு எப்படி தெரியும்..? கருந்தேளை என்ன செய்வார்கள்?'

சங்கர் பாட்டிலை என் கையில் கொடுத்து வைத்திருக்கும்படி சொன்னான். கையில் வாங்கவே பயமாக இருந்தது. என் கைக்கு வந்தவுடன் தேள் நகர ஆரம்பித்தது. ஒருவேளை வெளியே வந்துவிட்டால் என்னைக் கொட்டிவிடும் எனப் பயந்து கொண்டே யிருந்தேன்.

சங்கர் பாட்டிலைத் திரும்ப வாங்கிக் கொண்டான். அவன் சொன்ன வைத்தியர் வீடு மாதாகோவிலின் பின்பக்கமிருந்தது. வெயிலேற நாங்கள் நடந்தோம். பாதித் தெருவில் அவன் தேள்பாட்டிலைத் தலைக்கு மேலாகத் தூக்கி வைத்துக் கொண்டு நடந்தான். கடந்து போகிறவர்கள் வியப்போடு பார்த்துப் போனார்கள்.

வைத்தியர் பாட்டிலை வாங்கிக் குலுக்கிப் பார்த்தான். பிறகு

எஸ்.ராமகிருஷ்ணன் 203

ஆணியில் தொங்கிக் கொண்டிருந்த தனது வெண்ணிற ஜிப்பா பாக்கெட்டிற்குள் கையை விட்டு எட்டணா காசை வெளியே எடுத்து சங்கரிடம் நீட்டினான். அவன் வாங்கிக் கொண்டான்.

கருந்தேளை என்ன செய்வார்..?

தேளைக்கூட விற்றுக் காசாக்க முடியும் என சங்கருக்கு எப்படித் தெரிந்தது?

சங்கர் இந்தக் காசிற்கு இனிப்புவடைகள் வாங்கலாம் என்றான்.

இருவரும் டீக்கடையைத் தேடி அலைந்தோம்.

திடீரென என்னைப் பார்த்துச் சொன்னான்.

"நான் புடிக்கிறேனு நீயும் தேளைப் பிடிச்சிராதே. தேள்கடிச்சி செத்துப்போயிடுவே."

எதற்காக என்னை மட்டும் எச்சரிக்கிறான் எனப் புரியவே யில்லை.

● ● ●

படி தம்பி படி

ஆறடிக்கும் மேலான உயரத்திலிருந்தார். அவரை எப்போதும் படிப்பகத்தில் காணலாம். அவரை எல்லோரும் சகா என்றே அழைத்தார்கள்.

படிப்பக வாசலில் சேர் போட்டு உட்கார்ந்து கொண்டு பேப்பர் படித்துக் கொண்டிருப்பார். அடர்ந்த தாடி. பழுப்பான வேஷ்டி, ஜிப்பா. ஜிப்பா பையினுள்ளே வெற்றிலை சுண்ணாம்பு.

உள்ளூரில் நடக்கும் அரசியல் கூட்டங்களில் அவர் மேடையில் பேசுவதைக் கேட்டிருக்கிறேன். அந்தப் படிப்பகம் ஒன்றில்தான் அம்புலிமாமா வாங்கிப் போடுவார்கள். அதைப் படிப்பதற்காகப் போன ஒருநாள், சகா என்னிடம் கேட்டார், "தம்பி, நீ ஸ்கூலுக்குப் போறயா?"

"ஆமாம்" எனத் தலையாட்டினேன்.

"பாம்பு பால் குடிக்குமா?" எனக் கேட்டார்.

"குடிக்கும்" என்றேன்.

"பொய். பாம்புக்கு அதன் தலையோட நுனிப் பகுதியில் மூக்கு உள்ளது. பாம்பு வாயை வைக்கும்போது முதலில் நுழைவது மூக்குதான். பாம்பு தன்னோட மூக்கை நீரிலோ, பாலிலோ நுழைத்தாலே மூச்சுத்திணறிச் செத்துப் போயிடும். பிறகு எப்படி பாம்பாலே பாலைக் குடிக்க முடியும்..? எல்லாம் பொய். கட்டுக்கதை. பாம்பைக் கண்டு பயப்படக்கூடாது."

நான் தலையாட்டிக் கொண்டேன்.

"பாம்பு பால் குடிக்கும்னு யாராவது சொன்னா... பாம்பு பூரி திங்குமா... பாம்பு பரோட்டா சாப்பிடுமானு கேட்கணும். படிக்கிற பிள்ளைகளுக்குப் புத்தி வேணும். கோவில் மாடு மாதிரி தலையை ஆட்டிக்கிட்டே இருக்கக்கூடாது. சுயசிந்தனை வேணும். எதையும் ஏன் எதுக்கு எப்படினு கேள்விகேட்கணும். நம்ம ஊருல நூத்துல ஒருத்தன்கூடப் புத்திசாலி கிடையாது. எல்லாம் முட்டாப்பயலுக. மூளையைத் துருப்பிடிக்கவிட்ட பயலுகள். நீ எல்லாம் நிறையப் படிக்கணும். அமெரிக்கா, ஐரோப்பானு போகணும். மூளைக்கு நிறைய வேலை குடுக்கணும். புரியுதா..?"

எஸ்.ராமகிருஷ்ணன்

"சரி" எனத் தலையசைத்தேன்.

"எத்தனை நாளைக்கு அம்புலிமாமா படிச்சிக்கிட்டு இருப்பே..? இந்த புக்கைப் படிச்சிட்டு வா" என இயற்கையின் இயங்கியல் என்ற புத்தகத்தைக் கொடுத்தார். அகலமான புத்தகம். நிறைய வண்ணப் படங்கள் இருந்தன. வீட்டிற்குக்கொண்டு போய் வாசித்துப் பார்த்தேன். ஒரு வரி கூடப் புரியவில்லை. இரண்டு நாட்கள் வீட்டில் வைத்திருந்துவிட்டு மூன்றாம் நாள் கொண்டுபோய் அவரிடம் கொடுத்துவிட்டு, "ஒண்ணுமே புரியலை" என்று சொன்னேன்.

"புரியாது. இதைப் புரிஞ்சிக்கிட்டா நீ பெரிய மேதை. நான் உன்னைப் படிக்க மட்டும்தான் சொன்னேன். படி தம்பி படி. படிச்சிக்கிட்டே இரு. ஒருநாள் தானா எல்லாம் புரியும்" என்றார்.

அவரது பேச்சைக் கேட்கப் பயமாக இருந்தது. அதன்பிறகு படிப்பகம் பக்கம் போகவேயில்லை.

ஒருநாள் படிப்பகத்தைக் கடந்து போகையில் அவர் என் பெயரைச் சொல்லி சப்தமாக அழைப்பது கேட்டது.

காது கேளாதவன் போல ஓடத் துவங்கினேன். பின்பு என்னை அவர் கண்டுகொள்ளவேயில்லை.

• • •

# சுழலும் நாய்

எச்.எம்.வி. ரிக்கார்டுகளில் ஒரு நாய் கிராமபோன் முன் அமர்ந்து பாட்டு கேட்டுக் கொண்டிருப்பது போன்ற ஓவியம் ஒன்றைப் பார்த்திருக்கிறேன்.

ஒரு நாய் பாட்டு கேட்கும் என்பதை அதன் பிறகே அறிந்து கொண்டேன். அந்த நாய் கிராமபோன் ஸ்பீக்கரை எட்டிப்பார்த்துக் கொண்டிருப்பது போலத்தானிருக்கும். அதன் ஒரு பக்கக் கண் உள்ளே எதையோ பார்ப்பது போலக் கவிழ்ந்திருக்கும். மடித்த வெற்றிலை போல மடங்கிய காதுகள், கழுத்துப்பட்டி. முன்னங்கால்களை ஊன்றியபடி அது உட்கார்ந்திருப்பதைப் பார்க்க வேடிக்கையாக இருக்கும்.

இசைத்தட்டு சுழலும்போது கூடவே அந்த நாயும் சேர்ந்து சுற்றிக்கொண்டிருக்கும் என்பதால், ஒருவேளை அதுவும் கூடச்சேர்ந்து பாடுகிறதோ என்று தோன்றும்.

அந்த நாயின் பெயர் என்னவென்று ஒரு நாள் ரிக்கார்டு போடுகிறவரிடம் கேட்டேன்.

அவர், "கம்பெனி ஓனரோட நாய். பாட்டுக்கேட்டுக் கொண்டே செத்துப் போய்விட்டது" என்றொரு கதையைச் சொன்னார்.

என் வீதியில் இருக்கிற நாய்களில் ஒன்றுகூட இதுபோல பாட்டு கேட்பதில்லையே, ஏன் இந்த நாய்கள் ஞான சூன்யமாக இருக்கின்றன என்று கோபமாக வந்தது.

"இது ஆண் நாயா, இல்லை பெண் நாயா?" என்று கேட்டேன்.

அவர் சிறிது யோசனைக்குப் பிறகு சொன்னார்

"பெண் நாய்"

"ஏன்?" எனக் கேட்டதற்கு அவர் சொன்னார்.

"ஆம்பளை நாய்க்கு இதெல்லாம் பிடிக்காது."

அதைக் கேட்டபோது எனக்குச் சிரிப்பாக வந்தது.

பந்தாட்டம்

பிய்ந்து போன ஃபுட்பாலை யாரோ மைதானத்தில் அப்படியே போட்டு விட்டுப் போயிருந்தார்கள். அதைக் கையில் எடுத்துப் பார்த்தேன். உதை பட்டு பட்டுக் கிழிந்து போயிருந்தது. ஃபுட்பால் தைத்துத் தருகிற ஒரு கிழவரை எனக்குத் தெரியும். ஆஞ்சநேயர் கோவில் சந்தை ஒட்டியிருக்கிறார். அவரைத் தேடிக் கொண்டு கிழிந்த பந்தை எடுத்துக்கொண்டு போனேன். அவர் பழைய பந்து ஒன்றைத் தைத்துக் கொண்டிருந்தார். எனது பந்தை நீட்டியதும் அவர் வாங்கிப் பார்த்துவிட்டு, "உதவாது. குப்பை யில போட்டுட்டுப் போ" என்றார்.

அதனால்தான் பையன்கள் வீசி எறிந்திருக்கிறார்கள்.

நான் பிடிவாதமாக அதைத் தைத்துத் தரும்படி கேட்டேன்.

அவர், "அப்படிப் போட்டுட்டுப் போ" என்றார்.

அவர் காட்டிய மூலையில் கிடந்த குப்பைகளில் ஒன்றாக அதை வீசி எறிந்துவிட்டுப் போனேன். அதன்பிறகு ஒவ்வொரு நாளும் பள்ளிவிட்டுத் திரும்பி வரும்போது, "பந்து ரெடியா?" என அவரிடம் விசாரித்துவிட்டே வருவேன். அவர் இல்லை என்று தலையாட்டுவார். குப்பைகள் சேர்ந்துபோய், பந்து எங்கே கிடக்கிறது என்றே கண்ணில் தெரியாது.

திடீரென ஒரு நாள் மாலை அவர் முன்பாக எனது பந்து தைத்து காற்றடிக்கப்பட்டிருந்தது. என்னால் நம்பவேமுடியவில்லை. கிழிந்துபோன பந்துதானா அது?

அவர் சிரித்தபடியே என்னிடம் பந்தை நீட்டியபடியே சொன்னார், "ஐந்து ரூபா குடு."

"என்கிட்ட காசில்லை."

"அப்போ ஓசிக்கா வேலை பாக்குறது?" எனக் கேட்டார்.

நான் பையில் தேடி பத்துபைசா ஒன்றை நீட்டினேன்.

அதைக் கையில் வாங்கிப் பார்த்துவிட்டுச் சொன்னார்.

"மிச்சத்தை நீ பெரிய ஆள் ஆகி சம்பாதிச்சித் தரணும் சரியா?"

சரியெனத் தலையாட்டினேன்.

"கொண்டுபோய் விளையாடு" என்றார். வீடு வரும்வரை அந்தப் பந்தைக் கையில் வைத்துத் தட்டியபடியே வந்தேன்.

சங்கரால் அதை நம்பவே முடியவில்லை. நானும் அவனும் அந்தப் பந்தைக் கையில் வைத்தபடியே நாலைந்து நாட்களுக்கு அலைந்தோம். திடீரென ஒரு நாள் மாலை நாலைந்து பையன்கள் சைக்கிளில் வந்து என்னை வழிமறித்து பந்தைப் பிடுங்கிக் கொண்டார்கள்.

அதில் ஒருவன் சொன்னான், "இது எங்க பந்து."

"நீங்க வேண்டாம்னு தூக்கிப் போட்டதுதானே?" எனக் கேட்டேன்.

"அதுக்காக உன் பந்தாகிடுமா?" எனச் சொல்லியபடியே அவன் பந்தைப் பிடுங்கிக் கொண்டு போனான். உடன் இருந்தவர்களில் ஒருவன் என் தலையில் தட்டியபடியே கேட்டான்.

"என்னடா முறைக்கே?"

நான் பதில் சொல்லாமல் முறைத்துக் கொண்டே யிருந்தேன். அவர்கள் பந்தோடு போய்க் கொண்டிருந்தார்கள்.

• • •

மீன்களின் சண்டை

ஞாயிற்றுக்கிழமை காலையானதும் தகரடப்பாவைத் தூக்கிக்கொண்டு மண்புழு தேடி அலையத் துவங்குவோம். சாக்கடைக் கற்களுக்குக் கீழேதான் மண்புழுக்கள் கிடைக்கும். சிலவேளைகளில் கற்களைப் புரட்டும்போது நாலைந்து மண்புழுக்கள் நெளிந்து கொண்டிருக்கும். அவற்றைக் கொத்தாக அள்ளி டப்பாவில் போடுவோம். தூண்டிலும், முள்ளும் தயாராக இருக்கும்.

நானும் சங்கரும் கிழக்கு நோக்கி நடக்க ஆரம்பிப்போம். அடிவானம் வரை ஒரு மரம் செடிகூட இருக்காது. வெட்டவெளி. யாருமற்ற இடம். பாம்புச்சட்டைகள் காற்றில் பறந்து போவதைக் காணுவோம். தொலைவிலிருந்து காணும்போது கரும்பாறைகள் ஆமை தண்ணீரில் மிதந்து கொண்டிருப்பதைப் போலத் தோன்றும்.

வெட்டுவான் கண்மாயில்தான் மீன்பிடிக்கப் போக வேண்டும். அங்கே மீன் கிடைக்காவிட்டால் சிறுகுளம் கண்மாய். சில நேரம் இரண்டிலும் மீன்பிடிப்போம். சிறுகுளத்துத் தண்ணீர் சிவப்பு நிறமாக இருக்கும். அது செம்மண் நிலம். ஆனால், வெட்டுவான் கண்மாய்த் தண்ணீர் கலங்கலாகச் சேறுபடிந்திருக்கும். தண்ணீர்ப் பாம்புகள் ஊர்ந்து போவதைக் காணலாம். நான் ஒரு பக்கமும் சங்கர் ஒரு பக்கமும் உட்கார்ந்துகொண்டு தூண்டிலைப் போடுவோம். மீன் எளிதில் சிக்காது. தக்கையின்மீது வெயில் ஊர்ந்து கொண்டிருக்கும்.

சில நேரங்களில் தவளைக் குஞ்சுகள் மீன்தூண்டிலில் சிக்கிக்கொள்வதும் உண்டு. தவளைக் குஞ்சுகளைக் கையில் வைத்துப் பார்த்தால் அழகாகயிருக்கும். குறிப்பாக, அதன் அடிவயிற்றைத் தடவும்போது சந்தனத்தைத் தொடுவது போலவேயிருக்கும். மதியம் வரை பொறுமையாகக் காத்திருந்து மீன்பிடிப்போம். ஆளுக்கு நாலோ ஐந்தோ மீன் கிடைக்கும். அதை வைத்து ஒன்றும் செய்யமுடியாது.

ஆகவே, நான் பிடித்த மீன்களையும் சங்கர் பிடித்த மீன்களையும் சண்டைக்கு விடலாம் என்று ஒரே சட்டிக்குள் போடுவோம். மீன்கள் ஒன்றோடு ஒன்று சண்டை போட்டுக் கொள்வதில்லை.

கையில் ஒரு குச்சியை எடுத்து சங்கர் மீன்களைச் சண்டை போடும்படி மிரட்டுவான். எந்த மீனும் இன்னொரு மீனுடன் சண்டையிடுவதில்லை. அது சங்கருக்கு எரிச்சலூட்டும்.

“டேய் பயந்தாங்கோளி, பெரிய மீசையை வச்சிக்கிட்டு ஏன்டா ஓடுறே..? அந்தக் கடுவா மீனை அடிடா” என்று மீனிடம் எச்சரிக்கை செய்வான்.

அதை மீன்கள் சட்டை செய்வதேயில்லை. இந்த விளையாட்டு மணிக்கணக்கில் நடைபெறும். அதன்பிறகு பிடித்த மீன்களைக் கொண்டு வந்து வண்டிப்பேட்டை கிணற்றுக்குள் போடுவோம்.

உள்ளே அந்த மீன்கள் நீந்தும்போது சங்கர், “வீடு மாறியாச்சி. இனிமே இதுதான் உங்க வீடு” என்று அந்த மீன்களைப் பார்த்துச் சொல்லுவான்.

நானும் சப்தமாக, “வீடு மாறிட்டா பழசை மறந்துரணும்.” என்று அந்த மீன்களைப் பார்த்துக் கத்துவேன்.

‘புதிய மீன்களை, கிணற்றிலிருந்த மீன்கள் ஏற்றுக் கொள்ளுமா..? தன் பழைய வீட்டை நினைத்து மீன்கள் ஆதங்கப்படுமா, இல்லை புதிய கிணற்றில் வாழப்பிடிக்காமல் செத்துப்போய்விடுமா’ எனப் பேசிக் கொண்டபடியே நடப்போம்.

சில நாள் நாங்கள் விட்ட மீன்களின் கதி என்னவாயிற்று எனப் பார்க்க, வண்டிப்பேட்டை கிணற்றுக்குள் இறங்கிப் பார்ப்போம். ஒன்றிரண்டு மீன்கள் செத்து மிதந்து கொண்டிருக்கும்.

“ரோஷக்கார மீன்கள்” என்பான் சங்கர்.

செத்த மீன்களை எடுத்துவந்து மண்ணில் புதைத்து வைத்து, அதன் நினைவாக ஒரு செடியும் நட்டு வைத்துப் போவாம்.

அடுத்த நாள் செடியும் பட்டுப்போயிருக்கும். “மீனை நினைத்து செடியும் செத்துப் போய்விட்டது” என்பான் சங்கர்.

அதைக் கேட்கும்போது நிஜம் போலவேயிருக்கும்.

• • •

வாசனை ரப்பர்

அழிரப்பரை எதற்காக வாசனையோடு தயாரிக்கிறார்கள் என்று புரியவே புரியாது. அதுவும் பச்சைக் கலரில் கமகமவென வாசனையாக இருக்கிற அழிரப்பரைக் காணும்போது அதைக் கடித்துத் தின்றுவிடலாமா என்று தோன்றும்.

வகுப்பில் அழிரப்பர் திருடர்கள் நிறைய இருந்தார்கள் என்பதால் அதில் இனிஷியலைப் பொறித்து விடும் பழக்கம் எங்களுக்குள் இருந்தது. அப்படியும் அழிரப்பரைக் காப்பாற்ற முடியாது.

இரண்டு வண்ணத்தில் அழகாக அழிரப்பர் ஒன்றை மணி என்ற பையன் வாங்கிவந்திருந்தான். அது போன்ற அழிரப்பர் எதையும் நான் கண்டதேயில்லை. இதை வைத்து எதை அழிக்கலாம் என்று கேட்டதற்கு, அவன், “மண்டையில் தேய்த்தால் மூளை அழிந்து போய்விடும்” என்றான்.

“நிஜமா?” என வியப்போடு கேட்டேன்.

“ஆமாம். இது அதியச அழிரப்பர். இதைக் கொண்டு யார் மூளையையும் அழித்துவிடலாம். எங்க மாமா மிலிட்டரியில் இருந்து கொண்டுவந்து கொடுத்தார்” என்றான்.

அதைக் கையில் வாங்க ஆசையாகவும் இருந்தது; பயமாகவும் இருந்தது.

“அந்த அழிரப்பரை வைத்து யார் மூளையை அழிப்பது?” எனக் கேட்டேன்.

வகுப்பில் முதல் மாணவியாக வரும் சிந்துஜா மூளையை அழித்துவிட்டால் அவள் ஃபெயிலாகிவிடுவாள் என்ற யோசனையை மணிதான் சொன்னான்.

சிந்துஜா இருக்கும்வரை வேறு யாரும் முதல் மாணவராக வர முடியவே முடியாது. சிந்துஜா ரெட்டை ஜடை போட்டுக்கொண்டு வருவாள். அவள் கன்னத்தில் அடிக்கப்பட்ட பவுடர் சீராகயிருக்கும். பக்கத்தில் போனால் சந்தனவாசனை அடிக்கும். அவள் கோடு போல சாந்துப் பொட்டு வைத்திருப்பாள். ஸ்பூனை வைத்துத்தான் சாப்பிடுவாள். அவள் மூளையை எப்படி அழிப்பது எனக்

குழப்பமாக இருந்தது. மணி சொன்னான், "அவள் பின்னால் போய் தலையில் தேய்த்துவிட்டால் போதும், மூளை அழிந்துவிடும்."

"யார் அதைச் செய்வது?" எனக் கேட்டேன்.

"நீதான்" என்றான்.

"என்னால் முடியாது" என மறுத்தேன்.

செய்தே ஆகவேண்டும் என்று பிடிவாதமாகச் சொன்னான்.

முடியாது என உறுதியாக மறுத்தபோது, "நீ செய்யலை, நானே உன்னைப் போட்டுக் குடுத்துருவேன்" என மிரட்டினான்.

இது என்ன வம்பு என அவன் கொடுத்த அழிரப்பரைக் கையில் எடுத்துக்கொண்டு, சிந்துஜா பின்னால் போனேன். அவள் குனிந்து பாகைமானியை வைத்து ஏதோ வரைந்து கொண்டிருந்தாள். சட்டென அவள் பின்னந்தலையில் அழிரப்பரை வைத்து அழுத்தினேன். அது சடைக்குள் மாட்டிக் கொண்டது. நிமிர்ந்து பார்த்த சிந்துஜா கத்தினாள்.

மறுநிமிடம் டீச்சர் முன்பு நிறுத்தப்பட்டிருந்தோம்.

சிந்துஜாவிற்கு அவள் மூளையை அழிக்க நாங்கள் திட்டமிட்டிருந்தோம் என்று தெரியாது. அதற்கு மாறாக, அவள் தலையில் இருந்த பூவைப் பறிக்க முயன்றதாகத் தெரிவித்தாள்.

எனக்கும் மணிக்கும் அடி கிடைத்தது.

பூவைப் பறிப்பதற்கு எதற்கு அழிரப்பர் என்று டீச்சரும் யோசிக்கவில்லை. ஆனால், சிந்துஜா அந்த அழிரப்பரைத் தர மறுத்துவிட்டாள். டீச்சரும் அதைக் கேட்கக்கூடாது என மணியைத் திட்டினாள்.

எனக்கோ அவள் தெரியாமல் யார் மூளையையாவது அழித்துவிட்டால் என்ன செய்வது எனக் குழப்பமாக இருந்தது.

அதைத் தடுக்க வேண்டும் என்பதால் சிந்துஜாவிடம் உண்மையைச் சொல்லிவிட்டேன்.

அவள் மூளையை அழிக்க முயன்றோம் என்பதை அறிந்த சிந்துஜா கூக்குரலிட்டாள். டீச்சரும் எங்களை, படுபாதகம் புரிந்தவர்களைப் போல முறைத்தபடியே பிரம்படி கொடுத்தாள்.

"டீச்சர், இவன் சொல்றது பொய். இது வெறும் ரப்பர்" என்று மணி அலறிக் கொண்டேயிருந்தான்.

அதுதான் எனக்கு ஆத்திரமாக இருந்தது.

• • •

மின்சார மனிதன்

ஒவ்வொரு வாரமும் வெள்ளிக்கிழமை மாலை அந்த ஆளை தேசபந்து மைதானத்தில் காணமுடியும். காக்கி பேண்ட்டும் கறுப்புச் சட்டையும் அணிந்திருப்பான். நாற்பது வயதிருக்கும். ஆறடிக்கும் மேலான உயரம். இருட்டத் துவங்கும்போது அவன் மைதானத்திற்கு வந்து சேருவான். தனது கையிலிருந்த மஞ்சள் பையிலிருந்து நாற்பது வாட்ஸ் பல்ப் ஒன்றை எடுப்பான். தனது விரலால் அதைப் பிடித்துக் கொள்வான். சில நிமிடங்களில் அந்த பல்ப் பிரகாசமாக எரியத்துவங்கும்.

எப்படி அந்த மனிதன் கையில் உள்ள பல்ப் எரிகிறது எனத் தெரியாது. ஆனால், அதை வேடிக்கை பார்க்க சிறுவர்கள் ஒன்று திரண்டுவிடுவோம். அவன் ஒரு கையிலிருந்து இன்னொரு கைக்கு பல்பை மாற்றிக் கொள்வான். இரண்டு கைகளிலும் பல்ப் எரியும்.

அவன் தன்னை மின்சார மனிதன் என்றான். அவன் உடலில் மின்சாரம் ஓடுவதாகவும் அதைக்கொண்டு பல்ப்பை எரிய வைப்பதுமாகச் சொன்னான்.

அதை நம்பாதவர்களை ஒரு பல்ப் வாங்கி வரச்சொல்லி தன் கையில் வைத்து எரிய விட்டுக் காட்டுவான்.

அவன் உடம்பைத் தொட்டால் ஷாக் அடிக்குமா என்று யோசித்திருக்கிறேன். ஒரு நாள் அவனாகத் தன் உடம்பைத் தொட்டுப் பார்க்கலாம் என்று அறிவித்தான். சிறுவர்கள் தொடப் பயந்தார்கள். நான் ஒரு விரலால் தொட்டுப் பார்க்கலாம் என்று தயங்கித் தயங்கி விரலை நீட்டினேன். வீட்டில் இரண்டு மூன்றுமுறை எனக்கு கரன்ட் ஷாக் அடித்திருக்கிறது.

அந்த மனிதன் கைகளைத் தொட்டபோது ஷாக் அடிக்கவில்லை. ஆனால், தந்திக் கம்பங்களைத் தொடுவதைப் போல 'சுர்'ரென ஒரு உணர்ச்சியிருந்தது. நிச்சயம் அந்த உடம்பில் மின்சாரம் ஓடுகிறது என்றே தோன்றியது.

அவன் தன் கையில் பல்பை ஏந்தியபடியே மைதானத்தில் அங்குமிங்கும் நடப்பான். அப்போது அவன் முகம் விசித்திரமாகயிருக்கும். நடமாடும் விளக்குபோல ஒருவன்

இருப்பதை வேடிக்கை பார்த்தவர்கள் அவனுக்குச் சில்லறை போடுவார்கள். அதைச் சேகரித்துக்கொண்டு தனது மஞ்சள் பையில் பல்பையும் சில்லறைகளையும் போட்டுக்கொண்டு தலை கவிழ்ந்தபடியே இருட்டில் நடந்து போவான்.

மின்சார மனிதன் ஏன் தன் வீட்டுவரை பல்பைப் பிடித்துக்கொண்டு போக மாட்டேன் என்கிறான்? அவன் வீடு எங்கிருக்கிறது? அவன் பிள்ளைகளும் மின்சார மனிதர்கள்தானா..?

அவனைப் பின்தொடர்ந்து போவேன். ஆனால், தன் பின்னால் வரக்கூடாது என விரட்டிவிடுவான். வீட்டிற்கு வந்து என் கையில் மின்சாரம் இருக்கிறதா எனச் சோதனை செய்து பார்த்துக் கொண்டே யிருப்பேன். ஒன்றுமே நடக்காது.

பின்னொரு நாள் அவன் ஒரு ரிக்சாவில் போவதைக் கண்டேன். இருமிக் கொண்டேயிருந்தான். அவன் கையில் ஒரு மருந்துபாட்டில் இருந்தது. அவன் கண்கள் ஒடுங்கிப்போயிருந்தன.

பின்பு அவனை நான் காணவேயில்லை. கடைசியாக அவனைப் பார்த்தபோது என் வயது ஏழு.

● ● ●

அரை டிக்கெட்

பேருந்தில் செல்லும் ஒவ்வொரு முறையும் அப்பா கண்டக்டருடன் சண்டை போடாமல் இருப்பதேயில்லை. அதற்கு முக்கிய காரணம் நான்தான்.

எனக்கு அரைடிக்கெட் எடுக்கச் சொல்லி கண்டக்டர் சொல்லுவார். அப்பா அரைடிக்கெட் எடுக்கமுடியாது. சின்னப்பிள்ளை என்று கத்துவார். கண்டக்டர் என்னைத் தரதரவென இழுத்துக்கொண்டுபோய், படிக்கட்டில் உள்ள கம்பி அருகே நிற்க வைத்து, "நீங்களே பாருங்க சார். எவ்வளவு உயரம்..? அரை டிக்கெட் எடுங்க" என்று சொல்லுவார்.

அப்பா, "என் மகன், அவனுக்கு என்ன வயசுன்னு எனக்குத் தெரியும்" என்று டிக்கெட் எடுக்க மறுப்பதோடு பொய்யாக வயதையும் சொல்லுவார். இந்தச் சண்டை முற்றிவிடும்போது எங்களைப் பேருந்தை விட்டுக் கீழே இறக்கிவிடுவார்கள்.

இவ்வளவு நடந்தாலும் அப்பா அரை டிக்கெட் எடுக்கவே மாட்டார். ஏன் அப்படி..? அரைடிக்கெட் எடுத்தால்தான் என்ன..? பஸ்ஸில் எத்தனை சிறுவர்களுக்கு அரை டிக்கெட் எடுத்திருக்கிறார்கள்? அப்பா அதைக் கண்டுகொள்ளவே மாட்டார்.

ஒருமுறை பேருந்தில் சண்டை வந்து, இருட்டில் இறக்கி விட்டுப் போய்விட்டார்கள். அங்கே வேறு பேருந்து கிடைக்காது என்பதால் அரைமைல் நடக்க வேண்டியிருந்தது. அம்மாவிற்கும் அப்பாவிற்கும் சண்டை வேறு வலுத்துவிட்டது. அம்மா வேகவேகமாக முன்னால் நடக்க ஆரம்பித்தாள்.

'எப்போது வளருவோம், எப்போது முழுடிக்கெட் எடுப்பார்கள்' என்று ஏங்கிக்கொண்டேயிருந்தேன். அப்பாவோ எங்களை எப்போதுவரை ஓசியில் ஏற்றிக்கொண்டு போகலாம் என்பதிலேயே கவனமாக இருந்தார்.

●●●

சுற்றுலா

பள்ளியில் கன்யாகுமரிக்கு டூர் கூட்டிக்கொண்டு போகிறார்கள் என்று அறிவித்த நாளில் பெயர் கொடுப்பவர்கள் கைதூக்கும்படி சொன்னார்கள். நான் முதலாகக் கையைத் தூக்கினேன்.

"அறுபது ரூபாய் கட்டணம். 5ம் தேதிக்குள் கட்டிவிட வேண்டும்" என்றார்கள். என் உண்டியலில் இருந்த காசு போக, அப்பாவிடம் மீதம் கேட்க வேண்டும் என்று முடிவுசெய்து கொண்டேன். வீட்டிற்கு வந்து டூர் விஷயத்தைச் சொன்னவுடன் அப்பா சொன்னார்.

"அதெல்லாம் போக வேண்டாம். அங்கே ஒண்ணுமேயில்லை. சின்னப்புள்ளைக காணாமல் போயிடுவாங்க" என்றார்.

"இல்லை. எங்க டீச்சரும்கூட வர்றாங்க" என்றேன்.

"கடற்கரையில ஒரே மணலா கிடக்கும். அதைப் பாக்க கன்யாகுமரி போகணுமா?" எனக் கேட்டார் அப்பா.

ஆத்திரமாக வந்தது. பல்லைக் கடித்தபடியே, "ஐந்தாம் தேதிக்குள் பணம் கட்ட வேண்டும்" என்றேன்.

'பாக்கலாம்' என்றபடியே அவர் முகச்சவரம் செய்யத் துவங்கி யிருந்தார். கடைசி நாள்வரை அப்பா பணம் தரவேயில்லை. அம்மாதான் பணம் கொடுத்தாள்.

டூர் போகப்போகிறோம் என்பதே மகிழ்ச்சியாக இருந்தது. இரவு பதினோரு மணிக்கு பள்ளியில் இருந்து பஸ் கிளம்பும் என்றார்கள். முதன்முறையாக பள்ளியில் இரவு உறங்கினோம். வகுப்பறை பெஞ் சுகளை ஓரமாகப் போட்டுவிட்டு அவரவர் பையைத் தலைக்கு வைத்துப் படுத்துக்கொண்டோம். இரவில் ஒருநாளும் பள்ளியில் தங்கியதேயில்லை. இரவில் பார்க்க பள்ளி விநோதமாக இருந்தது. பிளாக்போர்டு அடியில் ஒருவன் படுத்துக்கிடப்பதை நினைத்தால் சிரிப்பாக வந்தது. இப்படிப் பகலிலும் அனுமதித்தால் என்ன குறைந்து போய்விடப் போகிறது..?

பாதி உறக்கத்தில் மாணவர்களை அடித்து எழுப்பி பஸ்ஸில் உட்கார வைத்தார்கள். எவ்வளவு போராடியும் ஜன்னல் சீட் கிடைக்கவில்லை. மூன்று பேர் உட்காரும் சீட்டில் நான்கு

பேர் இடித்துக்கொண்டு உட்கார வைக்கப்பட்டார்கள். பஸ் இருட்டிற்குள்ளாகவே கிளம்பியது. விடிகாலையில் கன்யாகுமரி போனபோது சூரியன் உதயமாகிக் கொண்டிருந்தது. கடலின்மீது ஒரு எலுமிச்சைப் பழம் மிதந்து கொண்டிருப்பது போல சூரியன் தென்பட்டது. நாங்கள் கைதட்டி ஆரவாரம் செய்தோம். இதே சூரியன்தான் எங்கள் ஊரிலும் உதயமாகிறது என்று நம்பமுடியாமல் இருந்தது. கடற்கரையில் சுற்றி கடற்குச்சி, பாசிகள் வாங்கினேன். படகில் விவேகானந்தர் மண்டபத்திற்குப் போனபோது அலைத் தண்ணீர் கைகளில் உரசியது. காற்றுக்கு ஆயிரம் கைகள் இருப்பதை அங்குதான் உணர்ந்தேன். மண்டபத்தில் வீசும் காற்று என்னைப் பிடித்துத் தள்ளியது.

அப்போது கேசவன் கள்ளப்பார்வையுடன் பார்த்தபடியே அருகில் வந்து சொன்னான்.

"கடல்ல மூத்திரம் அடிச்சிட்டேன். நம்ம மூத்திரமும் அலையா மாறிப்போயிருச்சி. அங்கே பாரு"

ஒரு பெரிய அலை எழுந்து கொண்டிருந்தது.

அவன் சொல்வது நிஜம்தானா?

அந்த அலை படகின்மீது மோதும்போது கேசவன் சொன்னான்:

"என் மூத்திரத்துல நனையுறாங்க."

எனக்கும் சிரிப்பு வந்தது. இருவரும் சப்தமாகச் சிரித்துக் கொண்டிருந்தபோது சொத்தென முதுகில் அடி விழுந்தது ரெஜினா மிஸ் கோபத்துடன், "உங்களை எங்கெல்லாம் தேடுறது?" என இழுத்துக்கொண்டு போனாள்.

தலைக்கு மேலாக இருந்து சூரியன் எங்களை வேடிக்கை பார்த்தபடியே இருந்தது.

• • •

இரண்டு கடிகாரங்கள்

இரண்டு கைகளிலும் வாட்ச் கட்டிக் கொள்கிறவர் மதிவாணன் சாராக மட்டுமே இருக்கக்கூடும்.

ஒரு வாத்தியார் எதற்காக இரண்டு கைகளிலும் வாட்ச் கட்டிக் கொள்ள வேண்டும்? இரண்டும் ஒரே நேரத்தைத்தானே காட்டுகின்றன?

வலதுகையில் கட்டியிருக்கிற வாட்ச் சிறியதாக இருக்கும். இடது கையில் அகலமான வாட்ச் ஒன்றைக் கட்டியிருப்பார். ஒவ்வொரு முறையும் இரண்டு கடிகாரத்திலும் மணி பார்த்துக் கொள்வார்.

அவரது முகம் பாதியில் தூக்கத்திலிருந்து எழுந்து வந்தவர் போலவே இருக்கும். அந்தச் சிடுசிடுப்பு நடையில் கூடப் பிரதிபலிக்கும். எந்த மாணவருக்கும் அவரைப் பிடிக்காது. எதற்கெடுத்தாலும் அடிக்கிற ஒருவரை யாருக்குத்தான் பிடிக்கும்..?

ஒருநாள் பனிரெண்டு மணி அளவில் தந்தி கொண்டுவருகிற ஆள் பள்ளிக்கு வந்திருந்தார். மதிவாணன் சார் எங்கள் வகுப்பிலிருந்தார். தந்தி கொடுப்பவர் வகுப்பிற்குள் வந்து கையெழுத்து வாங்கிக் கொண்டு தந்தியைக் கொடுத்தார். தந்தியைப் பிரித்துப் படித்த மதிவாணன் சார், "அம்மா... அம்மா..." என்று உரத்து அழத் துவங்கினார்.

மதிவாணன் சார் அழுவார் என்பது வியப்பாக இருந்தது அவரது அழுகைக் குரல் கேட்டு அடுத்த வகுப்பிலிருந்த மாரியப்பன் சார் வேகமாக ஓடி வந்தார். அப்போதுதான் ஊரில் மதிவாணன் சாரின் அம்மா இறந்துபோய்விட்டது தெரியவந்தது.

சின்னஞ்சிறு பையனைப் போல தேம்பித் தேம்பி அழுது கொண்டிருந்தார் மதிவாணன் சார். அவரைக் கைத்தாங்கலாக அழைத்துக்கொண்டு போனார்கள். பள்ளிக்கூடமே வேடிக்கை பார்த்தது. அடுத்த சில நாட்களுக்குப் பிறகு திரும்பி வந்தபோது மீசையை வழித்து மொட்டை அடிக்கப்பட்ட தலையுடன் இருந்தார். அவரது இரண்டு கைகளிலும் கடிகாரமில்லை.. அதைவிடவும் அவரது சிடுசிடுப்பு நீங்கிப் போய் எப்போதும்

கலங்கிய முகத்துடன் எதையோ யோசித்துக் கொண்டிருப்பவரைப் போல மாறிப்போனார்.

யாராவது மாணவர்களுக்கு உடல்நலமில்லை என்றால், அவர்கள் வீட்டிற்குப் போய்ப் பார்த்து வரத்துவங்கினார்.

அதன்பிறகு அவர் மீசை வைத்துக் கொள்ளவுமில்லை, கடிகாரம் கட்டவும் இல்லை. அது ஏன் என்றுதான் என்னால் புரிந்து கொள்ளமுடியவேயில்லை.

● ● ●

பாதிப் பெண்

கோமதிநாயகம் என்னுடன்தான் படித்தான். ஆனால், பள்ளி முடிந்து வீட்டிற்குப் போனதற்குப் பின்பு அவனை வெளியே போக அனுமதிக்கவே மாட்டார்கள். மறுநாள் பள்ளிக்கூடம் கிளம்பும்போதுதான் வெளியே வரமுடியும். ஏன் இப்படி வீட்டிலே அடைந்துகிடக்கிறான் என ஆச்சரியமாக இருக்கும். சில நாட்கள் வேண்டும் என்றே பையன்கள் ஒன்று சேர்ந்து அவன் வீட்டின் முன்பாகப் போய் நின்று, "கோமதி, கோமதி" எனச் சப்தம் போடுவோம். வாசற்படியில் நின்றபடியே, "என்னடா வேண்டும்?" என்று கேட்பான். "வெளியே வா, விளையாடலாம்" என்று அழைத்தால், "நான் வரலை. வீட்ல விடமாட்டாங்க" என்பான்.

வீட்டிற்குள் கோமதி என்னதான் செய்வான்..? அவனிடம் ஒருநாள் இதைப்பற்றிக் கேட்டிருக்கிறேன். 'அம்மாவிற்கு உதவியாக வெங்காயம் உரித்துத் தருவேன், ஒயர்கூடை பின்னுவேன். பூக்கட்டி கொடுப்பேன்' என்பான். வீட்டில் அவன் ஒரே பிள்ளை. ஆகவே அவனை ஆணாகவும் பெண்ணாகவும் மாறிமாறி வளர்த்தார்கள்.

வீட்டிற்குள் வளர்ந்தவன் என்பதாலே அவனது பேச்சும் நடையும் அதிராமல் இருந்தது. சப்தமாகக் கைதட்டினால் கூடப் பயந்துவிடுவான். கையெழுத்து முத்துமுத்தாகயிருக்கும். அவனது வீட்டில் உள்ள கனகாம்பரச் செடியிலிருந்து பூக்களைப் பறித்து வந்து மாணவிகளுக்குத் தருவான். அவர்களும் வாங்கிக் கொள்வார்கள்.

கோமதியைப் பிடிக்காத மாணவிகளேயில்லை. காலையில் நெற்றியில் பூசி வருகிற திருநீறு கலைந்து போகாமல் அப்படியே வீடு திரும்பிப் போகிறவன் அவன் ஒருவனாக மட்டுமே இருக்கக்கூடும். மாணவிகளைப் போலவே அவன் ரகசியமாக நெல்லிக்காயை வாயில் ஒதுக்கி கடித்துக் கொண்டேயிருப்பான். ஒருநாள் என்னிடம் ரகசியமாகச் சொன்னான்.

"பொம்பளைப் பிள்ளைகள் போட்டிருக்கிற கொலுசு அழகா இருக்குல்லே. எனக்கும் கொலுசு போட்டுக்கிடணும்னு ஆசையா இருக்கு."

அதை நான் உடனே வகுப்பு முழுவதும் சொல்லிவிட்டேன்.

மாணவர்கள் அவனைக் கேலி செய்து பாடாய்ப் படுத்திவிட்டார்கள். கோமதி பெருங்குரலெடுத்து அழுதான். வகுப்பே பயந்து போனது.

அதன் மறுநாளே அவன் பள்ளிக்கு வருவதை நிறுத்திக் கொண்டுவிட்டான். ஒவ்வொரு முறை அவன் வீட்டைக் கடந்து போகும்போதும், "கோமதி... கோமதி..." என்று கூப்பிடுவேன். அவன் வெளியே வந்ததேயில்லை.

சில மாதங்களுக்குப் பிறகு அவர்கள் அந்த வீட்டைக் காலிசெய்து போய்விட்டார்கள். ஏன் அப்படி நடந்து கொண்டேன் என்று என்மீதே எனக்கு ஆத்திரமாக வந்தது.

கோமதி என்ன ஆகியிருப்பான்..? சில நாட்கள் என் கனவில் அவன் வருவதுண்டு. அதிலும் என்னை முறைத்தபடியேதான் நின்றிருப்பான். என்னால் கோமதியை மறக்க முடியவேயில்லை.

• • •

 கழுதைக் கல்யாணம்

"மழை வருவதற்காக கழுதைக்குக் கல்யாணம் நடக்கப் போகிறது" என்றார்கள். நானும் சங்கரும் முதல் ஆளாகப் போய் நின்று கொண்டோம். சங்கர் என்னிடம், "நீ யார் வீடு?" எனக் கேட்டான்.

"மாப்பிள்ளை வீடு" என்றேன்.

அவன்தான் பெண்வீடு என்று சொன்னான்.

'முத்து' என்ற பெயரிட்ட ஆண் கழுதைக்கும் 'கங்கா' என்று பெயரிட்ட பெண் கழுதைக்கும் ஊர் முக்கிய பிரமுகர்களின் முன்னிலையில் திருமணம் செய்யப் போவதாக, தெருத்தெருவாக முரசு அடித்து அறிவித்திருந்தார்கள்.

திருமணம் செய்துகொள்ளப்போகிற இரண்டு கழுதைகளும் அலங்காரம் செய்யப்பட்டுக் கொண்டிருந்தன.

பட்டு ஜரிகைத் துணி ஒன்றைக் கழுதை மீது சுற்றியிருந்தார்கள். கழுதை வெட்கப்பட்டு நின்றிருந்தது.

வேப்ப மரத்தடிக்கு இரண்டு கழுதைகளையும் கொண்டு வந்தார்கள். இரண்டு கழுதைகள் கழுத்திலும் மாலை போடப்பட்டன. கொட்டு மேளச்சப்தம் கேட்டு கழுதைகள் மிரண்டு போயிருந்தன.

'கழுதை எப்படி தாலிகட்டும்?' என யோசித்துக் கொண்டே யிருந்தேன்.

கழுதையின் சார்பாக ஒரு பூசாரி தாலியைக் கட்டினார். கல்யாணம் முடிந்தபிறகு வந்தவர்களுக்கு விருந்திற்குப் பதிலாக மிட்டாய்கள் வழங்கப்பட்டன.

திருமணம் செய்துகொண்ட கழுதைகள் இரண்டும் பயந்துபோய் நின்றன. அவற்றை ஊர்வலமாக அழைத்துக் கொண்டு நடந்தார்கள். சில வீடுகளில் பெண்கள் வேடிக்கை பார்த்துச் சிரித்துக் கொண்டிருந்தார்கள். தவிட்டுக் கடையில் கழுதைகளுக்குப் பால் பழம் கொடுக்கப்பட்டது. கழுதைகள் கனைத்தால் வானத்திற்குக் கேட்கும். அந்தக் குரலைக்

கேட்டுத்தான் வருணபகவான் மழையைப் பெய்ய வைப்பார் என்பதால் கழுதைகளை அடிப்பதற்காக ஆளுக்கு ஒரு குச்சியை சிறுவர்கள் எடுத்துக் கொண்டார்கள்.

நானும் ஒரு குச்சியைக் கையில் வாங்கிக் கொண்டேன்.

மாறிமாறி சிறுவர்கள் புதுமணத் தம்பதியை அடிக்க ஆரம்பித்தார்கள். அடி தாங்கமுடியாமல் கழுதைகள் கனைக்கத் துவங்கின. அந்தச் சப்தம் கேட்டு மழை வரவில்லை. வெயில் கொப்பளித்துக் கொண்டிருந்தது. கை ஓயும்வரை கழுதைகளை அடித்தோம். ஒருவர் செருப்பால் கழுதையை அடித்தால் மழை பெய்யும் என்றார். உடனே இரண்டு கழுதைகளுக்கும் செருப்படி தரப்பட்டது.

மழை பெய்யும் அறிகுறியே காணப்படவில்லை.

அந்தக் கழுதைகளை அதே வேப்பமரத்தில் ஒருநாள் கட்டி வைப்பது என முடிவு செய்தார்கள். இரவு முழுவதும் கழுதைகள் அதே மரத்தடியில் நின்றிருந்தன.

மழை வரவேயில்லை. ஆனால், சில நாட்களுக்குப் பிறகு அந்தக் கழுதைகளில் ஒன்றைப் பஞ்சுப் பேட்டையினுள் பார்த்தேன். தனியே மேய்ந்து கொண்டிருந்தது.

எங்கள் ஊரிலே கல்யாணம் செய்துகொண்ட முதல் கழுதை அதுதான். அதன் மனைவியைக் காணவில்லை.

ஊர்கூடி சீவி சிங்காரித்து, கல்யாணம் பண்ணி வைத்து, செருப்படி கொடுத்துத் துரத்திவிட்டதை மறந்து விட்டதைப்போல, பாவம் போலக் கழுதை மேய்ந்து கொண்டிருந்தது. அதை நெருங்கிக் காணும்போது எனக்கும் பாவம் போலவேதான் இருந்தது.

● ● ●

ஒற்றைச் சக்கரம்

சர்க்கஸில் இருந்த சிங்கம் புலி கரடியை விடவும் என்னை வியப்பில் ஆழ்த்தியது ஒரு சக்கர சைக்கிள். அப்படி ஒரு சைக்கிள் உலகில் இருக்கக்கூடும் என்று நான் கற்பனைகூட செய்ததில்லை.

அந்த சைக்கிளின் வீல் பெரியதாக இருந்தது. அதில் உட்கார்ந்து சைக்கிளை ஓட்டியபடியே, ஒருவன் நிறைய வித்தைகள் செய்து காட்டினான். அதில் டீக் கோப்பைகளை ஒன்றன் மீது ஒன்றாக அடுக்கிக் காட்டியது வியப்பூட்டியது.

அந்த சைக்கிள் எங்கே கிடைக்கும்?

அதை ஒருமுறையாவது ஓட்டிப் பார்த்துவிட முடியாதா என ஆசையாக இருந்தது.

மற்றவர்கள் சைக்கிள் ஓட்டுகிறவனைப் பார்த்துக் கொண்டிருந்தபோது நான் சைக்கிளை மட்டுமே பார்த்துக் கொண்டிருந்தேன்.

இப்படி ஒரு சைக்கிளில் பள்ளிக்குப் போனால் எவ்வளவு நன்றாக இருக்கும்..? எதற்காக சைக்கிளுக்கு இரண்டு சக்கரங்கள்? இவன் வைத்திருப்பது போல ஒரு சக்கரம் போதும்தானே..!

சர்க்கஸ் விட்டு வெளியே வந்தபோது ரகசியமாகப் பின்பக்கம் போய் அந்த ஒற்றைச் சக்கர சைக்கிளைத் தொட்டுப் பார்க்க ஆசைப்பட்டேன். ஆனால், அக்கா விடவில்லை. வீடு திரும்பிய இரவில் அக்கா நீர்யானை பற்றியும், கணக்கு போடும் கரடி பற்றியும் வியந்து சொல்லிக் கொண்டிருந்தாள். நான் ஆசையுடன் ஒற்றைச் சக்கர சைக்கிளைப் பற்றிச் சொன்னேன். ஒருவருக்கும் அதைப் பிடிக்கவில்லை.

வளர்ந்து பெரியவன் ஆனால், சர்க்கஸில் சேர்ந்து அந்த சைக்கிளை ஓட்டுவேன் என்று எனக்கு நானே சொல்லிக் கொண்டேன்.

அதை மறந்துவிடக்கூடாது என்பதற்காக வீட்டுப்பாட நோட்டில் ஒரு சக்கர சைக்கிளைப் படம் வரைந்து வைத்துக்கொண்டேன். நீண்ட நாட்கள் அந்த சைக்கிள் என் கனவில் வந்தபடியே இருந்தது. பின் எப்படியோ அதை மறந்து போனேன்.

எஸ்.ராமகிருஷ்ணன்

நீரின் கால்கள்

ஐந்து வயதுவரை எனக்குப் பிடித்தமான ஒரே வேலை, சந்தோஷம், அண்டாவில் உள்ள தண்ணீரை டம்ளரில் மோந்து கீழே கொட்டுவது. தண்ணீரைக் கீழே கொட்டுவதில் உள்ள ஆனந்தத்தை வேறு எதுவும் ஈடுசெய்யமுடியாது. கீழே கொட்டப்பட்டவுடனே தண்ணீர் வேகமாகச் செல்ல ஆரம்பிக்கிறது. திடீரெனப் பாதி தூரம் போனதும் வீடு மறந்துபோன சிறுவனைப் போலத் திகைத்து நின்றுவிடுகிறது. பின்பு, எந்தப்பக்கம் திரும்புவது எனத்தெரியாமல் இஷ்டம் போலத் திரும்பி எங்கோ ஒரு மூலையில் போய் நின்றுவிடுகிறது. தண்ணீரை இப்படித் திகைக்க வைப்பது எனக்கு விருப்பமானது. அண்டாவின் முன்னால் உட்கார்ந்துகொண்டு தண்ணீரை அள்ளி அள்ளி வெளியே ஊற்றிக் கொண்டே யிருப்பேன். சில நேரம் என் தலையிலும் ஊற்றிக் கொள்வேன். என் உடல் வழியாக தண்ணீர் தன் வீட்டிற்குப் போகும் வழியைத் தேடிக் கொண்டிருக்கும். அம்மாவோ, அக்காவோ பார்த்தால் திட்டுவார்கள்; அடிப்பார்கள். அடிக்கட்டுமே, அவர்களுக்கு இந்த சந்தோஷத்தைப் பற்றி ஏதாவது தெரியுமா என்ன?

• • •

வீட்டில் யாருமில்லை

அம்மாவும் அக்காவும் கோவிலுக்குக் கிளம்பிப் போயிருந்தார்கள். வீட்டில் நான் மட்டுமே இருந்தேன். என்ன செய்வது என்று தெரியவில்லை. அடுப்படிக்குள் போனபோது அம்மா ஒரு சட்டி நிறைய தோசைமாவு வைத்திருப்பது தெரிந்தது. அந்த மாவை வைத்து தோசை சுடலாமே என்று தோன்றியது. ஆனால், கீழே இறக்கி வைக்கப்பட்ட தோசைக்கல் சூடாக இருந்தது. அதைத் தூக்க முடியவில்லை.

ஆகவே நானாக ஒரு யோசனை செய்ய ஆரம்பித்தேன். கரண்டியை எடுத்து தோசை மாவில் போட்டு வீட்டுத் தரை முழுவதும் வட்டவட்டமாக தோசை ஊற்ற ஆரம்பித்தேன்.

இத்தனை தோசைகளை ஒரே இடத்தில் ஊற்றியிருப்பது சந்தோஷமாக இருந்தது. சட்டியில் இருந்த மாவு தீரும்வரை தோசைகள் ஊற்றினேன்.

முடிந்தபோது நான் நடப்பதற்கு இடமில்லாத அளவு வீடெங்கும் தோசைகளாக இருந்தன. அதைப் பார்த்து ரசித்துக் கொண்டிருந்தபோது அம்மாவும் அக்காவும் திரும்பியிருந்தார்கள்.

வீடெங்கும் தோசைகள் பூத்திருப்பதைக் கண்ட அக்கா, "யம்மா, இந்த முண்டப்பய என்ன வேலை பண்ணி வச்சிருக்கான் பாரு" எனக் கத்தினாள்.

படியேறி உள்ளே வந்த அம்மா, ஹால் முழுவதும் சின்னச்சின்ன வட்டமாகத் தோசைகள் இருப்பதைக் கண்டு ரௌத்திரமாகச் சொன்னாள்.

"அவனைப் பிடி, சூடு போடுவோம்."

அப்படியே பின்வாசல் கதவு வழியாக வெளியே ஓட ஆரம்பித்தேன்.

'அம்மா ஒரு நாளைக்கு எவ்வளவு தோசைகள் சுடுகிறாள். அதே தோசைகளை நான் சுட்டால் ஏன் கோபித்துக் கொள்கிறாள்?' என ஆத்திரமாக வந்தது. இரவு வரை வெளியே சுற்றிவிட்டு வீடு திரும்பியபோது வீடே கோபத்தில் கொந்தளித்துக் கொண்டிருந்தது.

அம்மா சூடு வைக்கவில்லை. முதுகில் நாலு அடி மட்டுமே கொடுத்தாள். ஒவ்வொரு அடி வாங்கும்போதும் அதை ஒரு தோசை என்றே எண்ணிக் கொண்டிருந்தேன்.

• • •

கண்ணாடி போட்டவர்கள்

சங்கருக்கு திடீர் திடீரென விசித்திரமான யோசனைகள் பிறக்கும். ஒருநாள் நானும் அவனும் ஆளுக்கு ஒரு பேப்பரும் பென்சிலும் எடுத்துக் கொண்டு பஜாருக்குப் போனோம். பஜாரின் நுழைவாயில் போலிருந்த கோவிலை ஒட்டி நின்று கொண்டோம்.

சங்கர் என்னிடம் எத்தனை பேர் கண்ணாடி அணிந்திருக்கிறார்கள் என்று கணக்கு எடுக்கச் சொன்னான்.

எதற்காக அந்தக் கணக்கு என்று கேட்கவில்லை.

கண்ணாடி அணிந்த ஆண்களின் எண்ணிக்கையை நானும், பெண்களின் எண்ணிக்கையை அவனும் எழுத வேண்டும் என்று முடிவு செய்து கொண்டோம்.

சாலையில் போகிற வருகிறவர்களை உற்றுப் பார்க்க ஆரம்பித்தேன். கண்ணாடி அணிந்த கிழவர் தென்பட்டார். ஒன்று என குறித்துக் கொண்டேன். அடுத்த ஐந்து நிமிடத்தில் கண்ணாடி போட்டவர்கள் பதினோரு பேர் கடந்து போ யிருந்தார்கள். ஆனால், கண்ணாடி அணிந்த ஒரு பெண்கூட கண்ணில் படவில்லை. மதியம்வரை நாங்கள் நின்று குறித்துக் கொண்டிருந்தோம். பசி எடுத்தபோது சங்கர் என் கையிலிருந்த பேப்பரை வாங்கி எத்தனை ஆண்கள் மூக்குக் கண்ணாடி அணிந்து போயிருக்கிறார்கள் எனக் கூட்டினான். நான் பெண்கள் கணக்கைக் கூட்டினேன்.

பஜாரில் கண்ணாடி அணிந்துபோன ஆண்களின் எண்ணிக்கை 48. பெண்களின் எண்ணிக்கை 11.

இதிலிருந்து அதிகப் பெண்கள் கண்ணாடி அணிவதில்லை என்பதைக் கண்டுபிடித்தோம்.

அடுத்த வாரம் கோடு போட்ட சட்டை அணிந்த ஆண்களின் எண்ணிக்கையையும் நீலக்கலர் சேலை கட்டி வரும் பெண்களின் எண்ணிக்கையையும் கணக்கு எடுக்கலாம் என்று சொன்னான் சங்கர்.

அவனைத் தவிர வேறு யாருக்கு இப்படியான யோசனைகள் வரும்?!

● ● ●

கொக்குக் கூட்டம்

எப்போது வானில் கூட்டமாகக் கொக்குகள் பறந்தாலும் கைகளை அசைத்து, “கொக்கே கொக்கே பூப்போடு” என்று கத்துவோம்.

எங்கள் ஊர் மழையை நம்பியிருக்கிறது.

கொக்குகள்தான் மழையைக் கூட்டிக் கொண்டுவரும் என்பார்கள். ஆகவே, கொக்கை யாரும் கல்லெறிந்து விரட்ட மாட்டார்கள்.

கொக்கு பூபோட்டுவிட்டது என்பதற்குச் சான்று நகத்தில் வெள்ளையாகக் குறிபோல் இருக்கும். அப்படி நகத்தில் வெள்ளைக் கீறல் வந்துவிட்டால் புது ட்ரெஸ் கிடைக்கும் என்பது நம்பிக்கை.

இதற்காகக் கொக்குகள் பறக்கும்போது கூடவே ஓடியபடியே, “கொக்கே கொக்கே பூ போடு” என சப்தமாகக் கத்துவோம்.

சில நேரம் கொக்குகள் பூப்போடாது. அது போன்ற கொக்குகளை எங்களால் மன்னிக்க முடியாது. ஆகவே கல்லை எடுத்து எறிவோம்.

கொக்குகள் வானிலிருந்து மறைந்தவுடன், யாருக்கு எத்தனை பூ விழுந்திருக்கிறது என்று எண்ணுவோம்.

நிறைய பூ விழுந்தவர்கள் அதிகம் சந்தோஷப்படுவார்கள். பூ விழாதவன் முகம் வாடிப்போய்விடும்.

இவ்வளவு பிரயாசைப்பட்டு கொக்கிடம் வாங்கிய பூவைப் பற்றி வீட்டில் பெரியவர்கள் கண்டுகொள்ளவே மாட்டார்கள். பூ போட்டுவிட்டது என்பதற்காகப் புது ட்ரஸ் வாங்கித் தரவும் மாட்டார்கள். ஆனாலும் கொக்கைத் துரத்துவதை நாங்கள் நிறுத்தவேயில்லை.

• • •

நாலு பாக்கெட்

நான்கு பாக்கெட்டுகள் கொண்ட சட்டை ஒன்றைத் தீபாவளிக்கு ரெடிமேட் ஜவுளிக்கடையில் வாங்கியதாக, சரவணன் என்னிடம் காட்டினான். கரும்பச்சை நிறச் சட்டை. மேலே இரண்டு பைகள். கீழே இர ண்டு பைக ள். இது போன்ற ச ட்டையை நான் பார்த்ததேயில்லை. ஒவ்வொரு பையிலும் என்ன வைத்துக் கொள்வான் என்று அவன் பட்டியலிட்டுக் கொண்டிருந்தான்.

“எந்தக் கடையில வாங்கினே..?” என்று கேட்டேன்.

“ஏ ஒன் ஜவுளிக்கடை” என்றான்.

அது மிகப்பெரிய ரெடிமேட் ஜவுளிக் கடை. அப்பா ஒருமுறைகூட அங்கே அழைத்துக் கொண்டு போய்ச் சட்டை வாங்கிக் கொடுத்ததேயில்லை. அப்பா வந்தால் கட்டாயம் ஏஒன் கடைக்கு அழைத்துப் போய் இதே சட்டையை வாங்கிவிட வேண்டும் என்று நினைத்துக் கொண்டேன்.

வீட்டில் யாரையும் அழைத்துக் கொண்டு போய் அப்பா புதுத்துணி வாங்க மாட்டார். தீபாவளிக்கு முதல் நாள் வரை துணி எடுக்கவே மாட்டார். எல்லோரும் புதுத்துணியைக் காட்டிப் பெருமை அடிக்கும்போது எரிச்சலாக வரும். தீபாவளிக்கு முந்திய நாள் கிளம்பிப் போய், சென்ட்ரல் தியேட்டர் முன்பாகப் போட்டு விற்கும் துணிகளில் சிலவற்றை வாங்கிக் கொண்டுவந்து தருவார். அம்மாவின் சேலை உள்பட அத்தனையும் அவரேதான் வாங்கித் தருவார். அம்மா அதைக் கட்டிக் கொள்வதில்லை. சீட்டுப் போட்ட பணத்தில் ரகசியமாக வாங்கிக் கொள்வாள்.

பிள்ளைகள் அவர் வாங்கிக் கொடுக்கிற துணியைத்தான் உடுத்திக் கொள்ள வேண்டும்.

இந்த முறை எப்படியாவது அவரை ஏஒன் கடைக்கு அழைத்துப் போய்விட வேண்டும் என்று அண்ணனிடமும் பேசிச் சம்மதிக்க வைத்தேன். அக்காவும் ஒத்துக் கொண்டாள்.

அக்கா பேசினால் ஒருவேளை அப்பா கேட்கக்கூடும் என்பதால் அவளை வைத்து இதைப்பற்றிப் பேசவைத்தோம்.

அப்பா சரியென்று சொல்லிவிட்டார். எங்களால் நம்பவே முடியவில்லை. தீபாவளிக்கு இரண்டு நாள் முன்பாக அப்பா எங்களைத் துணி வாங்க அழைத்துக் கொண்டு போனார்.

ஏஓன் ஐவுளிக்கடையில் நிறையக் கூட்டம். அப்பா உள்ளே எங்களை அழைத்துக் கொண்டு போனதும் நான் சப்தமாக, "நாலு பை வச்ச சட்டை" என்று சொன்னேன்.

என் வயதேயிருந்த கடைப்பையன், "அந்தப் பக்கம்" என்று கையைக் காட்டினான்.

சரவணன் வாங்கியது போன்ற அதே சட்டை. அதே நிறம். அப்பா அந்தச் சட்டையை வாங்கி அதன் விலையைப் பார்த்தார்.

"ஒரு சட்டை நூற்றியம்பது ரூபாவா..?

அநியாயமா இருக்கு..."

"எக்ஸ்போர்ட் குவாலிட்டி அண்ணாச்சி. நல்லா ஃபேஷனா இருக்கும்" என்றான் கடைப் பையன்.

"அது வேணாம். யூனிஃபார்முக்குப் போடுற மாதிரி வெள்ளைச் சட்டை இருந்தா குடு." அதைக் கேட்டதும் அழுகை வருவது போலிருந்தது.

அக்கா தலையிட்டு, "வேற குறைந்த விலை சட்டை இருந்தா காட்டுங்க" என்றாள்.

அப்பா கறாரான குரலில் சொன்னார்.

"என்கிட்ட முந்நூற்றும்பது ரூபாதான் இருக்கு. அதுக்குள்ளே ஐந்து பேருக்குத் துணி எடுக்கணும்."

அதைக் கேட்ட கடைப் பையன் சொன்னான்.

"அதுக்குப் பொட்டலுக்குப் போங்க. அங்கேதான் குவிச்சிப் போட்டு விப்பாங்க."

அப்பா அந்தக் கடைப் பையனைக் கண்டபடி திட்டினார்.

கடை முதலாளி சமாதானப்படுத்தி அப்பாவை வெளியே அனுப்பி வைத்தார்.

நான் கடை வாசலிலேயே நின்று கொண்டிருந்தேன்.

அக்கா அப்பாவிடம் ஏதோ சொல்லிக் கொண்டிருந்தாள்.

அப்பா கேட்காமல் தலையை ஆட்டிக் கொண்டிருந்தார்.

பிறகு, என்னிடம் வந்து, "நாம வீட்டுக்குப் போவோம். அப்பா அதே சட்டையை வாங்கிட்டு வருவாரு" என்றாள்.

என்னால் அதை நம்ப முடியவில்லை.

அன்றிரவு அப்பா திரும்பி வரும்வரை காத்துக் கொண்டே யிருந்தேன்.

அப்பா இரண்டு கைகளிலும் துணிப் பைகளுடன் வந்து சேர்ந்தார்.

வேகவேகமாகப் பையைப் பிரித்துப் பார்த்தேன்.

என் சைஸில் வெள்ளைச் சட்டை ஒன்று இருந்தது. நான்கு பைகள் கொண்ட சட்டையில்லை.

அந்த வெள்ளைச் சட்டையைத் தூக்கி எறிந்தேன்.

அப்பா ஆத்திரத்துடன் என் கன்னத்தோடு சேர்த்து அடித்தார்.

வெளியே போட்டுக் கொண்டிருந்த வெடிச்சப்தத்தில் அந்த அடி யாருக்கும் கேட்கவேயில்லை.

• • •

ஓடிய கால்கள்

ஒருநாள் அதிகாலையில் என் வீட்டு வாசலில் நின்று சங்கர் அழுது கொண்டிருந்தான். அவன் இப்படி அழுது நான் கண்டதே யில்லை. சங்கர் தேம்பித் தேம்பி அழுதுக் கொண்டிருப்பதைக் கண்ட என் அம்மா, "என்னடா உடம்புக்கு முடியலையா?" எனக் கேட்டாள்.

"இல்லை" என்று சங்கர் மறுத்தான்.

"அப்புறம் எதுக்கு அழுகுறே..?"

"ராத்திரி எங்கப்பாவுக்கும் எங்கம்மாவுக்கும் சண்டை. அதுல எங்க அம்மா மேல மண்ணெண்ணெயை ஊத்திப் பத்தவச்சிட்டாரு."

"என்னடா சொல்லுற?" என அம்மா பதறிப்போய்க் கேட்டாள்.

"எங்க அம்மா மேல தீப்பிடிச்சி எரிஞ்சிருச்சி. காட்டாஸ்பத்திரி யில சேத்துருக்காங்க, எனக்குப் பயமா இருக்கு."

அம்மா என்ன நினைத்தாளோ தெரியவில்லை. அவனை அருகில் அழைத்து கட்டிக் கொண்டாள்.

"ஒண்ணும் ஆகாது. சாமி காப்பாத்திடுவார். நீ அழாதே" என்றாள். அதைக் கேட்டதும் சங்கர் மிகச் சப்தமாக அழுதான்.

சங்கர் அழுவதைக் கண்டதும் எனக்கும் அழுகை வந்தது. அம்மா தன் சேலையால் அவன் முகத்தைத் துடைத்துவிட்டபடியே சொன்னாள்.

"ஆஸ்பத்திரியில கூட யாரு இருக்கா?""எங்க சித்தி" என்றான் சங்கர்.

"நான் வர்றேன். போவம்" என்று அடுப்படிக்குள் போய்ச் சில்லறைகளைத் தேடி சுருக்குப்பைக்குள் போட்டுக் கொண்டு அம்மா கிளம்பினாள்.

மூவரும் ஒரு ரிக்சா பிடித்து அரசு பொது மருத்துவமனைக்குப் போனபோது, ஒரே கூட்டமாக இருந்தது.

எந்த வார்டில் சங்கரின் அம்மாவைச் சேர்த்திருந்தார்கள் எனத்

தெரியவில்லை. அம்மா ஒரு நர்ஸிடம் கேட்டுக் கொண்டிருந்தாள்.

"உள்ளே" என்று நர்ஸ் கையைக் காட்டினாள். உள்ளறையை நோக்கி நடந்தோம்.

ஒரே பினாயில் வாசனை.

உடல்முழுவதும் தீக்காயத்துடன் படுக்கையில் கிடந்தாள் சங்கரின் அம்மா. நீலநிற அங்கியை அணிவித்திருந்தார்கள். அவளது தலைமயிர்கள், புருவம் கூட எரிந்து போயிருந்தன. அவளால் கண்களைத் திறக்கமுடியவில்லை. கைகால்களில் தோல் தீய்ந்து கருகிப் போயிருந்தது.

சங்கர் தன் அம்மாவின் அருகில் போகாமல் தள்ளி நின்று கொண்டான்.

சங்கரின் சித்தியிடம் அம்மா கேட்டுக் கொண்டிருந்தாள்.

"பாவிமனுஷன் இப்படியா செய்வான்..? அவன் கையில புத்து பொறப்பட... டாக்டர் உசிரு பிழைக்காதுன்னு சொல்லிட்டாரு. வேணும்னா மதுரைக்குக் கொண்டு போங்கன்னு சொல்லுறாரு. யார்கிட்ட அம்புட்டு காசு இருக்கு..?"

சங்கரின் அம்மா கைகள் நடுங்கிக் கொண்டிருந்தன. பருத்த உடல் கொண்ட ஒரு நர்ஸ் உள்ளே வந்து "எல்லோரும் வெளியே போங்க" என்று விரட்டினாள்.

சங்கர் கைகளைப் பற்றிக் கொண்டேன். அவன் கைகளும் நடுங்கிக் கொண்டிருந்தன.

அம்மாவும் சங்கரின் சித்தியும் அழுது கொண்டிருந்தார்கள். நாங்கள் இருவரும் படிக்கட்டு ஒன்றில் உட்கார்ந்து கொண்டோம். சங்கரிடம் என்ன பேசுவது என்று தெரியவில்லை.

சங்கரின் அப்பா எதுவும் நடக்காதது போல, ஒரு தூக்குவாளியில் காபி வாங்கிக் கொண்டு உள்ளேவந்து கொண்டிருந்தார். அவரைப் பார்த்து சங்கர் முறைத்தான்.

அன்றிரவு சங்கர் எங்கள் வீட்டில் தங்கிக் கொண்டான். மறுநாள் மாலை சங்கரின் அம்மா இறந்து போய்விட்டாள். அவளை எரிப்பதற்காகக் கொண்டு போனார்கள். சங்கர் தலையை மொட்டை அடித்து, கையில் கொள்ளிச்சட்டி ஏந்தி போய்க் கொண்டிருந்தான். அவன் பின்னாடியே நானும் சென்றேன்.

சங்கர் அதன்பிறகு அழவேயில்லை. ஐந்து நாளைக்குப் பிறகு அவன் பஜாருக்குப் போய் ஒரு பேனாக்கத்தி வாங்கினான்.

"எதுக்குடா..?" எனக் கேட்டேன்.

"எங்கப்பாவைக் கொல்லப்போறேன்" என்றான்.

"உன்னால முடியாதுடா" என்றேன்.

"இல்லே, அந்த ஆளைக் கொல்லணும்" என்று கத்தினான்.

நான் சொன்னது போலவே அவனால் முடியவில்லை. அவன் டவுசர் பாக்கெட்டில் பேனாக் கத்தி இருப்பதை அவரே கண்டுபிடித்து, செவுட்டில் அறைந்து துரத்தியிருக்கிறார்.

அதன்பிறகு சங்கர் வீட்டிற்குப் போகவில்லை. தெப்பத்தின் படிக்கட்டிலேயே படுத்துக்கிடந்தான்.

மறுநாள் முதல் சங்கர் எங்கே அவனது அப்பாவைக் கண்டாலும் வேகமாகப் போய் ஒரு சிகரெட்டை வாங்கி வந்து பற்றவைத்து ஊதுவான். அவர் முறைத்தபடியே கடந்து போய்விடுவார்.

அந்தப் புகைதான் அவனது கோபம்.

சங்கரால் வேறு என்ன செய்யமுடியும்?

சில மாதங்களுக்குப் பிறகு சங்கர் சொன்னான்.

"எங்கப்பா கல்யாணம் பண்ணிக்கிடப்போறாரு."

"யாரு பொண்ணு?"

"எங்க சித்திதான்" என்றான்.

சித்தியின்மீதும் மண்ணெண்ணெயை ஊற்றி எரித்துவிட மாட்டாரா என்று தோன்றியது. ஆனால், கேட்டுக் கொள்ளவில்லை.

மூன்று மாதங்களின் பிறகு ஒருநாள், சங்கரின் அப்பா சைக்கிள் பின்னால் அவனது சித்தியை உட்கார வைத்து சினிமாவிற்குப் போய்க் கொண்டிருப்பதை இருவரும் பார்த்தோம்.

சங்கர் ஒரு கல்லை எடுத்து அப்பாவைக் குறிபார்த்து எறிந்தான். அது அவர் தலையில் பட்டிருக்கக் கூடும். சைக்கிளோடு அவர் சரிந்து விழுந்தார்.

அன்றோடு சங்கர் ஊரைவிட்டு ஓடிப்போனான். எங்கே போனான், என்ன ஆனான் என்று எதுவும் எனக்குத் தெரியவில்லை.

அவன் வீட்டிற்குப் போனபோது சங்கரின் சித்தி, "அவன் இந்நேரம் செத்து மண்ணுக்குள்ளே போயிருப்பான்" என்று சபித்தாள்.

தலையில் கட்டுப்போட்டு சங்கரின் அப்பா படுத்துக்கிடந்தார்.

ஏன் அப்பாக்கள் இப்படி நடந்து கொள்கிறார்கள்..?

ஒருவேளை என் அம்மாவும் எரித்துக் கொல்லப்படக்கூடுமா..?
பயமாக இருந்தது.

அதன்பிறகான நாட்களில் சங்கர் இல்லாமல் நான் தனி ஒருவனாகத் திரிந்தேன்.

கண் இல்லாமல் தட்டுத்தடவி நடப்பது போலவே இருந்தது.

● ● ●

வெற்றிடம்

ஒரு நண்பனால் உருவாக்கப்பட்ட வெற்றிடத்தை இன்னொரு நண்பனால் நிரப்பிவிட முடியாது. அது என்றைக்குமே வெற்றிடமாகவே இருக்கும். அவனே திரும்பி வந்தால் கூட அதே போல நட்பு இருக்குமா எனத் தெரியாது. நண்பர்களைத் தவிர, சிறுவயதைப் பற்றி நினைத்துச் சந்தோஷப்பட ஒன்றுமேயில்லை.

திடீரென சாலையில் போய்க் கொண்டிருக்கும்போது யாரோ ஒருவனின் முதுகு சங்கரைப் போலவே தெரியும்.

சங்கர்தானா..?

வேகமாக முன்னால் போய்ப் பார்த்தால் வேறு ஆளாக இருப்பான்.

சங்கரின் குரல் எனக்குள் எப்போதும் கேட்டுக் கொண்டே யிருந்தது.

சங்கர் இல்லாத நாட்களில், திடீரென என்னோட நெருக்கமாகத் துவங்கினான் சேது. அவன் அப்பா ஊரில் பெரிய ஜவுளிக்கடை வைத்திருந்தார். அவர்கள் வீட்டில் இரண்டு கார்கள் இருந்தன. தினமும் பள்ளிக்கூடத்திற்கு சாக்லெட் கொண்டுவருவான். அவன் வீட்டிற்கு என்னை அடிக்கடி அழைத்துப் போய்ச் சாப்பிடச் சொல்லியிருக்கான். விதவிதமான உணவு வகைகள் சாப்பிட்டிருக் கிறேன். ஆனால், மனதில் சங்கரோடு சாப்பிட்ட பரோட்டாவுக்கும் தோசைக்கும் இது நிகரில்லை என்றே தோன்றும்.

சேது அடிக்கடி எனக்குக் காசு கொடுத்து, செலவழித்துக் கொள்ளச் சொல்லுவான். நிறையப் பட்டாசு கொண்டுவந்து கொடுப்பான். சில சமயம் அவன் காரில் எங்கள் வீட்டிலே கொண்டுவந்து கூட விட்டிருக்கிறான். அம்மாவிற்கு சேதுவைப் பிடித்திருந்தது.

சேதுவின் கடையில் அவள் கடனுக்குத் துணிகள் எடுத்துக் கொண்டாள். அப்பாகூட சேதுவோடு இனிமையாகப் பேசினார். சேது எல்லோருக்கும் பிடித்த பையனாக நடந்து கொண்டான்.

'இதெல்லாம் நடிப்பு' என்று எரிச்சலாக இருந்தது. ஆனால், அதை வெளிக்காட்டிக் கொள்ளவேயில்லை.

•••

பஹுத் அச்சா

நாலு வருஷங்களுக்குப் பிறகு சங்கர் திரும்பி வந்திருந்தான். இப்போது அவனுக்கு மீசையெல்லாம் கறுப்பாக வந்திருந்தது. கறுப்பு பேன்ட்டும் ஆரஞ்சு வண்ணக் கோடு போட்ட டீசர்ட்டும் அணிந்திருந்தான். தலை முடியை ஹிப்பி போல வளர்த்திருந்தான். வீட்டிலிருந்து ஓடிப்போய் பாம்பேயில் குப்பை பொறுக்கியதாகவும், பின்பு ஒரு மெக்கானிக் ஷெட்டில் கொஞ்ச காலம் வேலை செய்ததாகவும், அங்கிருந்து மாறி மாவு மில் ஒன்றில் இரண்டு மாதமும், கட்டிட வேலையில் சில மாதங்களும், வேர்க்கடலை விற்பதில் சில மாதங்களும் செலவிட்டதாகவும், கடைசியாக ஒரு ஆபீஸில் லிஃப்ட் பாயாக வேலை செய்தான் என்றும் கூறினான். அவன் பேச்சு முற்றிலும் மாறியிருந்தது. அடிக்கடி அச்சா, அச்சா என ஹிந்தியில் சொல்லிக் கொண்டான்.

பேன்ட் பாக்கெட்டில் பர்ஸ் ஒன்றிருந்தது. என்னை பஜாருக்கு அழைத்துக் கொண்டு போய் ஐஸ்க்ரீம் வாங்கித் தந்தான். வேறு யாரோ ஒருவனுடன் பேசிக் கொண்டிருப்பது போலவே இருந்தது. திடீரென நல்லபுத்தி வந்தவன் போலச் சொன்னான்.

"நீ ஒழுங்கா படிக்கணும். இல்லாட்டி என்னை மாதிரி தறுதலையா போயிருவே."

எனக்கு இந்த சங்கரைப் பிடிக்கவில்லை. ஐஸ்க்ரீமை அப்படியே வைத்துவிட்டு நான், "வீட்டுக்குப் போறேன்" என்று சொல்லிவிட்டு வெளியேறி விட்டேன்.

அதன் சில நாட்களுக்குப் பிறகு அம்மாவைக் கோவிலில் கொண்டுபோய் சைக்கிளில் விடும்போது கவனித்தேன்.

சங்கர் யாரோ ஒரு பெண்ணுடன் பேசிக் கொண்டிருந்தான். தாவணி அணிந்த அந்தப் பெண் அதிகம் சிரித்துக் கொண்டிருந்தாள்.

என்னைப் பார்த்து சங்கர் கையசைத்தான்.

நான் கண்டுகொள்ளாமல் திரும்பி வந்துவிட்டேன்.

அதன் மறுநாள் என்னைப் பார்க்க வீட்டிற்கு வந்திருந்தான். வழக்கமாக நாங்கள் சுற்றியலையும் ரயில்வே குடோன் பக்கம்

போய் உட்கார்ந்து கொண்டோம்.

சங்கர் ஒரு சிகரெட்டைப் பற்றவைத்து இழுத்தபடியே கேட்டான்.

“நீயும் என்கூட பாம்பே வர்றியா?”

“நீ முன்னே மாதிரி இல்லே சங்கர்” என்றேன்.

“ஆமாம்டா. மாறிட்டேன். இதெல்லாம் ஒரு ஊரா..? நீ பம்பாய்க்கு வந்து பாரு. இந்த ஊரு கால்தூசிக்குப் பெறாது...”

“பிறகு எதுக்குத் திரும்பி வந்தே..?

“நான் ஒண்ணும் இங்கேயே இருக்கத் திரும்பி வரலே. எங்கப்பா லெட்டர் போட்டிருந்தார், அதான் காசு குடுத்துட்டுப் போகலாம்னு வந்தேன்.”

“அவங்க மேல இருந்த கோபம் போயிருச்சா..?”

“அதுக்காக அவரு எங்க அப்பா இல்லேனு ஆகிருமா?” எனக் கேட்டான்.

“லூசு மாதிரி பேசாத சங்கர், உங்கப்பா ஒரு கொலைகாரன்” என்றேன்.

சட்டென என் முகத்தில் ஓங்கி அறைந்தபடியே சொன்னான்.

“பேத்துருவேன் பேத்து... ஃப்ரெண்டுன்னு பாக்கேன். எங்கப்பாவை பற்றித் தப்பாப் பேசாதே. டேய், நான் எவ்வளவு சம்பாதிச்சிருக்கேனு பாக்கியா..?” என பர்ஸைத் திறந்து உள்ளே இருந்த பணத்தை வெளியே கொட்டினான்.

“பம்பாய்ல எத்தனை பேரு கூடச் சண்டை போட்டிருக்கேன்... எவ்வளவு நாள் பட்டினியா கிடந்துருக்கேன் தெரியுமா..? டாய்லெட்ல ஒருத்தன் என்னைக் குனிய வச்சி என்ன செஞ்சான் தெரியுமா..? பெரிய மயிரு மாதிரி பேச வந்துட்டே.”

அடிவாங்கிய கன்னத்தைத் தடவியபடியே சொன்னேன்.

“எங்கூடப் பேசாதே. போடா மயிரு.”

சங்கர் காலைத் தூக்கி என்னை மிதிக்க முயன்றான். அவனைக் கீழே தள்ளிவிட்டு ஓடினேன். அவன் துரத்திவரவில்லை.

அதன்பிறகு சங்கரை நான் பார்க்கவேயில்லை.

சங்கர் ஏன் திடீரென முரட்டுத்தனமாக நடந்து கொண்டான்?

தவறு செய்தவன் நான்தானா?

அப்பாமீதான கோபம் என்பது தீர்ந்துவிடக்கூடியதா என்ன?

ஐந்து வயது முதல் சங்கர்தானே துணையாக இருந்தான்..? என் சந்தோஷங்கள் யாவும் அவன் கொடுத்தவைதானே..? ஏன் அவனே அதை அழித்துவிட்டான்?

அவனை நினைத்துக் கொண்டபோது என்னை அறியாமல் அழுகை வந்தது.

ஆனால், அந்த அழுகை சில நிமிடங்களில் நின்று போய், சங்கரை அடிக்க வேண்டும் என்ற வெறி மனதில் பொங்கி வழியத் துவங்கியது.

மறுநாள் நானாக சங்கர் வீட்டைத் தேடிப் போனேன். அவன் பம்பாய்க்குக் கிளம்பிப் போயிருந்தான்.

தேடிப் போய் அவனை அடிக்க முடியுமா என்ன?

ஆத்திரமாக வந்தது.

வீடு திரும்பியபோது திடீரென நான் ஒன்றும் சின்னப் பையனில்லை என்று தோன்றியது.

வீட்டிற்கு வந்தவுடன் கண்ணாடியை எடுத்துக் கையில் வைத்துப் பார்த்தேன்.

எனக்கும் மீசை அரும்பியிருந்தது.

● ● ●

தேசாந்திரி பதிப்பகம்

உபபாண்டவம்	ரூ.375
நெடுங்குருதி	525
யாமம்	400
துயில்	525
சஞ்சாரம்	340
இடக்கை	375
பதின்	235
கடவுளின் நாக்கு	350
உலக இலக்கியப் பேருரைகள்	325
எழுத்தே வாழ்க்கை	175
பதினெட்டாம் நூற்றாண்டின் மழை	230
தாவரங்களின் உரையாடல்	150
வெயிலைக் கொண்டு வாருங்கள்	140
விழித்திருப்பவனின் இரவு	225
காற்றில் யாரோ நடக்கிறார்கள்	325
கோடுகள் இல்லாத வரைபடம்	75
மலைகள் சப்தமிடுவதில்லை	250
வாசகபர்வம்	210
காண் என்றது இயற்கை	115
செகாவின் மீது பனி பெய்கிறது	150
கூழாங்கற்கள் பாடுகின்றன	75
எனதருமை டால்ஸ்டாய்	100

ரயிலேறிய கிராமம்	150
உலகை வாசிப்போம்	200
நாவலெனும் சிம்பொனி	140
இலக்கற்ற பயணி	175
செகாவ் வாழ்கிறார்	150
தனிமையின் வீட்டிற்கு நூறு ஜன்னல்கள்	150
காட்சிகளுக்கு அப்பால்	75
கால் முளைத்த கதைகள்	100
எலியின் பாஸ்வேர்டு	35
சிரிக்கும் வகுப்பறை	110
விலங்குகள் பொய் சொல்வதில்லை	225
கதாவிலாசம்	380
தேசாந்திரி	275
துணையெழுத்து	350
எனது இந்தியா	650
மறைக்கபட்ட இந்தியா	375
நிமித்தம்	450
நம் காலத்து நாவல்கள்	350
எஸ்.ராமகிருஷ்ணன் நேர்காணல்கள்	250
நகுலன் வீட்டில் யாருமில்லை	150
புத்தனாவது சுலபம்	200
காந்தியோடு பேசுவேன்	175
உறுபசி	175
ஆதலினால்	175
சிறிது வெளிச்சம்	450
இந்தியவானம்	240
வீடில்லா புத்தகங்கள்	250
நூறு சிறந்த சிறுகதைகள்	1000

அப்போதும் கடல் பார்த்துக்கொண்டிருந்தது	125
சைக்கிள் கமலத்தின் தங்கை	450
ஏழு தலைநகரம்	200
அயல் சினிமா	150
ஆயிரம் வண்ணங்கள்	140